സമുദ്രഹൃദയം

Nadakkavu, Kozhikode, Kerala
www. insightpublica. com
e-mail: insightpublica@gmail. com
Samudra Hridayam
Author: Adv. Rajagopal Vakathanam
(Malayalam)
First Insight Edition: May 2025

ISBN: 978-93-5517-849-7
Printed and Published by
Insightinpublica Printers & Publishers Ltd.
₹220/-

All Rights reserved. No Part of this Publication may be reproduced, stored in a retrieval system, or transmitted, in any form, or by any means, electronic, mechanical, photocopying, recording or otherwise, without the prior permission of the publisher

സമുദ്രഹൃദയം

നോവൽ

അഡ്വ. രാജഗോപാൽ വാകത്താനം

INSIGHT PUBLICA

സമർപ്പണം

എല്ലാ ഏകമാതാക്കൾക്കും വിധവകൾക്കും
വിധുരർക്കും വിവാഹമോചിതർക്കും ഒറ്റപ്പെട്ടുപോകുന്ന
വൃദ്ധജീവിതങ്ങൾക്കും ഒപ്പം എന്റെ ജീവിതപങ്കാളിക്കും.

ഗ്രന്ഥകാർത്താവിന്റെ ഇതര കൃതികൾ

ദൈവത്തിനെത്ര വയസ്സായി
നവനാസ്തികതയും യുക്തിവാദവും
ആര്യദ്രാവിഡ വിവാദവും ഭഗവദ്ഗീതയുടെ രാഷ്ട്രീയവും
നാരായണഗുരു നവോത്ഥാന നായകനോ?
ജാതിവ്യവസ്ഥയുടെ രാഷ്ട്രീയഭൂമിക
അയ്യങ്കാളിയുടെ ചരിത്ര പ്രസക്തി
നിരീശ്വരതയുടെ അനിവാര്യത
മതവും വിദ്യാഭ്യാസവും ന്യൂനപക്ഷാവകാശവും
അമൃതാനന്ദമയിയും ആഗോളവൽക്കരണവും
സംവരണത്തിന്റെ രാഷ്ട്രീയം
യുക്തിചിന്ത
യുക്തിവാദം എന്ത്? എന്തിന്? എങ്ങനെ?
മരണക്കുരുക്കുകൾ ഉണ്ടാകുന്നത്.
ജ്യോത്സ്യവും ശാസ്ത്രവും
രാമജന്മഭൂമിയോ ബാബറി മസ്ജിദോ?
പ്രശ്നം ജാതി തന്നെ
യജ്ഞസംസ്കാരവും ക്ഷേത്രവിമോചനവും: നവബ്രാഹ്മണിക-
അധിനിവേശം
ഏക സിവിൽകോഡും മതരാഷ്ട്രവാദവും
മതഭീകരതയുടെ മാരകവഴികൾ
വൈക്കം സത്യഗ്രഹം :ചതിയുടെ ചരിത്രം
പവനസ്മൃതികൾ (എഡിറ്റർ)
ചാവേർനിലങ്ങൾ (നോവൽ)
ജീവിതത്തിനൊരു ആമുഖം (നോവൽ)

മുഖമൊഴി

പ്രണയികളുടെ പുതിയ സുവിശേഷം

ഏകരക്ഷിതാവ് (Single Parent), വിധവകൾ, വിധുരന്മാർ, വിവാഹമോചിതർ തുടങ്ങിയവരുടെ പ്രശ്നങ്ങളെ മലയാളസമൂഹം അഭിസംബോധന ചെയ്തു തുടങ്ങിയോ എന്ന സംശയമുണ്ട്. LGBTQ വിഷയത്തിൽ പരിഹാസം കാണുന്ന കേരളീയർ അതുപോലെ ഗുരുതരമായ മേൽ വിഷയങ്ങളിൽ വിചിത്ര ഭാഷ്യമാണ് ചമയ്ക്കുന്നത്. മതബോധത്തിലും ഗോത്രസ്മൃതിയിലും ഇപ്പോഴും അഭിരമിക്കുന്നതു കൊണ്ടു തന്നെ വിധവകൾക്കും വിവാഹമോചിതർക്കും രണ്ടാം പൗരത്വമാണ് ഇപ്പോഴും നിലനിൽക്കുന്നത്. ഇത്തരം പ്രശ്നങ്ങൾ സാഹിത്യത്തിൽ ചർച്ച വരാത്തതുകൊണ്ട് തന്നെ അത്തരമൊരു വിഷയമാണ് ഈ കൃതിയുടെ ഉള്ളടക്കം.

ഏകമാതാവും വിവാഹമോചിതയുമായ സ്ത്രീകൾ അതേ അവസ്ഥയിലുള്ള പുരുഷന്മാരെക്കാൾ കൂടുതൽ വിഷമതകളും പ്രതിസന്ധികളും നേരിടുന്നുണ്ട്. സാമ്പത്തികവും സാമൂഹ്യവും ആരോഗ്യപരവും വൈകാരികവുമായ ഒട്ടേറെ പ്രശ്നങ്ങൾ ഏക മാതാവ് അഭിമുഖീകരിക്കുന്നുണ്ട്. ജനിച്ചുവളർന്ന കുടുംബത്തിൽ വരെ അന്യവൽക്കരിക്കപ്പെടുന്നതോടെ സാമൂഹ്യ അരക്ഷിതത്വം, സാമ്പത്തിക പരാധീനത, കുട്ടികളെ വളർത്തൽ തുടങ്ങിയവ വലിയ വെല്ലുവിളികളാണ്. ജോലിയോ കൃത്യമായ വരുമാനമോ ഇല്ലാത്തവർ കൂലിപ്പണിയിലേക്കോ ഭിക്ഷാടനത്തിലേക്കോ എടുത്തെറിയപ്പെടുന്നു.

പരിഷ്കൃതമെന്ന മുഖപരിവേഷമുള്ള കേരള സമൂഹം പൊതുവേ ഏകമാതാക്കളെ അത്ര പിന്തുണയ്ക്കാറില്ല. പാട്രിയാർക്കൽ ബോധം, അതൊക്കെ പെണ്ണിന്റെ പിഴവായാണ് എഴുതിത്തള്ളാറുള്ളത്. സഹതാപം കാണിക്കുന്ന പലർക്കും സംശയങ്ങൾ ഒഴിയാറില്ല. കുറ്റം പറയാനും ഒറ്റപ്പെടുത്താനും സഹനത്തിന്റെ ഉപദേശി പ്രസംഗം നടത്താനും ആണധികാര സമൂഹത്തിന് യാതൊരു മടിയുമില്ല.

പുനർവിവാഹം നിർബ്ബന്ധിക്കപ്പെട്ടാലും അത്തരം ജനാധിപത്യബോധമുള്ള പങ്കാളിയെ ലഭിക്കുക എളുപ്പവുമല്ല. വിവാഹമോചനം, കുട്ടികളെ വളർത്തൽ, ജീവനാംശം, സ്വത്ത് വിഹിതം തുടങ്ങിയവ നേടിയെടുക്കുന്നതിലെ നിയമപോരാട്ടവും അത്ര അനായാസമല്ല. ഇതിനായുള്ള സമയവും സാമ്പത്തികവും സ്ത്രീകൾക്കു വൈതരണി തന്നെയാണ്. അതൊക്കെ സ്വയം കണ്ടെത്തുക അവരുടെ ബാദ്ധ്യതയാണ്.

ആരോഗ്യപരമായി പെട്ടെന്നു തളർന്നു പോകാവുന്നത്ര സ്ട്രെസ്സും ടെൻഷനും ഒരു ഏകമാതാവ് അനുഭവിക്കുന്നുണ്ട്. ഇതൊന്നുമില്ലെങ്കിലും കുടുംബത്തിലെ രണ്ടാം പൗരയായ സ്ത്രീ തിരിച്ചെത്തിയാൽ കുടുംബത്തിലുള്ളവർക്കു തന്നെ അതു സുഖകരമല്ല. ഡിപ്രഷൻ വിട്ടുമാറാത്ത വ്യാധിയാകും. മക്കളെ വളർത്തുന്ന ബദ്ധപ്പാടിനിടയിൽ സ്വന്തം ആരോഗ്യവും ആഹാരവുമൊക്കെ മറന്നുപോകും. ഉറക്കം അന്യവൽക്കരിക്കപ്പെടാം.അത്തരം അമ്മമാർ പ്രഥമവും പ്രധാനവുമായി ചെയ്യേണ്ടത് സ്വന്തം ശരീരം സംരക്ഷിക്കുക എന്നതാണ്. കുട്ടികൾക്കു വേണ്ടി ജീവിക്കാനും ജീവനത്തിനായി പണിയെടുക്കാനും ആരോഗ്യം അത്യന്താപേക്ഷിതമാണ്. അകാലവാർദ്ധക്യത്തെ ക്ഷണിച്ചു വരുത്താതിരിക്കാനും സന്തോഷമായിരിക്കാനും ആരോഗ്യമുള്ള ഒരു ശരീരം ആവശ്യമാണ്.

വൈകാരികതകളുടെ സംഘാതമാണ് (emotional luggage) ഏകമാതാവും വിധവയും. ഏകാന്തത, ഭയം, അരിശം, നിരാശ തുടങ്ങിയവ മാറി മാറി ബാധിക്കും. Singlemom Depression, Postpartum Depression തുടങ്ങി മനഃശാസ്ത്രത്തിലെ പുതിയ വകഭേദങ്ങൾ വരെയുണ്ട് ഇവർക്കുവേണ്ടി. അത്യധികമായ ശ്രമത്തിലൂടെയേ ഇവയെ തരണം ചെയ്യാനാവൂ. (Depression എക്കാലത്തും ആർക്കും വരാം. അതോടനുബന്ധിച്ച പാനിക് അറ്റാക്കും ഉണ്ടാകാം. വർദ്ധിത സ്വഭാവത്തിൽ ആത്മഹത്യ വരെ നടക്കാം) അരിശം വിട്ടുമാറണമെന്നില്ല. പെട്ടെന്നു വികാരവായ്പും നിർവ്വേദവും ഉണ്ടാകും. കുട്ടികളെ വഴക്കുപറയൽ, സ്വയം ശപിക്കൽ സ്വഭാവികമാകും. മറ്റുള്ളവരുടെ, പ്രത്യേകിച്ച് പരപുരുഷന്മാരുടെ സഹായം തേടാൻ മടിയായിരിക്കും. ഒന്നിലും ആശ്വാസം കണ്ടെത്താനാവാതെ സ്വയം പരിഹാരം കാണും, അല്ലാത്തവർ ചതിക്കുഴികളിൽ വീണുപോകും. പീരിയഡ് കാലത്ത് ഇത് അസഹനീയമാകാം. മെനോപോസ് വരുന്നതോടെ, തന്റെ ജീവിതം സമാപിച്ചു എന്ന മനോസംഘർഷം സ്ത്രീകൾക്ക് പൊതുവേയുള്ളതാണ്. ഇത്തരക്കാരിൽ അത് സംഭ്രമജനകമാകും.

അതേസമയം ജീവിതാനുഭവങ്ങളിലൂടെ ആർജ്ജിക്കുന്ന പക്വത, ഉത്തരവാദിത്വം, സ്വയം രക്ഷ, സത്യസന്ധത തുടങ്ങിയവ ഗുണപരമായിരിക്കും. ഒറ്റക്കു ജീവിതത്തോടു പോരാടേണ്ടി വരുമ്പോൾ ഇവ സ്വായത്തമാക്കാതെ വയ്യ. മാതൃത്വത്തെ അംഗീകരിക്കുന്നവരോടും കുട്ടികളെ സ്നേഹിക്കുന്നവരോടും അവർ വിധേയത്വം കാണിക്കും.

ഇത്തരം ഗുരുതരമായ സാമൂഹ്യ പ്രശ്നങ്ങൾ ചർച്ച ചെയ്യുന്നതല്ല, മാതൃത്വത്തെ വാഴ്ത്തുന്ന ആധുനിക പൗരസമൂഹം. അവഹേളനം, തൻപ്രമാണിത്തം, ആണധികാരം, ഒളിസേവ തുടങ്ങിയവയാണ് പഠിച്ച മലയാളി പുരുഷത്വത്തിന്റേത് എന്നറിയണമെങ്കിൽ സ്ത്രീകൾ സോഷ്യൽ മീഡിയയിൽ ഇടുന്ന പോസ്റ്റുകൾക്കു താഴെ കുമിഞ്ഞു കൂടുന്ന അശ്ലീലകമന്റുകൾ മാത്രം നോക്കിയാൽ മതി. മതബോധാധിഷ്ഠിതമായ ആണധികാരം എത്ര വേഗമാണ് മുസ്ലീം പെൺകുട്ടികളെ പർദ്ദയെന്ന ചാക്കിനുള്ളിൽ ബന്ധിച്ച് അടിമകളാക്കിയത്. ഗോത്രബോധങ്ങളിൽ നിന്ന് മനുഷ്യബോധത്തിലേക്കുള്ള വിടുതൽ ഇനിയും അകലെയാണ്.

ന്യൂജെൻ വിഭാഗങ്ങൾ എത്രമാത്രം ഗൗരവമാണ് വിവാഹത്തിനും കുടുംബത്തിനും നൽകുന്നതെന്നത് ആശ്ചര്യകരമാണ്. കുടുംബകോടതികളിൽ പെരുകുന്ന കേസുകൾ, ആരോഗ്യകരമായ കേരള സമൂഹത്തിന്റെ സാക്ഷ്യങ്ങളല്ല. കേവലം ഫെമിനിസ്റ്റ് വാദങ്ങൾക്കോ, കപടസദാചാര ബോധങ്ങൾക്കോ പരിഹരിക്കാവുന്നതല്ല ഈ പ്രശ്നങ്ങൾ ഒന്നും തന്നെ. സാമൂഹ്യശാസ്ത്രത്തിന്റെയും മനഃശാസ്ത്രത്തിന്റെയും ജനിതകത്തിന്റെയും പഠനമേഖലകളിലേക്ക് എത്രമാത്രം മലയാളി സമൂഹത്തിന് എത്തപ്പെടേണ്ടതുണ്ട് എന്ന് പഠനവിധേയമാക്കണം.

ഇത്തരമൊരു സാമൂഹ്യപ്രശ്നമാണ് ഈ നോവലിന്റെ മുഖ്യപ്രമേയം. ഒരു ഏകമാതാവിന്റെ അതിജീവനസമരത്തിന്റെ ജീവൽസാക്ഷ്യമാണ്. ഒപ്പം മദ്ധ്യവയസു കഴിഞ്ഞ മനുഷ്യരുടെ വരണ്ടുപോകുന്ന പ്രണയമോഹങ്ങളുടെ പരിപ്രേക്ഷ്യവുമാണ്. മദ്ധ്യവയസ്കരുടെ പ്രണയത്തെ അവഹേളനപരമായി കാണുന്ന മലയാളബോധം ഇനിയും ചികിത്സിക്കപ്പെടേണ്ടതാണ്. പ്രണയം മരണം വരെയുള്ളതാണ്. ഏകരായി പോകുന്ന മാതാ/പിതാക്കൾ അനുഭവിക്കുന്ന ഡിപ്രഷൻ ചർച്ച പോലുമാകുന്നില്ല. പുനർവിവാഹത്തെ അംഗീകരിക്കുവാൻ പൊതുസമൂഹം വളർന്നിട്ടില്ല. വൃദ്ധസദനങ്ങളാണ് പകരം വെക്കപ്പെടുന്നത്. പ്രേമത്തിനു വയസിന്റെ അക്കങ്ങൾ പ്രതിബന്ധമല്ല എന്ന് ഇതിലെ കഥാപാത്രങ്ങൾ സാക്ഷ്യപ്പെടുത്തുന്നു. പ്രണയത്തിലൂടെ പൂക്കുന്ന വൃദ്ധകാലത്തിന്റെ കൂട്ടായ്മയെ ക്രിയാത്മകമാക്കുന്നു.

ചാവേർ നിലങ്ങൾ, ജീവിതത്തിന് ഒരു ആമുഖം എന്ന എന്റെ മുൻ നോവലുകളിലെപോലെ തന്നെ ഇതിലെ കഥാപാത്രങ്ങളും ജീവിച്ചിരിക്കുന്നവരോ മരിച്ചവരോ ആണ്. കഥാപാത്രങ്ങളോട് ആർക്കെങ്കിലും സാദൃശ്യം തോന്നിയാൽ അതു ശരിയാകാം. ആരെങ്കിലുമൊക്കെ ഇതിലെ കഥാപാത്രങ്ങളുമാകാം. കാരണം ഭാവനയുടെ കേവല വ്യാജ്യോക്തികളല്ല, ജീവിതത്തിന്റെ നേർ സാക്ഷ്യങ്ങളാണ് സാഹിത്യമാകേണ്ടത്. വായനയുടെ ഏതെങ്കിലും ഘട്ടത്തിൽ വൈകാരിക ക്ഷോഭം ഉണ്ടാകുന്നുവെങ്കിൽ എഴുത്ത് വിജയിച്ചു എന്നു പറയാം. ഏതെങ്കിലുമൊരു കഥാപാത്രാവസ്ഥയിലൂടെ വായനക്കാർ കടന്നു പോകുന്നുവെങ്കിലും അങ്ങനെ തന്നെയാണ്.

വിമർശിക്കാം, വിയോജിക്കാം. പക്ഷേ സത്യത്തെ നിഷേധിക്കാനാവില്ലല്ലോ

വിലാസം :-

വാകത്താനം പി ഒ, കോട്ടയം 686538

9447973962, atheistvakathanam@gmail.com

വാകത്താനം /- 7.2024

ഉള്ളടക്കം

1. ഇനി ഞാൻ തിരികെ ഇല്ല.

ജീവിതം പോലെ സമാന്തരമായ റെയിൽപാളത്തിനരികെ രണ്ടാം പ്ലാറ്റ് ഫോമിൽ അവരിരുന്നു. അവൾ അയാളെ സാകൂതം നോക്കി. ആദ്യമായി നേരിൽ കാണുകയാണ്. നരച്ച താടിയും നരയ്ക്കാത്ത മുടിയും കട്ടിപുരികവും. കണ്ണാടിക്കിടയിലൂടെയും കണ്ണിലെ ആർദ്രത വ്യക്തമാണ്. 62 വയസ്സുണ്ടത്രേ. റിട്ടയർ ചെയ്ത ശേഷം വല്ലാത്തൊരു പ്രതിസന്ധിയിലാണ്. ഭാര്യ വിട്ടുപിരിഞ്ഞിട്ട് ഒരുവർഷമാകുന്നു. മെസഞ്ചറിലും വാട്സാപ്പിലും വഴിയാണ് രവീന്ദ്രൻ സാറിനെ അടുത്തറിഞ്ഞത്. ഫേസ്ബുക്കിൽ ചിത്രങ്ങൾ കണ്ടിട്ടുണ്ട്.

അയാൾ ജയശ്രീയുടെ മിഴികളിലേയ്ക്ക് സൂക്ഷിച്ചുനോക്കി. നേർത്ത കണ്ണടയ്ക്കു പിന്നിൽ കരിയെഴുതിയ കണ്ണിലെ കദനഭാവം പെട്ടെന്നു മനസ്സിലാകുന്നതായിരുന്നു. 56 വയസ്സ് എന്ന് പറഞ്ഞിരുന്നെങ്കിലും കാഴ്ചയിൽ 50 തോന്നുകയില്ല. വകഞ്ഞ മുടി ഇടതൂർന്നതല്ലെങ്കിലും ഡൈ ചെയ്തു ഭംഗിയാക്കിയിരുന്നു. തെളിഞ്ഞ മുഖം. ചുണ്ടുകളിൽ സന്തോഷം തേച്ചുപിടിപ്പിച്ചിരുന്നു. മെലിഞ്ഞതെങ്കിലും ഉടയാത്ത ശരീരം.

- ജയ ഞാൻ വിചാരിച്ചതിലും സുന്ദരിയാണ്. പ്രൊഫൈലിൽ കണ്ടതിലും മനോഹരി.

- വെറുതെ... സാറും അത്ര മോശമല്ല. ഫേസ്ബുക്കിൽ പല ചിത്രങ്ങൾ കണ്ടിട്ടുണ്ട്. അതിലൊക്കെ ഭയങ്കര ഗൗരവമാണ്. ഈ പുരികമായിരിക്കാം കാരണം. താടിയൊക്കെ ഡൈ ചെയ്താൽ കുറേക്കൂടിയങ്ങായി തോന്നും.

- ആരെ കാണിക്കാൻ. വയസ്സ് 62 ആയി. വിജി വിട്ടുപോയിട്ട് വർഷം ഒന്നാകുന്നു.

- വേർപാടിന്റെ ശൂന്യത കണ്ണുകളിൽ വ്യക്തമാണ്.

- ആ ശൂന്യതയുടെ ആഴം എന്നേക്കാൾ ജയ അനുഭവിച്ചതാണല്ലോ. അതാവും നമ്മെ തമ്മിലടുപ്പിച്ച പൊതുഘടകം

- എനിക്കിപ്പോൾ അപരിചിതനല്ലാത്തത് രണ്ടുമാസം മാത്രം പരിചയമുള്ള സാറാണ്. എന്റെ ആരൊക്കെയോ ആണെന്ന തോന്നൽ.

മിഴികൾ താഴ്ന്നു. ശബ്ദം ഇടറാതിരിക്കാൻ പരമാവധി ശ്രമിച്ചു. പകരം ചുണ്ടിലെ ചിരി പടർത്താൻ ശ്രമിച്ചു.

- ജയ, ഈ സാർ വിളി ഒന്നു നിർത്തു. അപരിചിതത്വമാണ് അത്. എത്ര തവണ പറഞ്ഞു.

- ശരി രവിയേട്ടാ...

- ജയ, നീ എത്ര ചിരിക്കാൻ ശ്രമിച്ചാലും ഉള്ളിലെ വേവ് ആ കണ്ണുകളിലൂടെ തിരിച്ചറിയാം. ആ കണ്ണാടി ഒന്നു മാറ്റൂ,

അവൾ കണ്ണടയൂരി. അയാൾ കണ്ണുകളിലേക്ക് നിർനിമേഷം നോക്കി. വിഷാദമിയന്ന മിഴികൾ. അവൾ നോട്ടം മാറ്റിക്കളഞ്ഞു. അയാൾ അവളുടെ കരം ഗ്രഹിച്ചു. നീണ്ട വിരലുകൾക്കിടയിൽ അയാളുടെ വിരലുകൾ ചേർത്തു.

- നീ രണ്ടുമാസം കഴിഞ്ഞേ പോകൂ എന്ന് പറഞ്ഞിട്ട്

- പോയേ പറ്റൂ രവിയേട്ടാ... ഫോണിൽ പറഞ്ഞതുപോലെയല്ല അവസ്ഥകൾ. ഇനിയൊരു അപശകുനമായി നില്ക്കാൻ എന്റെ അഭിമാനം സമ്മതിക്കുന്നില്ല. മക്കളുടെയായാലും ഔദാര്യവും അവഗണനയും അസഹനീയമാണ്. അല്ലെങ്കിലും എക്കാലവും ഞാൻ ഒറ്റയ്ക്കായിരുന്നല്ലോ.

വാക്കുകൾ കൈവിട്ടുപോകാതിരിക്കാൻ ഏറെ പണിപ്പെട്ടു ചുണ്ടുകൾ കടിച്ച് സംയമനത്തിന് വൃഥാശ്രമം നടത്തി. രവീന്ദ്രന്റെ കൈയിലെ പിടി മുറുക്കി.

- എങ്ങനെ, എന്തുപറയണമെന്ന് എനിക്കറിയില്ല ജയ. എന്തു പറഞ്ഞാലും അതു നിനക്കൊരു സമാധാനവുമാകില്ല. എന്തായാലും അധീരയാകരുതെന്നു മാത്രമേ എനിക്കു പറയാനുള്ളൂ.

- എനിക്കു തന്റേടമില്ലായിരുന്നെങ്കിൽ കഴിഞ്ഞ 36 വർഷങ്ങൾ കടന്നുപോകുമായിരുന്നില്ല. ജീവിതം എനിക്കൊരു വാശിയായിരുന്നു. പക്ഷേ എന്റെ മക്കൾ എന്നെ തോല്പിച്ചു കളഞ്ഞു. അവരുടെയും കൊച്ചുമകളുടെയും മലവും മൂത്രവും കോരി വിഴപ്പലക്കി, വിട്ടുപണി ചെയ്തു. ഒരു വേലക്കാരിയെ നിർത്തിയാൽ എത്ര രൂപ ശമ്പളം കൊടുക്കേണ്ടിവരും എന്നു ഞാൻ ചോദിച്ചില്ല. വീട്ടുവാടകയിൽ ഇതുവരെ എത്രയാണെന്റെ വിഹിതം എന്നു ഞാൻ പൊന്നുമകളോടു ചോദിച്ചു. ദുരഭിമാനമാണെന്നു പറഞ്ഞാലും വേണ്ടില്ല, അതെനിക്കു തിരിച്ചുനല്കണം. ഒരാൾക്കും കീഴടങ്ങാൻ ഞാൻ തയ്യാറല്ല. അതുകൊണ്ടാണ് യാത്ര നേരത്തെയാക്കിയത്.

എന്റെ പഴയ സ്കൂളിലേക്ക്. കാശിപ്പേട്ട്, വാറങ്കൽ

കണ്ണിലെ ഉറവ മറയ്ക്കാനാവും അവൾ കണ്ണട തിരികെ വെച്ചു. രവീന്ദ്രന് സ്വന്തം കണ്ണുകൾ നീറുന്നതായി തോന്നി. അവളുടെ തോളിൽ കൈവെച്ചു.

- എല്ലാവരും റിട്ടയർ ചെയ്യുന്ന പ്രായത്തിൽ നീ വീണ്ടും നോക്കെത്താ ദൂരത്തേയ്ക്ക് പോകുന്നു. നീ പോകണം ജയ. നിന്റെ ആത്മാഭിമാനത്തിന് അതാണ് ശരിയെങ്കിൽ അങ്ങനെ തന്നെ വേണം. ഒരുതരം ഹ്യൂമിലിയേഷനും സഹിക്കാനാവില്ല. പ്രായമേറുംതോറും അതിന്റെ ആഘാതം അഗാധമായിരിക്കും. എന്നാൽ ആതിര അങ്ങനെ പറയുന്നതെങ്ങനെ. അവൾ പഠിപ്പുള്ളവളല്ലേ..

- പഠിപ്പു കൂടിപ്പോയതായിരിക്കും. വിമൻ സ്റ്റഡീസിൽ ഡോക്ടറേറ്റുള്ള മകൾ ചോദിച്ചു, ആരു പറഞ്ഞിട്ടായിരുന്നു ഈ ത്യാഗമെന്ന്. വേറെ വിവാഹം കഴിച്ചുകൂടായിരുന്നോ എന്ന്.

- എന്റെ ജയ, മക്കളെ വളർത്തുകയെന്നത് മാതാപിതാക്കളുടെ കടമയാണ്. പക്ഷെ പ്രായപൂർത്തിയായി ജീവിതവഴി കണ്ടെത്തിയാൽ പിന്നെ അവരെ സേവിക്കേണ്ട കാര്യമില്ല. നമ്മൾ വണ്ടിക്കാളകളല്ല. പിന്നെയും അവരെ നയിക്കാൻ നില്ക്കേണ്ടതില്ല. പാഴായിപ്പോയ വർഷങ്ങൾ തിരിച്ചുപിടിക്കാനും കഴിയില്ല.

- പോയ കാലത്തെപ്പറ്റി എനിക്ക് പരാതിയില്ല രവിയേട്ടാ.. ഇനി അനുഭവിക്കാനൊന്നും ബാക്കിയില്ല. പക്ഷേ ഇനിയെങ്കിലും എനിക്കു ജീവിക്കണം.

അവരുടെ മിഴികൾ ഇടഞ്ഞു. അവൾ ചിരിക്കാൻ ശ്രമിച്ചെങ്കിലും മുഖം വലിഞ്ഞുമുറുകി. തോളിലെ പിടുത്തം മുറുകി.

- ജീവിക്കണം ജയ, അതൊരു വെല്ലുവിളിയാണ്.

- അതിന് എനിക്കൊപ്പം ഉണ്ടാകുമോ?

- ഞാനുണ്ടാകും ജയ, നമ്മൾ ഒന്നാകും.

- രവിയേട്ടാ.. ആവുന്നത്രകാലം ഞാൻ പണിയെടുക്കും. എന്റെ മക്കളോടുള്ള കടം വീട്ടണം.

- വേണ്ട ജയ, നീ അവരോടു വാശി കാണിക്കരുത്. അത് അവരുടെ അവിവേകമാകാം.

- അതല്ല, രവിയേട്ടനതു മനസ്സിലാവില്ല. എന്റെ ഗർഭപാത്രത്തിന്റെ നൊമ്പരം വിട്ടുമാറിയിട്ടില്ല.

- കൂൾ ഡൗൺ ജയ

- അവരുടെ കടം വീട്ടിയാൽ എനിക്കിനി നാടുകാണണം,

അലഞ്ഞുനടക്കണം. അതിന് എനിക്കൊരു കൂട്ടുവേണം

- വൃദ്ധപ്രണയികൾ

- പ്രായം വെറും അക്കങ്ങൾ മാത്രമല്ലേ. പ്രണയത്തിന് അതൊരു മാനദണ്ഡമാണോ..

- ഒരിക്കലുമല്ല. എന്റെ വിരഹജീവിതത്തെ പ്രകാശമാക്കിയത് നീയാണ് ജയ

- അറിയാത്ത കാമനകൾക്ക് ആഴം കൂടും. എനിക്ക് ഈ കരങ്ങളിലും മനസ്സിലും വിശ്വാസമുണ്ട്.

- ഉറപ്പാണ്... എങ്കിൽ പോയ് വരൂ

- ഇല്ല, ഞാനിനി തിരിച്ചുവരില്ല. രവിയേട്ടൻ അങ്ങോട്ടുവരണം. വരില്ലേ.... വരണം

കേരള എക്സ്പ്രസ് രണ്ടാം പ്ലാറ്റ് ഫോമിലേക്കു കയറി. രവീന്ദ്രൻ കണ്ണടയൂരി മിഴികൾ തുടച്ചു. ചുണ്ടുകൾ കൂട്ടിക്കടിക്കുമ്പോൾ അവ വിറയ്ക്കുന്നുണ്ടായിരുന്നു.

- നോ, ജയ... നീ വരണം.... ഞാൻ കാത്തിരിക്കും.

- വേണ്ട രവിയേട്ടാ, ഈ നാടെനിക്കുമടുത്തു. രവിയേട്ടൻ വരണം.. ഇല്ലെങ്കിൽ...

ബാക്കിമുഴമിക്കാൻ അവൾക്കു കഴിഞ്ഞില്ല. തന്നോടു ചേർന്നു നിന്നു, മുഖത്തേയ്ക്കു ആഴത്തിൽ നോക്കി. മിഴികളിൽ ഉറവ ഉതിരുന്നുണ്ടായിരുന്നു. ഇരുവരും വീർപ്പുമുട്ടി.

അവരെപ്പോലെ കിതച്ചുകൊണ്ട് ട്രെയിൻ നിന്നു. ഷാൾ കൊണ്ട് മുഖം അമർത്തിത്തുടച്ച് അവൾ ബാഗെടുത്തു. ഒരു ബാഗ് രവീന്ദ്രനും എടുത്ത് കമ്പാർട്ട്മെന്റിൽ കയറ്റി വെച്ചു. നോക്കി നിന്നു കൈ വീശാൻ കഴിഞ്ഞില്ല. അങ്ങനെ വന്നാൽ വിതുമ്പി പോകുമോ എന്ന ഭയം. പെട്ടെന്നു തിരിഞ്ഞു നടന്നു. പ്രായം കൂടുന്തോറും നിയന്ത്രണങ്ങൾ നഷ്ടപ്പെടുകയാണോ?

കൂട്ടിമുട്ടാത്ത പാളങ്ങളെ അവശേഷിപ്പിച്ച് ട്രെയിൻ അപ്രത്യക്ഷമായി. മുന്നോട്ടു കാലുവെക്കുമ്പോൾ മൊബൈലിൽ ഒരു മെസ്സേജ് വിറച്ചുനിന്നു

- എന്റെ രവിയേട്ടാ, എന്നെയൊന്നു കെട്ടിപ്പിടിച്ചു ചുംബിച്ചിരുന്നെങ്കിൽ എന്നു കൊതിച്ചുപോയി.

മെസ്സേജിനുമേൽ രണ്ടു തുള്ളി കണ്ണീർ വീണ് രവീന്ദ്രന്റെ കാഴ്ച മങ്ങിപ്പോയി.

2. ഇവളെന്റെ രാജകുമാരിയാണ്

സഖാവ് കുമാരൻ, നാട്ടുകാരുടെ കുമാരേട്ടൻ. പുതുച്ചിറയിലും സമീപ പ്രദേശങ്ങളിലും കുട്ടനാട്ടിലും ഏറെ പരിചിതമായ നാമം.

1938 ൽ അരൂർ മുതൽ വണ്ടാനം വരെയുള്ള കയർഫാക്ടറി സമരങ്ങളിൽ പ്രകടനത്തിനുപോയ കുട്ടൻ തിരിച്ചുവന്നത് പോലീസിന്റെ മർദ്ദനമേറ്റാണ്. വലിയ പ്രകടനത്തിന്റെയും ഏറ്റ അടികളുടെയും കഥ കുട്ടൻ പറയുമ്പോൾ മകൻ കുമാരന് വയസ്സ് പതിനാലായിരുന്നു.

അടിമകളല്ല ഞങ്ങൾ

അടങ്ങുകില്ലിനി ഞങ്ങൾ

പൊരുതും ഞങ്ങൾ

എന്ന പടപ്പാട്ട് അച്ഛൻ ചൊല്ലിയത് കുമാരനും ഏറ്റുചൊല്ലി. കമ്മ്യൂണിസ്റ്റാകുന്നതിന്റെ ബാലപാഠം. അച്ഛൻ പറഞ്ഞ പേരുകാരെ പിന്നെ അടുത്തറിഞ്ഞു. പത്രോസ്, സുഗതൻ, എം എൻ ഗോവിന്ദൻ നായർ, ടി വി തോമസ്, കെ സി ജോർജ്ജ്, പി ടി പുന്നൂസ്, കെ ആർ ഗൗരി- അങ്ങനെ എത്രപേരുകൾ

പുന്നപ്ര - വയലാറിന്റെ അലയൊലികൾ കൈനടിയിലും മറ്റും ഉയർന്നപ്പോൾ കുമാരൻ ചെങ്കൊടിയെടുത്തു. എൽ. പുരം ബ്രാഞ്ചിന്റെ സെക്രട്ടറിയായി. സർ സി പി യുടെ കൂലിപ്പട്ടാളം അഞ്ഞൂറോളം ദരിദ്രരുടെ ശവശരീരങ്ങൾ പട്ടാളലോറിയിൽ വാരിയിട്ട് മണ്ണെണ്ണയും പെട്രോളുമൊഴിച്ചു കത്തിച്ചപ്പോൾ അതിന്റെ തീക്ഷ്ണഗന്ധം സമീപ പ്രദേശങ്ങളിലേക്കും വ്യാപിച്ചു.

പോലീസ് സ്റ്റേഷൻ ആക്രമിച്ചു തോക്കുകൾ പിടിച്ചെടുത്ത കുന്തക്കാരൻ പത്രോസാണ് കുമാരനെ ആവേശം കൊള്ളിച്ചത്. ആ തോക്കുകൾ പള്ളാത്തുരുത്തിയാറ്റിൽ കെട്ടിത്താഴ് ത്തിയപ്പോൾ പത്രോസ് പതറി. അതു സഖാവിന്റെ അവരോഹണത്തിന്റെ തുടക്കമായിരുന്നു.

സായുധസമരത്തിന്റെ ശരിതെറ്റുകൾ പാർട്ടിക്കമ്മറ്റികളിലെ ഗൗരവമായ ചർച്ചകളായി വികസിച്ചപ്പോൾ കുമാരൻ പത്രോസിന്റെ പക്ഷത്തായിരുന്നു. മെലിഞ്ഞുണങ്ങി ഏന്തി നടക്കുന്ന കുന്തക്കാരന്റെ പ്രൗഢമായ ശബ്ദം കുമാരനെ കീഴടക്കിക്കളഞ്ഞു. രണദിവേതിസീസ് ചർച്ചയ്ക്കു വരുമ്പോൾ അതിന്റെ നാനാർത്ഥങ്ങൾക്കായി കുമാരൻ പാർട്ടിലഘുലേഖകൾ വായിച്ചുകൂട്ടി. കൽക്കട്ട കോൺഗ്രസ് പ്രമേയം ബ്രാഞ്ചുകളിൽ റിപ്പോർട്ടിംഗ് നടക്കുമ്പോൾ കുമാരൻ ഉന്നയിച്ച ചോദ്യം ലോക്കൽ സെക്രട്ടറി കണാരന് മറുപടി പറയാൻ പറ്റാത്തതായിരുന്നു.

- ഇത്രയും വലിയ ഇന്ത്യാ രാജ്യത്തെ ഒരു ചെറിയ പ്രദേശത്തു നടക്കുന്ന സമരം കൊണ്ട് എങ്ങനെയാണ് സായുധവിപ്ലവം വിജയിപ്പിക്കാനാവുക?

- ഇവിടെ തുടങ്ങിയാൽ അതു പടരുക തന്നെ ചെയ്യും. തെലങ്കാനയും മറ്റും നൽകുന്ന പാഠം അതാണ്.

- വയലാറിന്റെ അനുഭവം പാഠമല്ലാതെയാകുമോ?

സംഭവിച്ചത് മറ്റൊന്നായിരുന്നു. 1948 ൽ തിരഞ്ഞെടുപ്പ് പ്രഖ്യാപിച്ചപ്പോൾ വർഗസമരത്തിൽ നിന്ന് പാർലമെന്ററി വ്യാമോഹത്തിലേക്കെത്തി. ആലപ്പുഴയിൽ മാത്രം പാർട്ടിസ്ഥാനാർത്ഥികൾ. ഇതര മണ്ഡലങ്ങളിൽ കോൺഗ്രസിനൊപ്പം നിൽക്കാനായിരുന്നു ഇ എം എസിന്റെ ആഹ്വാനം. സ്വാഭാവികമായും പത്രോസ് എതിർത്തു. പാർട്ടി സെക്രട്ടറിയായ കുന്തക്കാരൻ അതോടെ സംസ്ഥാന കമ്മറ്റിയിൽ നിന്നു തഴയപ്പെട്ടു. പിന്നെ പതനം വളരെ വേഗമായിരുന്നു. ആറാട്ടുവഴി സെല്ലിലേയ്ക്കു തരം താഴ്ത്തപ്പെട്ട പത്രോസ് പാർട്ടി ചരിത്രത്തിൽ നിന്നു തന്നെ തിരസ്കൃതനായി.

*　　　*　　　*

1944 ൽ നീലംപേരൂരിൽ ആറായിരം കായലിൽ നടന്ന കർഷക സമരത്തിൽ ഒട്ടേറെ പേർ ഭീകരമർദ്ദനത്തിന് ഇരയായി. സഖാക്കൾ മാധവനും, എം ടി ജോസഫ്, നീലംപേരൂർ ലൂക്കോസുമൊക്കെ ചെങ്കൊടി താഴത്തു വെക്കാതെ പൊരുതി. ഓരോസമരങ്ങളും പുതിയ പുതിയ സമരങ്ങൾക്ക്വഴിമരുന്നായി. ആറായിരം കായൽസമരത്തിൽ കുമാരൻ കാഴ്ചക്കാരനായിരുന്നെങ്കിൽ തുടർന്നുവന്ന സമരങ്ങളുടെ മുൻനിരയിൽ തന്നെ ഉണ്ടായിരുന്നു.

1938 ൽ രൂപംകൊണ്ട എൽ. പുരം കോളനിയും പുതുച്ചിറയും എണ്ണയ്ക്കാട്ടുചിറയും കളമ്പാട്ടുചിറയും ഒക്കെ ദലിത് കോളനികളായി പെരുകി. അതോടെ പ്രശ്നങ്ങൾ ഓരോന്നായി. ചേറും വെയിലുമേറ്റ് കുമാരനും സഖാക്കളും വിയർത്തു. പണിക്കുപോകണമെന്നതിനേക്കാൾ

പാർട്ടിപരിപാടികളായിരുന്നു മുഖ്യം. നടത്തിയ സമരങ്ങൾക്കു സഹിച്ച ദുരിതങ്ങൾക്കും അറുതി ഇല്ലായിരുന്നു.

കുട്ടന്റെ വക 15 സെന്റും അതിലെ ചെറിയ വീടും പുതുച്ചിറയിലെ അമ്പതോളം വീടുകളുടെ കേന്ദ്രമായിരുന്നു. പാടത്തിനു നടുവിലെ കൈത്തോടിൻ തീരത്തുകൂടി നടന്നാൽ റെയിൽവേ പാളത്തിലെത്താം. അതിനിരുവശത്തും തൊഴിലാളികളുടെ വീടുകൾ. അവിടെ നിന്നു അല്പം കൂടി നടന്നാൽ ഹൈവേയിലേക്ക് പ്രവേശിക്കാം.

നാട്ടിൽ പുതിയ ഇംഗ്ലീഷ് കമ്പനി വന്നതോടെ പുതുച്ചിറയുടെയും എൽ പുരത്തിന്റെയും മുഖവും മനസ്സും മാറി. വലിയ പുകക്കുഴലുകളും യന്ത്രങ്ങളും വമ്പൻ ഗേറ്റുമുള്ള കമ്പനി നഗരവൽക്കരണത്തിന്റെ നാന്ദി കുറിച്ചു. അനേകർ ഫാക്ടറി തൊഴിലാളികളും അനുബന്ധ തൊഴിൽകാരുമായി. പുതിയ താമസക്കാരും പുതിയ അയൽക്കാരും ഉണ്ടായി. കുടിയേറ്റങ്ങളുമുണ്ടായി.

ഇംഗ്ലീഷ് കമ്പനിയിൽ ലേബർ യൂണിയനുണ്ടായപ്പോൾ സ.കുമാരൻ യൂണിയൻ പ്രസിഡന്റായി. പുതിയ നിയോഗം കുമാരേട്ടന്റെ ജീവിതത്തെ മാറ്റി മറിച്ചു.

* * *

ആറടിയോളം പൊക്കമുള്ള കുമാരൻ ആരോഗ്യവാനായിരുന്നു. അലസമായി പുറകോട്ടു ചീകിയ മുടിയിഴകളും കട്ടിമീശയും വല്ലപ്പോഴും മാത്രം ഷേവ് ചെയ്യുന്ന മുഖവും വല്ലാത്ത ഗൗരവം വരുത്തി. പൊതുവേ പ്രസന്നതയുള്ള പൊതുപ്രവർത്തകനായിരുന്നതിനാലാണ് കുമാരേട്ടൻ എന്നു നാട്ടുകാർ വിളിച്ചത്. 30-ാം വയസ്സിൽ പനച്ചിക്കാട്ടുനിന്ന് ലക്ഷ്മി എന്ന എച്ച്മി കുമാരനൊപ്പം കൂടിയതോടെ അതൊരു കുടുംബമായി. ഇരുനിറക്കാരിയായ എച്ച്മി ഐശ്വര്യവതിയായിരുന്നു. പുരയിടത്തിൽ നാലഞ്ചു തെങ്ങുകളും കുറെ മരച്ചീനിയും പച്ചക്കറികളുമൊക്കെ തഴച്ചു വളരാൻ കാരണം എച്ച്മിയായിരുന്നു. അവരും കമ്മ്യൂണിസ്റ്റായിരുന്നു.

രണ്ടാം വർഷം എച്ച്മി ഒരു പെൺകുട്ടിക്ക് ജന്മം കൊടുത്തപ്പോൾ അവൾക്ക് ഗൗരി എന്നു പേരിടാൻ കുമാരൻ രണ്ടാമതൊന്ന് ആലോചിച്ചില്ല. കെ ആർ ഗൗരിയമ്മയോടുള്ള ആരാധനയായിരുന്നു കാരണം. നാലുവർഷങ്ങൾക്കുശേഷമുണ്ടായ ആൺതരിക്ക് സുഗതൻ എന്നു നാമകരണം ചെയ്തത് സഖാവ് സുഗതനോടുള്ള അടുപ്പം കൊണ്ടായിരുന്നു. സഹനത്തിന്റെ പ്രതീകമായ സുഗതനെ ആരാധനയോടെ അടുത്തുനിന്നു കാണാൻ കുമാരന് കഴിഞ്ഞിരുന്നു. അക്കാലങ്ങളിൽ കമ്മ്യൂണിസ്റ്റ് കുടുംബങ്ങളിൽ ലെനിൻ, സ്റ്റാലിൻ തുടങ്ങിയ പേരുകളും വ്യാപകമായിരുന്നു.

ഗൗരിക്ക് എട്ടുവയസ്സുള്ളപ്പോഴാണ് മൂന്നാമതൊരു പെൺകുട്ടി പിറവിയെടുക്കുന്നത്. മക്കളിൽ നിറവും സൗന്ദര്യവും അവൾക്കായതിനാൽ പേരിടൽ അത്ര അനായാസമായില്ല. മാത്രമല്ല, പാർട്ടിപ്പിളർപ്പിന്റെ വക്കിൽനിൽക്കുന്ന സമയമായിരുന്നു. കുമാരൻ ഇടതുപക്ഷത്ത് ഉറച്ചു നിന്നെങ്കിലും ഒപ്പമുണ്ടായിരുന്ന പലരും വലതുപക്ഷത്തായിരുന്നു. അതോടൊപ്പം ലേബർ യൂണിയനും പിളർന്നു. കുമാരൻ സന്നിഗ്ധതകളുടെ ലോകത്തായിരുന്നു. രാഷ്ട്രീയ ജീവിതത്തിന്റെ സത്കാലങ്ങൾ അസ്തമിക്കുകയായിരുന്നു.

- ഇവൾക്ക് ആരുടെ പേരിടും ചാച്ചാ..

എച്ച്മിയുടെ ചോദ്യത്തിന് കുമാരൻ വിശദീകരണം നല്കി.

- ഇവളെന്റെ രാജകുമാരിയാണ്. ഇവൾക്കു ജയശ്രീ എന്ന പേരിടണം. ഇവൾ നമ്മുക്ക് കാവൽ വിളക്കാകും.

3. നിങ്ങളെങ്ങനെ കമ്മ്യൂണിസ്റ്റാകും?

താതനെ ഒരിടത്തും മാതാവെ വേറിടത്തും
കുട്ടികൾ അനാഥരായ്
താഴുകൾ തുടലുകൾ ഇട്ടവർ പൂട്ടിക്കെട്ടി
മുൾക്കാമ്പാൽ അടിച്ചിടുന്നു
കാളകൾ പോത്തുകൾക്ക് ഇണയായി കൂട്ടിക്കെട്ടി
നിലങ്ങളിൽ ഉഴുതിടുന്നു.

കുമാരൻ നന്നായി പാടുമായിരുന്നു. അമ്മയിൽ നിന്ന് ലഭിച്ച നാടൻ ശീലകളും സംഗീതവും. വീട്ടിലുള്ള ദിനങ്ങളിൽ അത്താഴം കഴിഞ്ഞ് മുറ്റത്തെ മാവിൻ ചുവട്ടിലിരുന്ന് കുട്ടികൾക്ക് പാട്ടുപാടി കൊടുക്കുമായിരുന്നു.നാടൻപാട്ടുകളും നാടകഗാനങ്ങളും കുട്ടികൾക്ക് പ്രിയങ്കരമായത് അങ്ങനെയാണ്. പല പാട്ടുകളും കഴിയുമ്പോൾ എച്ച്മിയുടെ കവിളുകൾ നനയുമായിരുന്നു.

പട്ടിയെ കൊല്ലുമ്പോലെ നമ്മുടെ പിതാക്കളെ
കൊന്നവർ കൊല വിളിച്ചേ
കാളയെ വിൽക്കുംപോലെ നമ്മുടെ പിതാക്കളെ
വിറ്റവർ വില വാങ്ങിച്ചേ...

കുമാരനിൽ നിന്നാണ് അയ്യങ്കാളിയെയും നാരായണഗുരുവിനെയും പൊയ്കയിൽ അപ്പച്ചനെയും ഒക്കെ കുട്ടികൾ അറിയുന്നത്. ഒപ്പം റഷ്യയും ലെനിനും കൃഷ്ണപിള്ളയും കുന്തക്കാരൻ പത്രോസുമൊക്കെ അവർക്കു മുന്നിൽ പ്രത്യക്ഷപ്പെട്ടു. കുറെ പുസ്തകങ്ങളും കൊണ്ടുവരുമായിരുന്നു. ചാച്ചന്റെ വാക്കുകൾക്ക് ഏറെ ചെവി കൊടുത്തത് സുഗതനായിരുന്നു. കുമാരന്റെ ഏതാണ്ടൊരു പതിപ്പുതന്നെയായിരുന്നു സുഗതൻ. പൊക്കവും നിറവും ശരീരഭാഷയും ഒപ്പം വായനയും സുഗതനായിരുന്നു. ലക്ഷ്മിയുടെ രൂപസൗന്ദര്യങ്ങൾ ജയശ്രീക്കാണ് ലഭിച്ചത്. ഗൗരിക്ക് പഠനത്തിലായിരുന്നു ഏറെ കമ്പം.

പാർട്ടിസമ്മേളന പരിപാടികൾക്കൊക്കെ പലപ്പോഴും അവർ ഒന്നിച്ചുപോയി. 'നിങ്ങളെന്നെ കമ്മ്യൂണിസ്റ്റാക്കി' നാടകം പലതവണ കണ്ടു. അതിന്റെ അവസാനരംഗത്ത് കുമാരന്റെ കൈകളും ഉയരുമായിരുന്നു. 'ഇൻക്വിലാബി' നോട് അത്ര ആവേശമായിരുന്നു. പക്ഷേ 16-ാം വയസ്സിൽ സുഗതൻ ചോദിച്ച ചോദ്യം കുമാരനെ തളർത്തിക്കളഞ്ഞു.

- എന്താ ചാച്ചാ, മാലയെ ഗോപാലൻകുട്ടി കല്യാണം കഴിക്കാഞ്ഞത്? ഇല്ലെങ്കിൽ എന്തിനയാൾ ചെറുമിയെ പ്രേമിച്ചു?

വിപ്ലവകരമെന്നു കൊട്ടിഘോഷിക്കപ്പെട്ട നാടകത്തിൽ മാല എന്ന ദലിതയെ ഉപേക്ഷിച്ച് സ്വജാതിയിൽ നിന്ന് തന്നെയാണ് നായകൻ വിവാഹം കഴിക്കുന്നത്. സുഗതന്റെ ചോദ്യം ഒരു പുതിയ പാഠമാണ് പിതാവിനുമുന്നിൽ തുറന്നുവെച്ചത്. ജന്മിത്വവിരുദ്ധ വർഗസമരം ഇൻക്വിലാബായി വികസിക്കുമ്പോഴും ജാതിഘടന നടത്തുന്ന പിടിമുറക്കം. പുതിയ തലമുറയുടെ പുതിയ വായനയിൽ കുമാരൻ വെളിപ്പെട്ടു. നാളുകൾക്ക് ശേഷം സുഗതൻ തന്നെ അതിനു മറുപടിയും കണ്ടെത്തി.

*　　　*　　　*

പ്രീഡിഗ്രി കാലത്ത് സുഗതൻ എസ് എഫിന്റെ സജീവാംഗമായിരുന്നു. നാട്ടകം ഗവൺമെന്റ് കോളേജിൽ നടന്ന രാഷ്ട്രീയ സംഘട്ടനങ്ങളിൽ പലതിലും പ്രതിയായി. പിന്നെ കെ എസ് വൈ എഫിന്റെയും ദേശാഭിമാനി സ്റ്റഡി സർക്കിളിന്റെയും പ്രാദേശിക സംഘാടകനും ഭാരവാഹിയുമായി. ലൈബ്രറിയിൽ നിന്നു പുസ്തകങ്ങളെടുത്തു വായിക്കുന്നതിൽ മത്സരബുദ്ധി കാണിച്ചു. മാക്സിം ഗോർക്കിയും ടോൾസ്റ്റോയിയും വിക്ടർ യൂഗോയും അങ്ങനെ പുരച്ചിറയിലെ സന്ദർശകരായി. എഥൽ ലിലിയൻ വോയ്നിച്ചിന്റെ 'കാട്ടുകടന്നൽ' വായിച്ചുതീർന്നപ്പോൾ ആവേശഭരിതനായി. ചെറുകാടിന്റെ 'മുത്തശ്ശിയും' കേശവദേവിന്റെ 'എതിർപ്പും' ഒക്കെ ജയശ്രീ മറിച്ചുനോക്കുന്നത് സുഗതനിലൂടെയാണ്. കെ ദാമോദരനെയും ദേവിപ്രസാദ് ചതോപാദ്ധ്യായയേയും കുറ്റിപ്പുഴ കൃഷ്ണപിള്ളയേയും വായിച്ചതോടെ സുഗതന്റെ സംശയങ്ങൾ ഇരട്ടിച്ചു. സ്റ്റഡി സർക്കിൾ പ്രതിമാസ ചർച്ചകളിലൊന്നും ദലിത് വിഷയങ്ങൾ ചർച്ചയ്ക്കു വരാതിരുന്നപ്പോൾ സുഗതനിൽ ചോദ്യങ്ങൾ പെരുത്തു.

- ആരാണ് ഇന്ത്യയിലെ വർഗ്ഗം? ജാതിക്കെതിരെ നിലപാടെടുക്കാതെ എങ്ങനെയാണു വർഗസമരം നടക്കുക?

- ജാതി ഉള്ളടക്കത്തിൽ വർഗമാകുന്നതെങ്ങനെ?

- എന്തുകൊണ്ട് അംബേദ്ക്കർ ഇന്ത്യൻ കമ്മ്യൂണിസ്റ്റുകൾക്ക് അനഭിമതനായി?

- വർഗസമരത്തിലൂടെ ജാതിവിഷയം പരിഹരിക്കപ്പെടുമോ?

ഇതിനൊന്നും തൃപ്തികരമായ മറുപടി സുഗതനു കിട്ടിയില്ല. ചോദ്യങ്ങൾ നേതാക്കൾക്ക് അലോസരമായി. ചോദ്യങ്ങൾ ആവർത്തിക്കുന്ന സുഗതൻ അവർക്ക് അനഭിമതനായി. പലപ്പോഴും അയാൾ ഒരു പാർട്ടി വിരുദ്ധനായി. അതുകൊണ്ടൊന്നും സുഗതൻ ചോദ്യങ്ങൾ നിർത്തിയില്ല. മറുപടി ലഭിക്കാഞ്ഞപ്പോൾ തന്റെ ബോധ്യങ്ങൾ ശരിയാണെന്ന് വിശ്വസിച്ചു.

* * *

1980 മാർച്ച് 9. കുന്തക്കാരൻ പത്രോസ് ഒരു സാധാരണക്കാരനെപ്പോലെ എസ് എൻ ഡി പി വക മംഗലം ചുടുകാട്ടിൽ എരിഞ്ഞമർന്നു. അവശക്കിടക്കയിൽ തന്റെ പ്രിയ സഖാവ് രാമൻകുട്ടിയോട് യാചനാസ്വരത്തിൽ സഖാവു പറഞ്ഞു. 'പുന്നപ്രയിലെ വലിയ ചുടുകാട്ടിൽ എനിക്കു വയ്യ.അവരവിടെ ഉണ്ടല്ലോ. അവിടെയും കിടന്ന് ഇനി അവരോട് വഴക്ക് വയ്യ. എനിക്കല്പം സ്വസ്ഥത വേണം. പി കെ വേലായുധന്റെ അടുത്തു മതി. മന്ത്രവാദവും റീത്തും വേണ്ട.'

ഒരു ജന്മം മുഴുവൻ പ്രസ്ഥാനത്തിനും തൊഴിലാളിവർഗത്തിനും വേണ്ടി പാഞ്ഞുനടന്ന ജീവിതം. പി കൃഷ്ണപിള്ളയുടെ പ്രിയസഖാവ്. വയലാർ പോരാട്ടത്തിലെ ധീരനായകൻ. ഒടുവിൽ നിസ്സംഗനായി, നിസ്സഹായനായി, ക്ഷയരോഗത്താൽ ചുമച്ചുതീർന്ന ജീവിതം. കുടുംബം വഴിമുട്ടിയപ്പോൾ കയർ തടുക്കും മീനും അച്ചാറുമൊക്കെ വില്ക്കാൻ ഏന്തി നടന്ന മനുഷ്യൻ. മരുന്നുവാങ്ങാൻ വഴിയില്ലാതെ വന്നപ്പോൾ ജീവന്റെ ഭാഗമായ സൈക്കിളും വിറ്റു തീർത്തു, വളർത്തുമകൾ ലീലാമ്മയ്ക്കൊപ്പമായിരുന്നു അന്ത്യകാലം.

അന്നു വൈകുന്നേരം സുഗതൻ പൊട്ടിത്തെറിച്ചു.

- ചാച്ചനെന്താണു മംഗലത്തു പോകാതിരുന്നത്

- പറ്റിയില്ല

- അതോ മഹാ പ്രസ്ഥാനം വിലക്കിയോ?

- വിലക്കിയാൽ പോകാൻ കഴിയില്ല.

- അപ്പോൾ വിലക്കുണ്ടായിരുന്നു. ഇടിയും തൊഴിയും കൊണ്ട് ചങ്കു കലങ്ങി ചുമച്ചൊടുങ്ങിപ്പോയ പഴയ സഖാവിന്റെ ശവം കാണാൻ പോലും പോകാത്ത നിങ്ങളെങ്ങനെയാണ് കമ്മ്യൂണിസ്റ്റാകുന്നത്?

ചാച്ചനൊന്നു ഞെട്ടി. പതിഞ്ഞ ശബ്ദത്തിൽ പറഞ്ഞു

- പാർട്ടിക്കു ചീത്തപ്പേരുണ്ടാക്കിയ ഒരാളെ ന്യായീകരിക്കാൻ പാർട്ടിക്കു കഴിയില്ല

- പത്രോസ് ഒരിക്കലെങ്കിലും പാർട്ടിക്കെതിരെ പറഞ്ഞതിനു തെളിവുണ്ടോ? നേതാക്കളുടെ അവസരവാദത്തിനെതിരെ പാർട്ടി ക്കുള്ളിലാണ് സഖാവ് വിമർശനം നടത്തിയത്. നിങ്ങളുടെ ഉൾപ്പാർട്ടി ജനാധിപത്യമൊക്കെ വെറും പ്രഹസനമല്ലേ.

- തെറ്റായ നയം തെറ്റായി നടപ്പാക്കിയ കർക്കശക്കാരനായിരുന്നു പത്രോസ്. അതായിരുന്നു പാർട്ടിനിലപാട്

- ഇ.എം എസിന്റെയും കെ.സി ജോർജ്ജിന്റെയും നിലപാട് എന്ന് പറയൂ. ഇവരൊക്കെ പോലീസിന്റെ എത്ര ഇടി കൊണ്ടിട്ടുണ്ട്. പാർട്ടീന്നു പറഞ്ഞാലെന്താ അമാനുഷിക ശക്തിയുള്ള അപ്രമാദിത്വമാണോ...? പാർട്ടി എന്നാൽ ജനങ്ങളാണ്, നേതാക്കളല്ല.

- സുകു... നീ അതിരു വിടുന്നു..

- അതിരു ലംഘിച്ചത് നിങ്ങളാണ്. പെറ്റി ബൂർഷ്വാ താല്പര്യത്തിലേ ക്കും പാർലമെന്ററി സുഖത്തിലേക്കും കൂപ്പുകുത്തിയ നിങ്ങളൊക്കെ എങ്ങനെയാണ് കമ്മ്യൂണിസ്റ്റാകുക.

എച്ച്മി ഇടയ്ക്കു കയറി

- സുകു...നീഎന്തൊക്കെയാണ്‌വിളിച്ചുപറയുന്നത്.ആരോടാണു സംസാരിക്കുന്നതെന്നറിയാമോ

- സഖാവ് കുമാരനോട്. കൂടെ നടന്നവൻ ചുമച്ച് മരിച്ചുകിടന്നപ്പോൾ എത്തിനോക്കാഞ്ഞ നാട്ടുകാരുടെ കുമാരേട്ടനോട്... എന്തിനാണമ്മേ ഇത്തരമൊരു ജീവിതം, അതു മുഴുമിപ്പിക്കാൻ ആയമ്മ സമ്മതിച്ചില്ല. എച്ച്മിയുടെ വലംകരത്താൽ സുഗതന്റെ കവിളുനീറി. ചാച്ചൻ ഇടയ്ക്കു കയറി

- എച്ച്മീ അവൻ പറഞ്ഞതാണ് ശരി

- എന്നാലും സഖാവിനെപ്പറ്റി

- അവൻ ചോദ്യം ചെയ്തത് ചാച്ചനെയല്ല, പാർട്ടിനേതാവിനെയാണ്. എനിക്കു പറയാൻ കഴിയാഞ്ഞതാണ് അവൻ പറഞ്ഞത്.

- ചാച്ചാ...

സുഗതന്റെ ഉള്ളു വിങ്ങി. ചാച്ചൻ കസേരയിലേയ്ക്ക് ചാഞ്ഞു. രംഗം കണ്ടുനിന്ന ജയശ്രീയുടെ കണ്ണു നിറഞ്ഞു. ആ ഒൻപതാം ക്ലാസുകാരിക്ക് അവർ പറഞ്ഞ കാര്യം അവ്യക്തമായിരുന്നു. എന്നാൽ ചാച്ചന്റെ ദുർബ ലമായ ശബ്ദം അവളെ വേദനിപ്പിച്ചു. ചാച്ചനെ ഇത്ര നിസ്സഹായനായി അതുവരെ അവൾ കണ്ടിട്ടില്ല.

* * *

കുഞ്ഞായിരിക്കുമ്പോൾ ചാച്ചന്റെ മാറായിരുന്നു അവളുടെ നിദ്രയിടം. പതിഞ്ഞ ശബ്ദത്തിൽ പാട്ടുപാടി താളം പിടിച്ച് ചാച്ചൻ അവളെ ഉറക്കി. 'കുഞ്ഞുമോൾ' എന്നായിരുന്നു വിളിപ്പേര്. ലാളന കൂടുമ്പോൾ 'കുഞ്ഞുമോൾ' 'മോളമ്മ'യായി പരിണമിക്കും. പുറമെ അതീവ ഗൗരവക്കാരനായ കുമാരൻ ഇളയമകളുടെയടുത്ത് ഒരു കൂട്ടുകാരനാകുന്നത് എച്ച്മിക്കുപോലും അത്ഭുതമായിരുന്നു.

- പെണ്ണിനെ ലാളിച്ചു വഷളാക്കരുത്.

- നീയൊന്ന് പോ എച്ച്മീ... ഇവൾ നമ്മുടെ രാജകുമാരിയാണ്. ഇവളെ പഠിപ്പിച്ച് നമുക്ക് വലിയ നിലയിലാക്കണം.

അത് ഒരച്ഛന്റെ സങ്കല്പലോകം. എല്ലാ അച്ഛന്മാരും മക്കളെക്കുറിച്ച് സ്വപ്നങ്ങൾ നെയ്തിട്ടുണ്ടാകും.

കുഞ്ഞുജയ കുളിച്ചുവൃത്തിയായി പട്ടുടുപ്പും പാവാടയും മാറിമാറി ധരിച്ചു. കണ്ണുകൾ നീട്ടിയെഴുതി, കുഞ്ഞുമുടി രണ്ടുവശത്തുമായി കൊമ്പുപോലെ കെട്ടി നടന്നു. ഗൗരിക്ക് പലപ്പോഴും അവളോടു കുശുമ്പായിരുന്നു. അവരുടെ വഴക്കുകൾക്കിടയിൽ രക്ഷകനായി വരുന്നത് സുഗതനാണ്. 'കൊച്ച്' എന്നാണ് സുഗതൻ വിളിക്കുക.

- നമ്മടെ കുഞ്ഞുമോളല്ലേടീ, കൊച്ച് രാജകുമാരി.

സുഗതൻ അവളെ ലാളിച്ചു. ഫാക്ടറിപ്പടിക്കൽ കെട്ടിയുയർത്തിയ വാർഷിക സമ്മേളനവേദിയിൽ വെച്ചാണ് ജയശ്രീ ആദ്യം പാടുന്നത്. ചാച്ചന്റെ നിർബന്ധമായിരുന്നു കാരണം. സഭാകമ്പമുണ്ടായിരുന്നെങ്കിലും 'ഇല്ലിമുളം കാടുകളിൽ....' പാടിത്തീർത്തപ്പോൾ ഉയർന്ന കരഘോഷം അവൾക്ക് അഭിമാനമായി. അന്നവൾക്ക് വെറും പത്തു വയസ്സാണ് പ്രായം. സ്റ്റേജിൽ നിന്നിറങ്ങിവരവേ ചാച്ചൻ നൽകിയ മുത്തം അവൾക്കു ട്രോഫിയായി.

*   *   *

ജയശ്രീ പത്താംക്ലാസിലെത്തിയപ്പോൾ ഗൗരി ടി ടി സി പാസായി പ്രൈമറി സ്കൂൾ അദ്ധ്യാപികയായിക്കഴിഞ്ഞിരുന്നു. അല്ലെങ്കിലും ചേച്ചി പ്രായോഗികമതിയായിരുന്നു. സുഗതൻ ഡിഗ്രി പഠനം കഴിഞ്ഞ് പി.എസ്.സിക്കു പിന്നാലെയായിരുന്നു. ഇലക്ട്രിസിറ്റി ബോർഡിലെ കരാർ നിയമനം വന്നപ്പോൾ ചാച്ചന്റെ ശുപാർശ തേടി. പക്ഷെ ലേബർ യൂണിയൻ നേതാവായ പിതാവ് മകനുവേണ്ടി ശുപാർശ നടത്തിയില്ല. അതിന്റെ പേരിൽ വാശി പിടിച്ച സുഗതൻ 24-ാം വയസ്സിൽ പോലീസിൽ ചേർന്നു.

പത്താംക്ലാസിലെ രണ്ടാം ടേമിൽ ജയശ്രീ പെണ്ണായി. ആഘോഷമായി തീണ്ടാരിക്കല്യാണം നടത്തണമെന്നതു വിലക്കിയത് ചാച്ചനാണ്. പ്രാകൃത ഗോത്രാചാരങ്ങൾക്ക് ആധുനിക കാലത്ത് പ്രസക്തിയില്ലെന്നു തീർത്തു പറഞ്ഞു. പകരം നല്ലൊരു പട്ടുപാവാടയും ബ്ലൗസും വാങ്ങിക്കൊടുത്തു. അതിനു മുമ്പു തന്നെ അമ്മയുടെ നിർബന്ധത്താൽ അവൾ ബ്രേസിയർ ധരിച്ചുതുടങ്ങിയിരുന്നു. 15 ലും 18 ന്റെ യൗവ്വനം തുടിച്ചുനിന്നിരുന്നു. വകഞ്ഞുചീകിയ മുടി, വിടർന്ന തോളു മറച്ചുകിടന്നിരുന്നു. കണ്ണിന്റെ തിളക്കം വർദ്ധിപ്പിക്കുംവിധം മയ്യെഴുതി. മൂക്കിന്റെ തുമ്പും കീഴ്ചുണ്ടും ചുവന്നുനിന്നിരുന്നു.

സദനം സ്കൂളിൽ 10-ാം ക്ലാസിൽ വെച്ചാണ് ആദ്യപ്രേമലേഖനം ലഭിച്ചത്. കൂട്ടുകാരി ആൻസി വഴിയായിരുന്നു അതിന്റെ ആഗമനം. അവളുടെ കൊച്ചച്ഛന്റെ മകനായിരുന്നു കാമുകൻ. വിശാലിന്റെ കത്ത് അവൾ നിർബന്ധിച്ചു വായിപ്പിച്ചെങ്കിലും ജയയ്ക്ക് അത് ഇഷ്ടമായില്ല. സിനിമാ ഡയലോഗുകൾ തിരുകിയ പ്രേമക്കുറിപ്പ്. അവളുടെ സങ്കല്പത്തിലെ കാമുകന്റെ ചിത്രം വിശാലിനെപ്പോലെയായിരുന്നില്ല. സ്കൂൾ ഫൈനൽ പിരിയുന്ന നാളിൽ അവളുടെ ഓട്ടോഗ്രാഫിൽ വിശാൽ എഴുതിയത് ചങ്ങമ്പുഴയുടെ വരികളായിരുന്നു.

- ആ മുരളിയിൽ നിന്നൊരു വെറും

കോമളഗാനം പോരുമേ..

കാണാൻ അത്രമോശമല്ലാത്ത വിശാലിനോടു പ്രേമം തോന്നാഞ്ഞതെന്താണെന്ന് പിന്നീടാലോചിച്ചു. സ്കൂൾ കാലത്തെ പ്രേമമൊക്കെ വെറും കുട്ടിക്കളിയാണെന്നു തോന്നിയതാണോ, അതോ ഭയമായിരുന്നോ?,'ബാല്യകാലസഖി'യും 'ഉമ്മാച്ചു'വും 'അഷ്ടപദി'യുമൊക്കെ വായിച്ച അവൾക്കു പ്രണയം ചോദന തന്നെ ആയിരുന്നു.എന്നാൽ പഠിച്ചുരക്ഷപെടണമെന്ന ആവേശം അതിലേറെയായിരുന്നു. കുഞ്ഞിച്ചായനെയും ചേച്ചിയെയും പോലെ ജോലി നേടണമെന്ന താല്പര്യം മറ്റെന്തിനേക്കാളും പ്രധാനമായിരുന്നു.

വലിയ പ്രതീക്ഷകൾ പലതും മണ്ണിലേക്കു മടങ്ങുന്നതായിരുന്നു അനുഭവം. ചങ്ങനാശ്ശേരി എൻ എസ് എസ് കോളേജിൽ ബി എയ്ക്കു പഠിക്കുമ്പോഴായിരുന്നു അവൾ ഒരിക്കലും ആഗ്രഹിക്കാത്ത ഒരു അധിനിവേശം ഉണ്ടായത്.

4. ഇതു ഞാൻ ചോരയിലെഴുതുന്നു

സ. ചെല്ലപ്പൻ നല്ല സമരിയക്കാരനായിരുന്നു. ഇംഗ്ലീഷ് കമ്പനിയിലെ വർഗ്ഗബോധമുള്ള തൊഴിലാളി. ലേബർ യൂണിയന്റെ ജോയിന്റ് സെക്രട്ടറി. പുതുച്ചിറയിലെ പത്തുസെന്റിനുള്ളിൽ രണ്ടുമുറി അടുക്കളയോടുകൂടിയ ഒരു പുര പണിതു കഴിഞ്ഞപ്പോൾ ചെല്ലപ്പൻ സാവിത്രിയെ കൂട്ടിക്കൊണ്ടുവന്നു. താലിയും മാലയും കൊട്ടും കുരവയുമില്ലാതെ സാവിത്രി ചെല്ലപ്പന്റെ സഖാവായി. ജാതി മാറി വിവാഹം കഴിച്ചതിന്റെ പേരിൽ സാവിത്രി സ്വന്തം വീട്ടിൽ നിന്നു ഫലത്തിൽ പുറത്താക്കപ്പെടുകയായിരുന്നു. ആങ്ങളമാരും അപ്പനും അവൾക്കെതിരെ കരമോങ്ങിയപ്പോഴും സാവിത്രി അചഞ്ചലയായി. പടിയിറങ്ങിയ വീട്ടിലേക്ക് പിന്നൊരിക്കലും തിരിച്ചു പോയില്ല. കാലമേറെ ചെന്നിട്ടും കുട്ടികളാകാത്തതിന്റെ വിഷമം ഉള്ളിലൊളിപ്പിച്ചു. പകരം ആ സ്നേഹം മുഴുവൻ കുമാരന്റെ മക്കൾ പങ്കിട്ടു.

ട്രേഡ് യൂണിയൻ കമ്മിറ്റികൾ ചിലപ്പോൾ ചെല്ലപ്പൻ സഖാവിന്റെ വീട്ടിലും നടക്കുമായിരുന്നു. സാവിത്രി സഖാവ് അവർക്ക് കപ്പയും കറിയും ഉണ്ടാക്കിക്കൊടുത്തു. അങ്ങനെ തൊഴിലാളികൾക്കിടയിൽ അവർക്കും ഒരു ഇടമുണ്ടായി.

കമ്പനി ലേ ഓഫായത് പെട്ടെന്നാണ്. നഷ്ടത്തിന്റെ കണക്കു കാണിച്ച് തൊഴിലാളികളുടെ എണ്ണം കുറയ്ക്കുകയും യൂണിയനുകളുടെ ശക്തി ക്ഷയിപ്പിക്കുകയുമായിരുന്നു ലക്ഷ്യം. ലേബർ യൂണിയനു കിട്ടിയ കത്ത് കുമാരൻ ജില്ലാ കമ്മറ്റിയിൽ അവതരിപ്പിച്ചു. സഖാവ് വിചാരിച്ചത്ര പ്രതിഷേധമൊന്നും ജില്ലാ കമ്മറ്റിയിലുണ്ടായില്ല. മുതലാളിയുടെ നഷ്ടം മൂലം കമ്പനി നിർത്തിപ്പോയാലോ എന്നതായിരുന്നു അവരുടെ ആശങ്ക. അതിന്റെ പിന്നിലെ കളി കുമാരന് വളരെ വൈകിയാണ് മനസ്സിലായത്. പുതിയ പാർട്ടി ഓഫീസ് ആഡംബരമായി പണിതു പൊക്കിയതും നേതാക്കൾ കാറ് വാങ്ങിയതും അധികം വൈകാതെ ആയിരുന്നു.

ഫാക്ടറി ലേ ഓഫായപ്പോൾ വർക്കേഴ്സ് അസോസ്സിയേഷൻ സമരമാരംഭിച്ചു. യൂണിയനും കുമാരനും പ്രതിസന്ധിയിലായി. ചർച്ചകളെന്ന പേരിൽ കുറെ നാടകങ്ങൾ നടന്നതൊഴിച്ചാൽ ഫലമുണ്ടായില്ല. First one last go എന്ന കമ്പനി നിയമപ്രകാരം ഒടുവിൽ ചേർന്ന നൂറോളം തൊഴിലാളികൾ പിരിച്ചുവിടപ്പെട്ടു. അവർ കമ്പനി പടിക്കൽ നിരാഹാരമിരുന്നു. പിരിച്ചുവിടപ്പെട്ട യൂണിയൻ അംഗങ്ങൾ അസോസിയേഷൻകാർക്കൊപ്പം നിന്നു. കുമാരനും ചെല്ലപ്പനും അടക്കമുള്ള സഖാക്കൾ കടുത്ത സമ്മർദ്ദത്തിലായി. പിന്നെയും ചർച്ചകൾ, സമര പ്രതിഷേധങ്ങൾ.

ഒടുവിൽ ഫാക്ടറി ലോക്കൗട്ടായി. അതോടെ ആ പ്രദേശത്തിന്റെ ആരവങ്ങൾ അടങ്ങി. നൂറുകണക്കിന് വീടുകളിൽ അസ്വസ്ഥതകൾ പുകഞ്ഞു. വാടകവീടുകൾ ശൂന്യമായി. പുതിയ തൊഴിലിടങ്ങൾ തേടി ഗൃഹനാഥന്മാർ പാഞ്ഞു. ചെല്ലപ്പൻ പെയിന്റിംഗ് പണിക്കു പോയിതുടങ്ങി.

- പാർട്ടിയും ഈ കളിയിൽ പങ്കാളികളാണ്. ബോധപൂർവ്വമായ വർഗസഹകരണമാണ്.

ചെല്ലപ്പൻ ചൂണ്ടിക്കാണിച്ചു. കുമാരന് തള്ളാനും കൊള്ളാനും കഴിഞ്ഞില്ല. പരാജയങ്ങളുടെ തുടർച്ചയാണ്. ചെങ്കൊടി പിടിച്ചിരുന്ന കൈകൾക്കു ക്ഷീണമായി. ഇൻക്വിലാബിന്റെ നാവു കുഴഞ്ഞു. സഖാവ് പ്രതിരോധത്തിലായി.

- ശരിയാണു സഖാവേ... ഇന്നിത് പത്രോസിന്റെയും കൃഷ്ണപിള്ളയുടെയും പ്രസ്ഥാനമല്ല. പുതിയ നേതൃത്വവും ദിശാബോധവുമാണ്. നമുക്കുമാത്രമായി എന്തുചെയ്യാനാവും

- സമരം. അതാണു കമ്മ്യൂണിസിറ്റുകൾക്കു മുന്നിലുള്ളത്. സമരത്തിന്റെ രൂപം മാറ്റണം.

- വേണ്ട സഖാവേ, തീവ്രവാദത്തിന്റെ വഴികൾ താണ്ടാനുള്ള ഒരു ആയുസ്സുകൂടി നമുക്കില്ല.

ഷഷ്ഠ്യബ്ദ പൂർത്തിയിലേക്ക് അടുക്കുകയായിരുന്ന കുമാരൻ അതിലേറെ പരിക്ഷീണനായിരുന്നു. സ്വയം തിരിച്ചറിഞ്ഞ ബോധ്യങ്ങൾ വെളിപ്പെടുത്താൻ പറ്റുന്നതായിരുന്നില്ല. എഗ്രിമെന്റ് ചർച്ചകളിൽ നേതാക്കൾ എടുക്കുന്ന അയഞ്ഞ നിലപാടുകൾ സഖാവിന് ദഹിക്കുന്നതായിരുന്നില്ല. അന്നു വൈകുന്നേരം സഖാവിനടുത്തേക്ക് എച്ച്മി എത്തി.

- എന്തൊരു കിടപ്പാണു സഖാവേ... കാലം കുറെയായില്ലേ, ഭാരം

കയറ്റിയിട്ട്... ഇനിയല്പം വിശ്രമിക്കാം. എഴുന്നേറ്റ് വല്ലതും കഴിക്ക്

- വിശക്കുന്നില്ല ലക്ഷ്മി... പിള്ളാരു കഴിച്ചോ

- കുഞ്ഞുമോളു ചാച്ചനെ നോക്കിയിരിക്കുന്നു.

അന്ന് ജയ വന്നു വിളിച്ച് നിർബന്ധിച്ചപ്പോൾ മാത്രമാണ് ചാച്ചൻ എന്തെങ്കിലും കഴിച്ചെന്നു വരുത്തിയത്

* * *

കുവലയവിലോചനേ ബാലേ ഭൈമി

കിസലായധരേ ചാരുശീലേ

നവയൗവ്വനവും വന്നു നാൾതോറും വളരുന്നു

കളയൊല്ല കാലം വൃഥാ നീ

നളചരിതത്തിലെ ഈരടികൾ ഏതു പെൺകുട്ടിക്കും ചേരുന്നതായിരുന്നു. ജയശ്രീയുടെ മനസ്സിലും നിറയൗവ്വനത്തിന്റെ ഉദീരണങ്ങൾ ഉദയം ചെയ്തിരുന്നു. 26 കുട്ടികളുള്ള ക്ലാസിൽ ആകെയുള്ളത് നാലു ആൺതരികൾ. അവരിൽ സമർഥനായിരുന്നു അനിൽകുമാർ. തന്റെ മൂന്നാം നിരയിൽ നിന്നു നോക്കിയാൽ എതിർ ബെഞ്ചിലിരിക്കുന്ന അനിലിനെ കാണാം. വെറുതെ നോക്കിയിരിക്കുമെന്നല്ലാതെ അടുത്തുപോയി സംസാരിക്കാൻ ധൈര്യമുണ്ടായില്ല. അയാളുടെ ഭാവം ഒരു ബുദ്ധിജീവിയുടേതായിരുന്നു. കൂട്ടുകാരി ലീനയോടൊപ്പം നോട്ട്ബുക്കുകൾ കൈമാറിയിരുന്നെങ്കിലും അയാളുടെ ബുക്കിൽ ഒരുതുണ്ട് എഴുതിവെക്കാനുള്ള ധൈര്യം ജയശ്രീക്ക് ഉണ്ടായില്ല. അത്തരമൊരു ചാപല്യത്തിന്റെ പ്രതികരണം മറുത്തതാണെങ്കിലോ എന്നോർത്തപ്പോൾ വേണ്ടെന്നു വെച്ചു.

നിനച്ചിരിക്കാത്തതാണ് സംഭവിച്ചത്

തങ്ങളുടെ മലയാളം ഡിപ്പാർട്ട്മെന്റ് ബിൽഡിംഗിൽ തന്നെയായിരുന്നു ഫിലോസഫി ഡിപ്പാർട്ട്മെന്റും. എം എ ഫിലാസഫി ആദ്യവർഷ വിദ്യാർത്ഥിയായ ഒരു ചെറുപ്പക്കാരൻ പലപ്രാവശ്യമായി തന്റെ മുന്നിൽ വന്നുപെടുന്നത് യാദൃശ്ചികമായിരുന്നില്ല. ഒരുവേള താൻ സ്റ്റെപ്പുകൾ കയറിച്ചെല്ലുമ്പോൾ തടസ്സം പിടിച്ചുനിൽക്കുന്നതുപോലെ അയാൾ പേരു ചോദിച്ചു. മറുപടി കേട്ടപ്പോൾ ഒരു വല്ലാത്ത ചിരിയോടെ അയാൾ കടന്നുപോയി.

അതു വിമലനായിരുന്നു. ശരാശരിയിൽ കവിഞ്ഞ തടി. വയറ് അല്പം ചാടിയിട്ടുണ്ട്. അലസമായ മുടി പുറകോട്ടു കോതി വെച്ചിരിക്കുന്നു. ഷേവു ചെയ്യാത്ത അല്പമാത്രമായ താടി. ഒരു ഉഴപ്പൻ ലക്ഷണം.

- ഈ ഫിലോസഫിക്കാരൊക്കെ അരവട്ടന്മാരാണെന്നാണ് പറയുന്നത്.

കൂട്ടുകാരി ലീന ഒരിക്കൽ തമാശ രൂപേണ പറഞ്ഞത് ശരിയാണോ എന്നു സംശയിച്ചു.

ആ ഡിപ്പാർട്ട്മെന്റിലുള്ള പലരും , അദ്ധ്യാപകർ ഉൾപ്പെടെ വല്ലാത്ത വിചിത്രഭാവഹാവാദികൾ ഉള്ളവരാണ്.

- ഭൂമിയുടെ ചലനം ഗണിതശാസ്ത്രത്തിലാണെന്നു പറയുന്നപോലെ, ഫിലോസഫിയിലാണ് ജീവിതം...

പഴയതുപോലെ തന്നെ വഴിതടഞ്ഞ് മറ്റൊരു ദിവസം വിമലൻ വീടും നാടുമൊക്കെ അന്വേഷിച്ചു. അയാളുടെ വഷളൻ ചിരി അവൾക്കൊട്ടും ഇഷ്ടപ്പെട്ടില്ല. മൊത്തത്തിലുള്ള അയാളുടെ പ്രകൃതം ആകർഷണീയമായിരുന്നില്ല. തുടർന്ന് ലീന വഴി ഒരു കത്ത് അവളെ ബലമായി ഏല്പിച്ചു. അത് അവളെ ഞെട്ടിച്ചുകളഞ്ഞു. അതു വാങ്ങാൻ ജയശ്രീ തയ്യാറായില്ല. വായിച്ചിട്ട് കീറിക്കളഞ്ഞേക്കാൻ പറഞ്ഞ് ലീന തന്നിട്ടുപോയി. വടിവില്ലാത്ത അക്ഷരങ്ങൾ അനാകർഷകമായിരുന്നു. തന്റെ പ്രണയത്തെക്കുറിച്ച് വാചാലമാകുന്ന ഒരു പ്രബന്ധമായിരുന്നു അത്. അവളതു വലിച്ചുകീറിക്കളഞ്ഞു. പിന്നെ കണ്ടപ്പോൾ വല്ലാത്ത ചമ്മലോടെ പറഞ്ഞു.

- എനിക്കു മറുപടി കിട്ടിയില്ല

- ഞാനിപ്പോൾ വിവാഹത്തെപ്പറ്റി ചിന്തിക്കാവുന്ന അവസ്ഥയിലല്ല. പഠിച്ച് ഒരു ജോലി നേടി സ്വന്തം കാലിൽ നിൽക്കണം. അതു കഴിഞ്ഞ് മാത്രം മതി പ്രേമവും വിവാഹവും

അതു അയാൾക്കുള്ള മറുപടി മാത്രമായിരുന്നില്ല, എക്കാലത്തെയും അവളുടെ നിശ്ചയമായിരുന്നു. കുറെ നാളത്തേയ്ക്ക് അയാളെ കാമ്പസിൽ കണ്ടില്ല. രക്ഷപ്പെട്ടുവെന്നാണ് കരുതിയത്. ലീന പറഞ്ഞാണറിഞ്ഞത് അയാൾക്ക് ജോലി കിട്ടിയെന്ന്. റവന്യൂ വകുപ്പിൽ എൽ ഡി ക്ലാർക്ക് മൂന്നാറിൽ. ഇരുപത്തിരണ്ടാം വയസ്സിൽ ജോലി കിട്ടണമെങ്കിൽ അയാൾ സമർത്ഥനായിരിക്കണം.

അങ്ങനെയിരിക്കെ ഒരുദിവസം വെള്ളൂത്തുരുത്തിയിലെ അമ്മായി വീട്ടിൽ വന്നു. കുടുംബവീടെന്നൊക്കെ മേനി പറയുന്ന ചെറിയ വീടിനു മുമ്പിൽ കാടു കയറി കിടക്കുന്ന സർപ്പക്കാവിൽ പ്രതിഷ്ഠിച്ചിരുന്ന കല്ലായിരുന്നു വിഗ്രഹം. പണ്ടൊക്കെ അവിടെ ആണ്ടിലൊരിക്കൽ ഗുരുതി നടക്കാറുണ്ടായിരുന്നു. മഞ്ഞളും ചുണ്ണാമ്പും ചേർത്തുണ്ടാക്കുന്ന ചുവന്ന ലായനി കോരി ഒഴിച്ചു നടത്തുന്ന പൂജകൾ. പക്ഷേ അതിന്റെ

മെച്ചമൊന്നും അമ്മായിക്കു ലഭിച്ചില്ല. നാൽപ്പത് എത്തും മുമ്പേ അമ്മായി വിധവയായി. അതോടെ ഭക്തിയും കൂടി. വിളക്കു കത്തിക്കുന്നതും പൂജ ചെയ്യുന്നതും കൊണ്ട് 'വെളിച്ചപ്പാട്അമ്മായി' എന്നാണ് എല്ലാവരും വിളിക്കുന്നത്. അവരുടെ ചാർച്ചയിലെങ്ങോ പെടുന്നതാണ് വിമലൻ

അമ്മായി എച്ച്മി യെ പ്രലോഭിപ്പിച്ചു. അത്യാവശ്യം വീടും സൗകര്യവും ഉണ്ട്. അമ്മയും മകനും മാത്രമേയുള്ളൂ. അമ്മ അദ്ധ്യാപികയാണ്. അവന് ജയയെ വല്ലാതെ ഇഷ്ടമായി. സ്ത്രീധനമൊന്നും ചോദിക്കുന്നില്ല. അങ്ങനെ പലവിധ പ്രലോഭനങ്ങൾ. പക്ഷേ ജയ എതിർത്തു. ചാച്ചനും അവളുടെ പക്ഷത്തായിരുന്നു. അപ്രതീക്ഷിതമായി ഭാനുവമ്മയും ആങ്ങളയും കൂടി വീട്ടിലെത്തി. ഭാനുവമ്മ അവളോടും വളരെ സ്നേഹം കാട്ടി. അവളെ കുറെ പുകഴ്ത്തുകയും ചെയ്തു.

ഒടുവിൽ ചാച്ചൻ തന്റെ അഭിപ്രായം ചോദിച്ചു.

- ചാച്ചനെ എതിർക്കുകയാണെന്നു കരുതരുത്. എനിക്ക് ഒരു ജോലി കിട്ടിയിട്ടുമതി വിവാഹം. മാത്രമല്ല അയാളൊരു വിചിത്രസ്വഭാവക്കാരനാണ്.

- അവനൊരു ജോലിയില്ലേ കുഞ്ഞുമോളേ

- അതുകൊണ്ടെന്താണ്. സ്വന്തമായി അദ്ധ്വാനിച്ചിട്ടുണ്ടാക്കുന്ന അത്രയും ആകില്ലല്ലോ

- അതു ശരിയാണ്. പക്ഷേ അവരുടെ നിർബന്ധം സഹിക്കവയ്യ.

സുഗതനും അവളുടെ അഭിപ്രായത്തിലായിരുന്നു. എന്നാൽ ഗൗരിയും എച്ച് മിയും അവരുടെ പക്ഷത്തായിരുന്നു. അത്യാവശ്യവും സൗകര്യങ്ങളും ജോലിയുമെന്നതായിരുന്നു ആകർഷണ കാരണങ്ങൾ. എങ്കിലും അവൾ വാശിപിടിച്ചു. അത് അയഞ്ഞുപോയത് അവൾക്കു ലഭിച്ച ഒരു കത്തു മൂലമാണ്.

- ഇത് എന്റെ ചോരയിലാണ് എഴുതുന്നത്. എനിക്കു തന്നെ വിവാഹം ചെയ്യാനാകാത്ത പക്ഷം എന്റെ മരണത്തിന് നീയായിരിക്കും ഉത്തരവാദിത്തം പറയേണ്ടി വരിക.

ചുവന്ന മഷിയല്ല. രക്തമാണോ? ആ കത്ത് അവളെ ഭയപ്പെടുത്തി. അയാൾക്ക് ഇത്രമാത്രം സ്നേഹം തന്നോടുണ്ടോ? എന്നാലും 'പെണ്ണു കാണാൻ' വന്ന വിമലനെ അവൾക്ക് ഉൾക്കൊള്ളാൻ കഴിഞ്ഞില്ല. എവിടൊക്കെയോ ചില തകരാറുകൾ അനുഭവപ്പെട്ടു. അയാളുടെ സവിശേഷ, മായ ചിരി ആവശ്യത്തിലധികമായിരുന്നു. ചിരിക്കുമ്പോൾ ചിരിക്കോണ് മുകളിലേക്ക് കുറുകുന്നത് അനാകർഷകമായിരുന്നു. അന്നു വന്നപ്പോൾ ക്ലീൻ ഷേവ് ചെയ്തിരുന്നു. എങ്കിലും മുടി അനുസരണയില്ലാതെ കിടന്നു.

മൊത്തത്തിൽ ഒരു അഴകിയ രാവണൻ.

അന്നയാൾ സംസാരിച്ചു. തന്നോടുള്ള അനുരാഗവായ്പ്. സ്വന്തമാക്കാനുള്ള വാശി. ഭാവി വാഗ്ദാനങ്ങൾ. വിവാഹം കഴിഞ്ഞും പഠിക്കാം. അവളുടെ സൗന്ദര്യ വർണ്ണന. എല്ലാം അവൾ കേട്ടുനിന്നു. സങ്കല്പ പങ്കാളിയുടെ അടുത്തുപോലും എത്താത്ത മനുഷ്യൻ. പക്ഷേ എതിർത്ത് ഒന്നും പറഞ്ഞില്ല. പിന്നീട് അയാൾ കത്തുകൾ അയച്ചു ചിലതിന് താൻ മറുപടിയും എഴുതി.കുറഞ്ഞ വാക്കുകളിലൂടെയാണെങ്കിലും അറിയാതൊരു അടുപ്പം. അയാൾക്കത് ആവേശമായി.

സ്ത്രീധനം ചോദിച്ചില്ലെന്നതും, സർക്കാർ ജോലിക്കാരനാണെന്നതും ആവശ്യത്തിനു സ്വത്ത് ഉള്ളതും വരന്റെ വർദ്ധിതയോഗ്യതയായി. സൗന്ദര്യക്കുറവ് അതിൽ ആഴ്ന്നുപോയി. ചാച്ചൻ ആവർത്തിച്ചു ചോദിച്ചെങ്കിലും ഒന്നും പറഞ്ഞില്ല. മൗനം സമ്മതമായി കണക്കാക്കപ്പെട്ടു. പക്ഷേ സുഗതൻ ചുണ്ടിയെടുത്തു.

- കൊച്ചിനെ പറഞ്ഞു വിടാൻ നിങ്ങൾക്കൊക്കെ വല്ലാത്ത ധൃതി എന്തിനാണ്. പഠിച്ചൊരു നിലയിലായാൽ ഇതിലും നല്ലൊരു ബന്ധം വരും. വിവാഹത്തിനുള്ള പ്രായമൊന്നും ആയിട്ടില്ല അവൾക്ക്.

പക്ഷെ സുഗതനൊപ്പം മറ്റാരുമുണ്ടായില്ല, ജയയുടെ മൗനമാണ് പ്രശ്നമായത്. ചോര യിലെഴുതിയ കത്തിന്റെയും തന്റെ മറുപടികളുടെയും കാര്യം അവരോടെങ്ങനെ പറയും.

5. ഒരു പെണ്ണിനോട് ഇങ്ങനെ-യൊക്കെ ചെയ്യാമോ?

ബിഎ പരീക്ഷ കഴിഞ്ഞയുടനെ വിവാഹം നടന്നു. അത്ര ധൃതിയായിരുന്നു വിമലനും വീട്ടുകാർക്കും. തിരുനക്കരയിലെ കല്ല്യാണ മണ്ഡപത്തിൽ അയാൾക്കു മുമ്പിൽ തലകുനിച്ച് നിന്നപ്പോൾ അവൾക്ക് അർദ്ധ സമ്മതമായിരുന്നു. സാക്ഷ്യം വഹിച്ച പലരും വധൂവരന്മാരുടെ ചേർച്ചക്കുറവിൽ പരസ്പരം പരാതി പറഞ്ഞു. പുതുച്ചിറയിൽ നിന്ന് യാത്രപറഞ്ഞ് ഇറങ്ങുമ്പോൾ വിതുമ്പൽ നിലവിളിയായി മാറി. ചാച്ചന്റെ മെലിഞ്ഞ കരങ്ങൾ അവളെ തടഞ്ഞുനിർത്താൻ അപര്യാപ്തമായിരുന്നു. അതുവരെ ചാച്ചൻ അധീരനാകുന്നതു കണ്ടിട്ടില്ല. പിടിച്ചുനിർത്താൻ നടത്തിയ എല്ലാ ശ്രമങ്ങളും പരാജയപ്പെട്ടു.

പോകുന്നുണ്ടിതുനാൾ ശകുന്തള
പിരിഞ്ഞെന്നോർത്തു ഹൃത്തുത്സുകം
ദ്ധകാഞ്ഞശ്രു ഗളോദരം
ഭാവം ജഡം ചിന്തയാൽ...

വളർത്തുമകളെ വേർപിരിയുന്ന സർവ്വസംഗപരിത്യാഗിയായ കണ്വനുപോലും കണ്ണുനീർ തൊണ്ടയിൽ തടഞ്ഞു നിരുദ്ധകണ്ഠനായി നിൽക്കേണ്ടി വന്നെങ്കിൽ, നെഞ്ചത്തു കിടത്തിയുറക്കിയ മകൾ പടിയിറങ്ങുമ്പോൾ ഏതു പിതൃഹൃദയമാണ് തപിക്കാതിരിക്കുക. എല്ലാ മാതാപിതാക്കളും കടന്നുപോകേണ്ട അസഹനീയമായ പ്രതിസന്ധിഘട്ടം.

'മോളമ്മേ' എന്ന വിളി ചാച്ചനു പൂർത്തീകരിക്കാനായില്ല. ചാച്ചനെ കെട്ടിപ്പിടിച്ച് അവൾ നിലവിളിച്ചു. കൺമഷിയും പൊട്ടും കണ്ണീരിനൊപ്പം ജുബ്ബയിൽ പടർന്നു. ചാച്ചന്റെ കൈകൾ കൊണ്ട് മുടിയിൽ ചൂടിയ മുല്ലപ്പൂക്കൾ ചതഞ്ഞു ചാച്ചനിൽ നിന്ന് അവളെ വേർപെടുത്താൻ ശ്രമിച്ച കുഞ്ഞിച്ചായന്റെ കണ്ണുകളും നിറഞ്ഞൊഴുകി. എച്ച്മി മകളുടെ തലയിൽ ചുംബിച്ച് യാത്രയാക്കി. അനിവാര്യമായ വേർപാട്. പെണ്ണിനു പറഞ്ഞിരിക്കുന്നത് പിറന്ന വീടല്ലല്ലോ

* * *

പ്ലാച്ചേരിയിലെ 'വിമലഭവന'ത്തിലെത്തുമ്പോൾ ഭാനുവമ്മ നിലവിളക്കുമായി മുന്നിൽ, അവൾക്ക് മാമൂല്യകളോട് അത്ര പ്രിയമല്ലെങ്കിലും അപ്പോൾ നിഷേധിക്കാൻ കഴിഞ്ഞില്ല. കാല് ഏതു വെക്കണമെന്ന ശങ്കയിൽ മന്ത്രകോടിയിൽ കാലുടക്കി.

രാത്രി കുറെ വൈകിയാണ് വിമലൻ മുറിയിലേക്കു വന്നത്. അയാളെ ചൂഴ്ന്ന് ഒരു മണം ഒപ്പം നിന്നു. വിയർപ്പു ഗന്ധത്തോടൊപ്പം കലർന്ന അസഹ്യമായ മറ്റൊന്ന്

- സോറി, ജയ.... ഞാനല്പം താമസിച്ചു, അല്ലേ

വല്ലാത്ത ചിരിയോടെ അവളുടെ മുന്നിൽ വന്നു നിന്ന് അവളെ പിടിച്ച് എഴുന്നേല്പിച്ചു. കണ്ണുകൾ കൊണ്ട് അവളെയാകെ ഉഴിഞ്ഞു.

- ഫ്രണ്ട്സ് കുറെയുണ്ടായിരുന്നു. എല്ലാവരെയുമൊന്നു പറഞ്ഞു വിടാൻ പെട്ടപാട്. ഇടയ്ക്ക് ഒരു പെഗ് അടിക്കേണ്ടിവന്നു. സോറി, ഇനിയുണ്ടാവില്ല.

പിന്നെയും ഒരു ചിരി. അവൾക്കു നേരിയ വിറയൽ വന്നു. അതിനു മുമ്പു സാരിത്തലപ്പു വലിച്ചുമാറ്റി അയാൾ അവളെ അമർത്തി പുൽകി. വേദനകൊണ്ട് അവൾ ഞരങ്ങി. അയാൾക്ക് നല്ല ശക്തിയായിരുന്നു.

- എന്റെ ജയ, എത്ര നാളായി ഈ ശരീരം എന്നെ വലയ്ക്കുന്നു. എന്നെ നീ വല്ലാതെ കൊതിപ്പിച്ചു കളഞ്ഞു

അയാൾക്കു ഭ്രാന്തുപിടിക്കുകയായിരുന്നു. അവളെ ഉയർത്തി കട്ടിലിലേയ്ക്ക് ഇടുകയായിരുന്നു. സാരിക്കുത്ത് വലിച്ചഴിച്ചു. ബ്ലൗസും ബ്രായുമൊക്കെ അയാൾ വലിച്ചൂരി. വന്യതയോടെ ശരീരമാകെ ഉഴിഞ്ഞു നോക്കിയശേഷം ഒരുതരം കടന്നാക്രമണമായിരുന്നു. അവൾക്കു പ്രതിരോധിക്കാനോ പ്രതിഷേധിക്കാനോ കഴിഞ്ഞില്ല. അവളുടെ ശരീരമോ മനസ്സോ തയ്യാറാകും മുമ്പ് അയാൾ അവളിലേയ്ക്ക് പ്രവേശിച്ചുകഴിഞ്ഞിരുന്നു. അസഹ്യമായ വേദനകൊണ്ട് അവൾ നിലവിളിച്ചുപോയി. മെത്തയിലേക്കു ചോര പടർന്നു. അവൾ പുളഞ്ഞുപോയി. എന്താണ് സംഭവിക്കുന്നതെന്ന് അറിയുംമുമ്പേ അയാളുടെ അധിനിവേശം അവസാനിച്ചു. ശരീരമാകെ നീറുകയും പുകയുകയും ചെയ്തു. അടിവയറ്റിൽ അഗ്നി പടർന്നതുപോലെ അവൾ ചുരുണ്ടുകൂടിയപ്പോൾ കണ്ണുനീരും ചോരയും ഇടകലർന്നു. വേട്ടയാടപ്പെട്ട മൃഗത്തെപ്പോലെ സാരിവാരി മേലേക്കിട്ടു വിറങ്ങലിച്ചപ്പോൾ അയാളുടെ വിജിഗീഷു ശബ്ദം

- സോറി ജയ, കൊതികൊണ്ട് ആവേശം അല്പം കൂടിപ്പോയി.

അയാളെ നോക്കാനവൾക്കു കഴിഞ്ഞില്ല. ആരെയാണ് പഴിക്കേണ്ടതെന്നു ഓർത്തില്ല. സ്വയം ശപിച്ചു. കാല്പനികന്മാർ പട്ടുത്തുയർത്തിയ

ആദ്യരാത്രി ഒരുഭീകര സ്വപ്നമായിരിക്കുന്നു. വേട്ട നായയുടെ ആക്രാന്തം. കടിച്ചുകുടയപ്പെട്ട ഇര

അവളുടെ മുഖം പിടിച്ചുനേരെ വെച്ചു കൊണ്ട് ആ വഷളൻ ചിരിയോടെ അയാൾ മുരണ്ടു.

- പിന്നേ, എന്റെ ചോരയിലൊന്നുമല്ല, അന്ന് ആ കത്തെഴുതിയത്. കോഴിയെ കൊന്ന ചോരയാ യിരുന്നു. സോറി ജയ, അങ്ങനെ വേണ്ടി വന്നു

വിജയഭാവമിയന്ന മുഖത്തേക്കു കാറിത്തുപ്പാൻ അവൾക്കു തോന്നി. പെട്ടെന്നുണ്ടായ ഓക്കാനം കൊണ്ട് തുണി വാരിയെടുത്ത് അവൾ ബാത്ത്റൂമിലേക്കോടി.

*　　　*　　　*

അടിവയറ്റിലെ കനത്ത നോവും ശരീരമാകെ പുകച്ചിലുമായി എഴുന്നേറ്റു വന്ന അവളെ ഭാനുവമ്മ ചേർത്തുനിർത്തി. സ്നേഹമയിയായിരുന്നു ആ അമ്മ

- അവൻ മോളെ ഉപദ്രവിച്ചോ?

മറുപടിക്കു പകരം കണ്ണുകൾ നിറഞ്ഞൊഴുകുകയാണ് ചെയ്തത്. അമ്മ തലയിൽ തലോടി.

- സാരമില്ല... പോയി കുളിച്ചുവരൂ...

ഷവറിൽ നിന്നു വീണ വെള്ളത്തിനൊപ്പം മിഴിനീരും കലർന്നൊഴുകി. എത്ര സോപ്പു തേച്ചിട്ടും വൃത്തികെട്ട ഗന്ധം ശരീരത്തുനിന്നു പോയില്ല. കണ്ണടച്ച് ഷവറിന് കീഴിൽ തന്നെ നിന്നു.

- മോളേ...

ഭാനുവമ്മ ഭീതയോടെ കതകിൽ തട്ടി വിളിച്ചപ്പോഴാണ് അവൾ ഉണർന്നത്. പുറത്തിറങ്ങിയപ്പോൾ ആകെ വിറങ്ങലിച്ചു കഴിഞ്ഞിരുന്നു. അമ്മ തല തുവർത്തി, ഉണങ്ങിയ തോർത്തുകൊണ്ട് നീണ്ട മുടി മാടിക്കെട്ടി കൊടുത്തു.

ചൂടുള്ള ചായ തൊണ്ടയിലൂടെ അരിച്ചിറങ്ങിയപ്പോഴാണ് വിറയൽ നിന്നത്. അമ്മയുടെ മുഖത്തേയ്ക്ക് നോക്കാനായില്ല. തനിക്കെന്തോ അപകടം പറ്റിയത് ആരും അറിയേണ്ട എന്നു കരുതി.

- അവനെഴുന്നേറ്റു കാണും. ഈ ചായ കൊണ്ടു കൊടുക്ക്

ഒരു കോഫിമഗ്ഗ നിറയെ കട്ടൻചായ. അതുമായി മുറിയിലേക്കു കയറുമ്പോൾ അയാൾ മലർന്നു കിടക്കുകയായിരുന്നു. അശ്ലീലമായൊരു കിടപ്പ്. മയങ്ങുകയല്ലെന്നു വ്യക്തം.

- ദേ, ചായ...

ചായവെച്ച് തിരിയുമ്പോഴേയ്ക്കും അയാൾ തുണിത്തുമ്പിൽ പിടിച്ചുവലിച്ച് അവളെ കട്ടിലിലിലേയ്ക്ക് വീഴ്ത്താൻ ശ്രമിച്ചു.

- ഛേ...

- വാടീ, ജയേ

വെറുക്കപ്പെട്ട ഗന്ധത്തിലെ കുഴഞ്ഞ ശൃംഗാരം. വഷളൻ ചിരിയും അവിഞ്ഞ മുഖവും. തലേന്നത്തെ വിരിപോലും മാറ്റിയിട്ടില്ല. തന്റെ ദിനചര്യകൾക്കു കടകവിരുദ്ധം. എഴുന്നേറ്റാലുടൻ പല്ലുതേച്ചു വാഷ്റൂമിൽ പോയി, തലമുടിയും ചീകി മാത്രം ചായയ്ക്കു മുന്നിലെത്തുന്ന അവളുടെ സ്വഭാവത്തിനുമേൽ ഒരു കടന്നുകയറ്റം.

- ഹ!

അമർത്തി മൂളി അവൾ തനിക്കുപിന്നിൽ കതകുവലിച്ചടച്ചു.

*　　　*　　　*

തുടർന്നുള്ള രാവുകളെ അവൾ ഭയപ്പെട്ടു. സങ്കല്പങ്ങളിൽ കാർമേഘങ്ങൾ ഉരുണ്ടുകൂടി. ആരെയാണു കുറ്റപ്പെടുത്തുക എന്നറിയില്ല. കവികളും കലാകാരന്മാരും കോരിയിട്ട മധുവിധു സ്വപ്നങ്ങളോട് പുച്ഛം തോന്നി. കിടക്കറയെ അവൾ പേടിച്ചു. പലപ്പോഴും അയാൾ അവളെ വലിച്ചിഴയ്ക്കുകയായിരുന്നു. പ്രേമലേഖനങ്ങളിലെ ആർദ്രവചനങ്ങളൊന്നും അയാളുടെ നാവിൽ നിന്ന് വന്നില്ല. അവൾക്കും സ്വയം വിധേയമാകാനുള്ള ഭാവതാളം ഉണ്ടായില്ല. അവൾ കൊതിച്ചതൊന്നും അയാളിൽ നിന്ന് ലഭിച്ചില്ല. അവളുടെ സമ്മതവും സഹകരണവും അയാൾക്കു ആവശ്യമായിരുന്നില്ല. നൊമ്പരപ്പെടുത്തുന്നത് അയാൾക്കൊരു ലഹരിയായിരുന്നു. ചുണ്ടുകളും മുലക്കണ്ണുകളും അയാൾ വികൃതപ്പെടുത്തി. വൃത്തികെട്ട നഖങ്ങൾ കൊണ്ട് മുറിവുകളുണ്ടാക്കി. ഓരോ ദിനവും ഓരോ പരീക്ഷണങ്ങൾക്ക് അവളുടെ ശരീരത്തെ പതം വരുത്തി. ഇരയെ പിടിക്കുന്ന വന്യതയായിരുന്നു അയാൾക്ക്. മദ്യോന്മത്തതയിൽ എന്തെല്ലാം വൈകൃതങ്ങളാണു കാണിക്കുന്നതെന്നു അവൾക്ക് ഓർക്കാൻ കൂടി കഴിഞ്ഞില്ല. അവളിലേയ്ക്കു പ്രവേശിക്കുന്ന സമയത്ത് എടുക്കുന്ന ശക്തിയും മുരളലും അസഹ്യമായിരുന്നു. അയാളുടെ വിയർപ്പും മദ്യഗന്ധവും ഇടകലർന്ന നാറ്റം അവളിൽ ഓക്കാനം ഉണ്ടാക്കി. ഓരോന്നിനും അവസാനം കാണിക്കുന്ന വഷളൻ ചിരി അതിലേറെ അറപ്പുളവാക്കി.

പുതുച്ചിറയിലേക്കു വിരുന്നിനു പോകാനൊന്നും അയാൾ തയ്യാറായില്ല. അവധിയില്ല എന്നതായിരുന്നു ന്യായം. അയാൾക്കൊപ്പം തന്റെ വികൃതമായ ശരീരം മറ്റുള്ളവരെ കാണിക്കുന്നത് അവളും ഇഷ്ടപ്പെട്ടില്ല.

അവർ തിരക്കിവന്നെങ്കിലും അയാളത് തിരസ്ക്കരിച്ചു.

ആറാംനാൾ വയർ കൊളുത്തിപ്പിടിച്ചു. അസഹ്യമായ വേദന. ബാത്ത്റൂമിലെത്തിയപ്പോഴേയ്ക്കും അടിവസ്ത്രം കുതിർന്നുകഴിഞ്ഞിരുന്നു. പതിവിലും വേദനയോടെ, പെണ്ണിന്റെ ആയുസ്സ് കുറയ്ക്കുന്ന പുനർജനിയുടെ വരവ്. ഒരുവിധത്തിൽ തുണി വലിച്ചുടുത്തു. കലശലായ വേദനയ്ക്ക് ശമനമില്ല. അന്നു രാത്രി അയാൾ കടന്നു പിടിച്ചപ്പോൾ അവൾ കേണു.

- വേണ്ട ചേട്ടായി, എനിക്കു പീരിയഡായി

- അതൊക്കെ പെണ്ണിന്റെ പതിവുകൾ. അപ്പോഴല്ലേ ആഗ്രഹം കൂടുന്നത്.

- എനിക്കു വയ്യ, ഭയങ്കര വേദന. അല്ലെങ്കിലും പാടില്ല.

- വേദന പെണ്ണിനുള്ള ദൈവവരദാനമല്ലേ..

അയാൾ കൈകൾ നീട്ടി അടുത്തപ്പോൾ അവൾ കിടക്കയിൽ പിന്നാക്കം വലിഞ്ഞു. ഭിത്തിയിൽ തട്ടി വഴി മുടങ്ങിയപ്പോൾ വഷളൻ ചിരിയുടെ മൂർദ്ധന്യത്തിൽ അയാൾ വസ്ത്രം വലിച്ചഴിക്കാൻ ശ്രമിച്ചു.

- അരുത്, തൊടരുത്

അവൾ അലറി. ഒരു പെണ്ണിനും സഹിക്കാനാവാത്ത അധിക്ഷേപം. വെളിവുള്ള ഒരു പുരുഷനും തന്റെ പങ്കാളിയോട് കാണിക്കാത്ത നെറികേട്.

അയാൾ അവളെ വലിച്ചടുപ്പിക്കാൻ നോക്കി. ജയനിലത്തിരുന്ന് സർവ്വശക്തിയുമെടുത്ത് അയാളെ തള്ളി. ഉടുവസ്ത്രം നിറഞ്ഞ് തറയിലേക്കു ചോര പതിഞ്ഞു

- മാറെടാ പട്ടീ...

രക്ഷപ്പെടുവാൻ ഇര കാണിക്കുന്ന ആവേശത്തോടെ അവൾ അയാളെ ആഞ്ഞുചവിട്ടി

- എടീ.... പുന്നാര മോളേ

വിമലൻ കൈവീശിയടിച്ചു. നിലത്തുവീണ അവൾ അലറിക്കരഞ്ഞു. അയാളുടെ അടുത്ത നീക്കത്തിനു മുമ്പ് വാതിലിൽ ശക്തമായ മുട്ടുകേട്ടു. അയാൾ പെട്ടെന്നു പിൻവാങ്ങി.

- മോളേ.

ഭാനുവമ്മ നിലവിളിച്ചു. ചോരയിൽ കുതിർന്ന അവളെ താങ്ങിയെടുത്തു.

- മഹാപാപി, ഒരു പെണ്ണിനോടിങ്ങനെ ചെയ്യാൻ നിനക്കെങ്ങനെ തോന്നിയെടാ...

അവർ മകനെ ശപിച്ചു. അമ്മ അവളെയും ചേർത്ത് ബാത്ത്റൂമിലേക്കു നീങ്ങി. ജയശ്രീയുടെ ശരീരം പൊള്ളി അടരുകയായിരുന്നു.

*   *   *

വിമലന്റെ അവധി കഴിഞ്ഞു. തിരികെ മൂന്നാറിലേക്കു പോകണം. അവളെ ഒപ്പം കൂട്ടാൻ നിർബന്ധം. അടുത്ത തവണ വരുമ്പോൾ എല്ലാം തയ്യാറാക്കി പോകാമെന്ന ഭാനുവമ്മയുടെ നിർദ്ദേശം അയാൾ ചെവികൊണ്ടില്ല. പുതുച്ചിറയിലേക്കൊന്നു പോകണമെന്ന് അവളുടെ ആഗ്രഹത്തിനും അയാൾ തടയിട്ടു.

ഒടുവിൽ ഉള്ളതെല്ലാം കെട്ടിപ്പെറുക്കേണ്ടി വന്നു.

6. ഒരു അപ്പാവിപെണ്ണിടം ഇപ്പടി സെയ്യലാമാ?

അതിമനോഹരമായ മൂന്നാറിന്റെ മലമടക്കുകളിലൂടെ വണ്ടി ഇഴഞ്ഞു നീങ്ങുമ്പോൾ ആ സൗന്ദര്യം ആസ്വദിക്കാൻ ജയശ്രീക്കു കഴിഞ്ഞില്ല. ഏതൊരു മടയിലേക്കാണ് ഈ വേട്ടക്കാരൻ ഇരയെ ആനയിക്കുന്നതെന്ന ഭീതിയായിരുന്നു മനസ്സു നിറയെ.

ടൗണിൽ നിന്നും കോളനി റോഡിലേക്കുള്ള വഴിയിലാണ് എത്തിയത്. പച്ചക്കുണകൾ പോലെയുള്ള ക്വാർട്ടേഴ്സുകൾ. അടുത്തടുത്ത വീടുകൾ. അതിലൊന്നായിരുന്നു അവർക്കു ചേക്കേറേണ്ടിയിരുന്നത്. രണ്ടുമുറിയും ചെറിയ ഹാളും അടുക്കളയും ഇടുങ്ങിയ വരാന്തയുമുള്ള ചെറിയ വീട്. ബ്രിട്ടീഷ് കാല നിർമ്മിതിയുടെ ബാക്കി പത്രം. തണുപ്പ് അധികം കയറാത്ത വിധമുള്ള പണിയാണ്.

ജയശ്രീ പകച്ചുപോയി. ശിഷ്ടകാലം ഇവിടെയാണോ താൻ കഴിയേണ്ടത്. അടുത്തൊക്കെ വീടുകളുണ്ടെങ്കിലും തനിക്കു പരിചിതർ ആരാകും ഉണ്ടാകുക. എങ്ങനെയാണ് അപരിചിതമായ ഈ മലമടക്കിൽ മുന്നോട്ടുപോകുക.

അടുക്കളയിൽ അത്യാവശ്യ സാധനങ്ങൾ. ഒരു ചായ ഉണ്ടാക്കുമ്പോഴേക്കും വിമലൻ കുറെ ഭക്ഷണവും പച്ചക്കറികളുമായി എത്തി. യാത്രാക്ഷീണം കൊണ്ടാകാം, അന്നു പരീക്ഷണങ്ങളൊന്നുമില്ലാതെ കടന്നുപോയി.

* * *

ഞെട്ടിയുണർന്നു നോക്കുമ്പോൾ ഏഴുമണി കഴിഞ്ഞു. സൂര്യൻ കിഴക്ക് എത്തിയിട്ടില്ല. മഞ്ഞുകണങ്ങൾ പാറിനില്ക്കുന്ന തേയില തോട്ടങ്ങളാണ് എമ്പാടും. ചെറിയ കുന്നിൻചെരുവിലെ വഴിയോര പൂക്കാഴ്ചകൾ ഹൃദയാവർജ്ജകമായിരുന്നു. പൂപോലെ ചുറ്റും പടർന്ന് കിടക്കുന്ന മഞ്ഞിൽ

അവളുടെ ഉള്ളം കുളിർത്തു.

- ഇതാര്, വിമലന്റെ പൊണ്ടാട്ടിയാ

വഴിയിൽ നിന്നുള്ള ചോദ്യം കേട്ട് അവൾ തിരിഞ്ഞു നോക്കി. വെളുക്കെ ചിരിച്ചുകാട്ടി ചേലചുറ്റിയ ഒരമ്മ. അറുപതു വയസ്സെങ്കിലും തോന്നുന്ന ആരോഗ്യവതി.

- അതേമ്മേ

- മക്കളേ, നാൻ ഉന്നുടൈ അയൽവാസി താൻ. പക്കത്തു കുടിയിരുപ്പിൽ വസിക്കിറേൻ

തൊട്ടടുത്തുള്ള ക്വാർട്ടേഴ്സ് അവർ ചൂണ്ടിക്കാട്ടി. ഒറ്റനോട്ടത്തിൽ തന്നെ ജയശ്രീക്ക് ആയമ്മ അടുപ്പക്കാരിയായി.

- ഓ, അമ്മ, വിനയനുക്ക പൊണ്ടാട്ടി, ജയശ്രീ

അതൊരു വലിയ ബന്ധത്തിന്റെ തുടക്കമായിരുന്നു. വിമലന്റെ ഓഫീസിനടുത്തുള്ള ഫോറസ്റ്റ് ഓഫീസിലെ ശെന്തിലിന്റെ അമ്മ. ശെന്തിലിനെ കൂടാതെ ഭാര്യ രേവമ്മ, മകൾ പൂങ്കുഴലി എന്നിവരാണവിടെ. രേവമ്മയ്ക്ക് 30 വയസ്സ് വരും. മക്കൾ പൂങ്കുഴലിക്ക് 10 വയസ്സ്. കണ്ണമ്മയ്ക്ക് തോട്ടത്തിൽ ചില്ലറ ജോലികൾ. വിമലൻ പോയിക്കഴിഞ്ഞാലുള്ള സമയം ബോറടിക്കാതിരിക്കും. ചെറിയ വഴി നടന്ന് കോളനി റോഡിൽ കയറിയാൽ ചെറിയ കവല. അതിനും അപ്പുറത്താണ് വില്ലേജ് ഓഫീസും താലൂക്ക് കച്ചേരിയും. കവലയിൽ ഒന്നുരണ്ടു ചെറിയ കടകൾ. ബസ് സ്റ്റോപ്പുമാണ്. സർവ്വം തമിഴ്മയം. കുറെ വാക്കുകൾ ജയശ്രീയും പഠിച്ചു.

രേവമ്മയുടെയും ശെന്തിലിന്റെയും പ്രണയവിവാഹമായിരുന്നു. ശിവപുരത്തുനിന്നും വന്നവർ. വ്യത്യസ്ത സമുദായങ്ങളിൽ പെട്ടവരായിരുന്നതിനാൽ നാട്ടുകാരും വീട്ടുകാരും എതിർത്തു. കണ്ണമ്മ മകനൊപ്പം നിന്നു. അങ്ങനെ ഒരു അർദ്ധരാത്രിയിൽ ശിവപുരത്തെ പിന്നിട്ട് അവർ നടന്നു. ഒടുവിൽ എത്തിയതു ദേവികുളത്ത്. വനം വകുപ്പിൽ വാച്ചറായി കയറിയ ശെന്തിൽ ഫോറസ്റ്റ് ഗാർഡായി മൂന്നാറിലേക്ക് മാറിയതോടെ ക്വാർട്ടേഴ്സ് തരപ്പെടുത്തി. പൂങ്കുഴലി പിറന്നതോടെ അവരുടെ ജീവിതം ഇമ്പകരമായി. കണ്ണമ്മ അവർക്ക് കാവലായി.

അല്പം കറുത്തിട്ടാണെങ്കിലും അഴകുള്ളവളാണ് രേവമ്മ. എണ്ണമയമുള്ള ഒഴുക്കുള്ള മുടിയിൽ ജമന്തിയും ചൂടി പൊട്ടും തൊട്ടുനില്ക്കുന്ന കിളരമുള്ള രേവമ്മയെ ശെന്തിൽ ഇഷ്ടപ്പെട്ടതിൽ പഴി പറയാനാവില്ല. അമ്മയുടെ രൂപഭാവങ്ങൾ അതേപടി 5-ാം ക്ലാസ്സുകാരി പൂങ്കുഴലിക്കും ലഭിച്ചിട്ടുണ്ട്. അവൾ വളരെ പെട്ടെന്ന് ജയശ്രീയുടെയും മകളായി.

- നീങ്കൾ കാതലിത്ത് കല്യാണം സെയ്ത കൊണ്ടവരാ

രേവമ്മയുടെ സംശയം

- അല്ല ചേച്ചി, കടുംബക്കാർ ആലോചിച്ച നടത്തിയതാ

- ഇവ്വളവു അഴകാന തങ്കച്ചിക്ക് വിമലനൈ എപ്പടി പിടിത്തത്.

ജയശ്രീ ഒന്ന പതറി. എങ്കിലും ചിരിക്കാൻ ശ്രമിച്ച.

- സ്നേഹിച്ചല്ലേ മതിയാവൂ, ചേച്ചി.

- നിങ്ങൾ വിരുപ്പമുള്ള ഒരു ആണ്ടടൻ അല്ലാമൽ വേറോരു വരുടൻ എപ്പടി വാഴമുടിയും തങ്കച്ചി യേ...എൻ ശെന്തിലണ്ണനുക്ക നാൻ എൻട്രാൾ ഉയിർ. എങ്കൾ ഇരുവരുക്കും ഒരേ മനസ്സതാൻ. എൻ മാമിയാർ കൂട എന്നൈ മികവും നേശിക്കിറാൻ1

- ശരിയാണ് ചേച്ചീ... നിങ്ങൾ പുണ്യം ചെയ്തവരാണ്

- വിമലൻ സർ മദ്യ അരുന്തുവാർ താനേ, ഇല്ലെയാ. ശെന്തിലണ്ണൻ സൊല്ലി ഇറുക്കിറാർ2

തന്റെ കണവനെപ്പറ്റി നാട്ടുകാർക്കുള്ള അഭിപ്രായം വ്യക്തമായി. പക്ഷേ ജയശ്രീ ഒന്നും പറഞ്ഞില്ല. അല്ലാതെ തന്നെ അവർക്ക കാര്യങ്ങൾ മനസ്സിലായി.

ജയയ്ക്ക് അത്ര പരിചിതമല്ലാത്ത ഗൃഹജോലികളും പുറം പണികളും വളരെ ആയാസപ്പെട്ടാണങ്കിലും ചെയ്തുകൊണ്ടിരുന്ന. രേവമ്മ അവൾക്ക സഹായിയായി. ക്വാർട്ടേഴ്സിനു ചുറ്റും വൃത്തിയാക്കി കുറെ ചെടികൾ നട്ടു. തന്നാൽ കഴിയും വിധമൊക്കെ അകമൊക്കെ വൃത്തിയാക്കി. പക്ഷേ വിമലൻ അങ്ങനെയായിരുന്നില്ല. ഉടുത്ത വസ്ത്രങ്ങൾ എങ്ങോട്ടെങ്കിലും വലിച്ചെറിയും. അതൊക്കെ പെറുക്കിയെടുത്തു അലക്കി വെക്കക ഏറെ ശ്രമകരമായിരുന്നു. മറ്റൊരാളുടെ അടിവസ്ത്രം കഴുകുന്നത് അവൾക്ക് അറപ്പുളവാക്കി. എങ്കിലും അതൊക്കെ ചെയ്യാതെ വയ്യെന്നായി. ബി.എ കാരിക്ക കിട്ടിയ ഉന്നതജോലി! പിതൃമേധാവിത്വ സമൂഹം സ്ത്രീക്ക കൽപ്പിച്ച സവിശേഷ അവകാശം.

---

1. മനസ്സിനിണങ്ങിയ പുരുഷനോടൊപ്പമല്ലാതെ എങ്ങനെ പൊറുക്കാൻ കഴിയും അനിയത്തി. എന്റെ ശെന്തിലണ്ണന് എന്നെ ജീവനാണ്. ഞങ്ങൾക്ക് ഒരേ മനസ്സാണ്. എന്റെ അമ്മായിയമ്മയ്ക്കും എന്നെ വളരെ സ്നേഹമാണ്.

2. വിമലൻ സാർ കള്ളു കുടിക്കുമോ.. ശെന്തിലണ്ണൻ പറയാറുണ്ട്.

ആഹാരത്തിലും അയാൾ ഹിംസാത്മകമായിരുന്നു. മീനോ ഇറച്ചിയോ നിർബ്ബന്ധം. ഭക്ഷണത്തോടു പടവെട്ടുകയായിരുന്നു അയാൾ. മീനും ഇറച്ചിയും പാകപ്പെടുത്താൻ അവൾ പണിപ്പെട്ടു.

രുചി പോരെന്നു തോന്നിയാൽ പുറത്തുനിന്നു വാങ്ങിക്കൊണ്ടുവരും. കഴിക്കുമ്പോൾ ഭാര്യ ഒരു വിഷയമായിരുന്നില്ല. ആഹാരസമയത്തെ ശബ്ദകോലാഹലങ്ങളും കുഴയ്ക്കലും ഒടുവിലെ വിപുലമായ കൈനക്കലും ഒക്കെ അവൾക്ക് അരോചകമായിരുന്നു. ഭക്ഷണാനന്തരം മേശ തുടയ്ക്കലും പാത്രം കഴുകലുമെല്ലാം താങ്ങാവുന്നതിലും അപ്പുറമായിരുന്നു. എല്ലാം കഴിഞ്ഞാവും അവളുടെ ആഹാരം. പലപ്പോഴും കണ്ണുനീരിൽ കുഴച്ചാകും കഴിക്കുക. ചിലപ്പോഴെങ്കിലും തികട്ടി പുറത്തുവരുമായിരുന്നു.

പുതുച്ചിറ ഒരു വിങ്ങലായി മനസ്സിൽ മുറിവേല്പിച്ചുകൊണ്ടിരുന്നു. ചാച്ചനെയും കുഞ്ഞിച്ചായനെയും അമ്മയേയും കണ്ടിട്ട് മാസങ്ങളായിരിക്കുന്നു. ചാച്ചന്റെ മെല്ലിച്ച വിരലുകൾ സ്വപ്നത്തിൽ അവളെ തലോടി. ഒന്നു വിളിക്കാൻ ഫോൺ സൗകര്യം ഇല്ല. ഒരു കത്തെഴുതണമെന്നു പലപ്പോഴും തോന്നി. എന്താണ് എഴുതുക. രാജകുമാരി സപ്രമഞ്ചത്തിൽ വാഴുകയാണെന്നോ. മരുമകൻ അർദ്ധാസനം നല്കി ആഘോഷിക്കുകയാണെന്നോ. മനസ്സിന്റെ അനന്തപത്രത്തിൽ ചോരയിൽ മുക്കി അവളെഴുതി

- എന്റെ ചാച്ചാ, ഞാൻ എത്രതവണ പറഞ്ഞതാണ് ഇതുവേണ്ടെന്ന്. എന്റെ നല്ല ഭാവിയും സുരക്ഷിതത്വമാണ് നിങ്ങൾ കൊതിച്ചത്. ഒരുത്തനു തീററിയും കുടിയുമുണ്ടാക്കി, അയാളുടെ അടിവസ്ത്രങ്ങളും കഴുകി സുഖിക്കുകയാണീ രാജകുമാരി. ചാച്ചൻ ഒരിക്കൽ പോലും അമ്മയ്ക്കു നേരെ കൈയോങ്ങുന്നത് ഈ കുഞ്ഞുമോൾ കണ്ടിട്ടില്ല. പക്ഷേ ചാച്ചന്റെ മോളമ്മ ദൈനംദിനം പിച്ചി ചീന്തപ്പെടുകയാണ്.

എഴുതിയാൽ മുള ചീന്തുന്നതുപോലെയാകും. വേണ്ട അവരൊന്നും അറിയണ്ട. സർക്കാരുദ്യോഗസ്ഥന്റെ ഭാര്യ സസുഖം വാഴുകയാണെന്നു കരുതിക്കോട്ടെ. മോളമ്മയ്ക്കു നല്ലൊരു ഭാവി ഉണ്ടാക്കിക്കൊടുത്തതിൽ ആഹ്ലാദിക്കട്ടെ.

- അമ്മാ, അഴുകിരായാ, എന്ന ആയിറ്റ്?

പൂങ്കുഴലിയുടെ ശബ്ദം കേട്ടപ്പോൾ ഞെട്ടി. തന്റെ കണ്ണിൽ ഉറവ പൊട്ടിയത് അവൾ കണ്ടുകഴിഞ്ഞു. മറയ്ക്കാൻ ഒരു ശ്രമം നടത്തിയില്ലെങ്കിലും വിജയിച്ചില്ല.

- ഇല്ല മോളേ, ഒരു തലവേദന

- നാൻ തൈലം തടവി വിടട്ടുമോ?

- വേണ്ട കുഴലീ, മോളിങ്ങ് അടുത്തു വാ

- ദാ, നോക്കു ചിന്നമ്മാ,

കൈകളിലിരുന്ന പഴുത്ത ചാമ്പങ്ങ അവൾ വെച്ചുനീട്ടി. ആ കൈകളിൽ വലിച്ച് അവളെ മടിയിലിരുത്തി. ചാമ്പങ്ങ അടർത്തി അവൾക്കു കൊടുത്തു. സ്കൂളിലെ വിശേഷങ്ങൾ അവൾ പകരം വിളമ്പി. ആവേശം മൂക്കുമ്പോൾ തമിഴ് സ്ലാങ്ങിലേക്കുള്ള പരിണാമം ജയശ്രീക്ക് കൗതുകമായി. പലതും ജയയ്ക്കു മനസ്സിലായില്ലെങ്കിലും തലയാട്ടി. എണ്ണ മെഴുക്കുള്ള മുടിയഴിച്ചു ചീകി റിബ്ബണിട്ടു കെട്ടിക്കൊടുത്തു. ഇടതൂർന്ന പുരികമുള്ള സുന്ദരിക്കുട്ടിയെ ചേർത്തു പിടിച്ചപ്പോൾ അവളുടെ മനസ്സിൽ ആ ശീലുകൾ ഉണർന്നു.

മാനത്തു പറക്കുന്ന ചക്കിപ്പരുന്തേ

നീ പോകുന്ന ദിക്കുദേശത്തെങ്ങാനും

ഞങ്ങടെ അമ്മയെ കണ്ടോ

വാമൊഴി ചൊല്ലിപ്പോയ അപ്പനെ കണ്ടോ

* * *

പതിവില്ലാതെയാണ് വിമലൻ അവളെ സിനിമയ്ക്കു വിളിച്ചത്. അന്നു വൈകുന്നേരം രാഗം തിയേറ്ററിൽ 'ലാൽസലാം' സിനിമ കണ്ടു. അത്രയും നാൾ അവിടെ കഴിഞ്ഞിട്ടും മൂന്നാറിന്റെ ഭംഗിയോ ടൗണോ കണ്ടിരുന്നില്ല. ഭർത്താവിനൊപ്പം ഒരിടത്തും പോയിട്ടുമില്ല. അങ്ങനെ അയാൾക്കൊപ്പം താൽപര്യവും ഉണ്ടായിരുന്നില്ല..

നിർബന്ധിച്ചതുകൊണ്ട് ഒരുങ്ങിയിറങ്ങി. അവളുടെ വേഷപ്പകർച്ചയിൽ അയാൾ അസ്വസ്ഥതപ്പെട്ടു. ഓട്ടോ വിളിച്ചാണ് പോയത്. ഇന്റർവെൽ സമയത്ത് കാന്റീനിൽ നിന്നു ചായയും വാങ്ങിത്തന്നു. സിനിമ കഴിഞ്ഞ് ഇറങ്ങിയപ്പോൾ അയാൾക്ക് പുച്ഛം.

- പന്ന സിനിമ, കുറെ ഇൻക്വിലാബ്, എന്തോന്നിത്.

- അത് കമ്മ്യൂണിസ്റ്റ് പാർട്ടിയുടെ ചരിത്രമാണ് ചേട്ടായി. പണിയെടുക്കുന്നവരുടെ ദുരന്ത കഥ.

- ഓ, നീ കമ്മ്യൂണിസ്റ്റാണല്ലേ.

- കമ്മ്യൂണിസ്റ്റ് ആകുന്നത് അത്ര മോശമാണോ.

- ഓ, നിന്റെ തന്തയും കൊണാച്ച കമ്മ്യൂണിസ്റ്റ് ആയിരുന്നല്ലോ.

- അതുകൊണ്ട്... വെറുതെ ചാച്ചനെ പറയരുത്.

അവളുടെ ഒച്ച ഉയർന്നതാണോ എന്നറിയില്ല, അയാൾ കൈവീശി യടിച്ചു. അതിലേറെ മനസ്സ പുകഞ്ഞു. ചുറ്റും നിന്നവർ കാര്യമറിയാതെ മിഴിച്ചു നിന്നു.

- നീയങ്ങുവാടി..... കാണിച്ചു തരാം പുന്നാരമോളെ.

അത് അവർ ഒന്നിച്ചുള്ള ആദ്യത്തെയും അവസാനത്തെയും ഔട്ടിംഗായിരുന്നു.

* * *

അന്നു വിമലനൊപ്പം റമ്മിന്റെ ഒരുകുപ്പിയും സിഗരറ്റു പാക്കറ്റും ഉണ്ടായിരുന്നു. ആഹാരത്തിനു മുമ്പ് ഒരു ഡ്രിങ്ക് എടുത്തു. ഏമ്പക്കം വിട്ട് എഴുന്നേറ്റ ശേഷം ഒരു സിഗരറ്റ് എടുത്ത് അതിലെ സുക്ക കുറെ എടുത്തു കളഞ്ഞ് മറ്റെന്തോ നിറയ്ക്കുന്നതു കണ്ടു. അതു പുകച്ചപ്പോൾ ഉയർന്ന ഗന്ധം അവളെ വീർപ്പു മുട്ടിച്ചു. കഴിച്ചുകൊണ്ടിരുന്നത് പൂർത്തിയാക്കാൻ കഴിഞ്ഞില്ല. പണ്ടേ അസ്വാരസ്യഗന്ധങ്ങളോട് അലർജിയുണ്ടായിരുന്ന അവൾക്ക് തുടർച്ചയായ നാറ്റങ്ങൾ അറപ്പുളവാക്കി.

മുറിയിലെത്തിയപ്പോൾ അവൾക്കുനേരെ ഒരു അശ്ലീല ചിരി

- All the world is a stage

And all the men and women merely players

ഷേക്സ്പിയർ പറഞ്ഞതെത്ര കറക്റ്റാ. ലോകമൊരു നാടകശാല. നാമെല്ലാം നടന്മാർ

- ശരിക്കും നടിക്കുകയല്ലേ

എന്നു പറയാൻ തോന്നിയെങ്കിലും പറഞ്ഞില്ല.

- എടീ ജയേ. നിന്നെ കണ്ടപ്പോൾ മുതലെനിക്കു വലിയ കമ്പമായിരുന്നു. എന്നിട്ട് നീയെന്നെ തഴഞ്ഞുകളഞ്ഞു. എന്നോടു വെറുപ്പായിരുന്നു. നിന്റെ വെളിച്ചപ്പാടമ്മായിയെ വരെ ഞാൻ വളച്ചെടുത്തു. എന്നിട്ടിപ്പോ എന്തായി...

അയാൾ അവളെ കിടക്കയിലേക്കു വലിച്ചിട്ടു. വിരലുകൾ കൊണ്ട് അവളുടെ ചുണ്ടുകൾ കൂട്ടിപ്പിടിച്ച് അതിലേയ്ക്കു കുനിഞ്ഞു.

- നിന്റെയീ ചുണ്ടും കണ്ണും തലയും മുലയുമൊക്കെ എനിക്കൊരു ഹരമായിരുന്നു. കിളുന്തുപെണ്ണ്... എന്റെ കളിപ്പാട്ടം

നൈറ്റി വലിച്ചൂരി അയാളുടെ വിരലുകൾ ശരീരത്തിൽ ഇഴഞ്ഞു നടന്നു. എതിർത്താൽ അയാളൊരു വേട്ടക്കാരനാകും. കിടന്നുകൊടുക്കുകയേ നിർവ്വാഹമുള്ളൂ. പുറത്തെ തണുപ്പിന്റെ ആധിക്യം ഉദ്ദീപനപരമായിരുന്നു.

അയാളപ്പോൾ അവളുടെ മാറത്തു മേയുകയായിരുന്നു. കൈവിരലുകൾ താഴേക്ക് അരിച്ചപ്പോൾ അവളിലെ പെണ്ണുണർന്നു.

അപ്പോഴേക്കും അയാളെ ലഹരി അടിപ്പെടുത്തിക്കഴിഞ്ഞിരുന്നു. തുടക്കത്തിലെ ആവേശം തടസ്സപ്പെട്ടു. അവളിലേക്കു പ്രവേശിക്കാനാവാതെ അയാൾ ഒരു വശത്തേക്കു ചെരിഞ്ഞു. അവളുടെ അടിവയറ്റിൽ അഴുക്കു നിറഞ്ഞു. അയാളെ തള്ളി മാറ്റാൻ അവൾ പണിപ്പെട്ടു. പല്ലു ഞെറുമി ചാടി എണീറ്റ് മുടി മാടിക്കെട്ടിയപ്പോൾ അയാളുടെ മലർക്കിടപ്പിൽ അവൾ ഓക്കാനിച്ചു. ബാത്ത് റൂമിലെ ഷവറിനു താഴെ തണുത്ത വെള്ളത്തിൽ മരവിച്ചു നിന്ന് അവൾ സ്വയം ശപിച്ചു.

*　　　*　　　*

പൂട്ടാത്ത ജയിലിൽ ചില മാസങ്ങൾ കടന്നുപോയി. കലഹങ്ങളെ നാലു ചുവരുകൾക്കുള്ളിൽ ഒതുക്കാൻ അവൾ ശ്രമിച്ചെങ്കിലും വിമലന് അതുകഴിഞ്ഞില്ല. കണ്ണമ്മയും രേവമ്മയുമൊക്കെയാണ് രക്ഷയ്ക്കെത്തുക. അധീരയാകാതിരിക്കാനുള്ള ശ്രമമെന്ന നിലയിലാണ് വായനയിലേക്കു തിരിഞ്ഞത്. രേവമ്മയും പൂങ്കുഴലിയും വഴി അവൾ പുസ്തകങ്ങൾ സംഘടിപ്പിച്ചു. 'അഗ്നിസാക്ഷി'യും 'വിഷകന്യക'യും 'മഞ്ഞു'മൊക്കെ അവളോടു സംവദിച്ചു. അതൊന്നും അവളുടെ സ്ത്രീത്വത്തിനു പരിഹാരമായില്ല.

ഒരു ദിവസം എന്തോ അന്വേഷിച്ചു ചെല്ലുമ്പോഴാണ് വിമലന്റെ സ്യൂട്ട്കേസ് കാണുന്നത്. അതിന്റെ ഉള്ളറയിൽ നിന്നാണ് പിൻചെയ്ത രണ്ടുമൂന്നു കടലാസുകൾ കിട്ടിയത്. Medical Mission Hospital ലെ OP ticket ആയിരുന്നു അത്. തീയതി 1984 ലേതാണ്. അതായത് എം എ ക്ലാസിൽ നിന്ന് അപ്രത്യക്ഷമായ കാലം. വിവാഹത്തിന് രണ്ടുവർഷം മുമ്പത്തേത്. അതിനൊപ്പം ഗുളികയുടെ ഉപയോഗിച്ചു തീരാത്ത ഒരു സ്ട്രിപ്പും Lithium Carbonate എന്ന രാസനാമം കഷ്ടിച്ചു വായിക്കാൻ കഴിഞ്ഞു. തലയിൽ പെരുപ്പ് അരിച്ചുകയറി. തന്റെ ഊഹം ശരിയാണ്. അയാളൊരു സൈക്കോപാത്താണ്. ഫിലോസഫിക്കാരന്റെ അർദ്ധബോധത്തിനും അപ്പുറത്തേക്കു സഞ്ചരിച്ചതിന്റെ സംസാരിക്കുന്ന തെളിവുകൾ. അന്നു രാത്രി സഹികെട്ടപ്പോൾ അവൾ ചോദിച്ചുപോയി.

- ചേട്ടായി എന്തെങ്കിലും മരുന്നു കഴിക്കാറുണ്ടോ?

- എന്തു മരുന്ന്? എന്തിന് മരുന്ന്?

- പിന്നെ ഈ സ്ട്രിപ്പ് എന്തിന്റെയാണ്?

- നിന്നോടാരുപറഞ്ഞു അതൊക്കെ തപ്പിനടക്കാൻ. നിനക്കെന്താടീ

പോലീസ് പണിയുണ്ടോ?

- നിങ്ങൾക്കിതു പറഞ്ഞുകൂടായിരുന്നോ?

- എന്തിന് ? എനിക്കതിന്റെയൊന്നും ആവശ്യമില്ല.

- അതിന്റെ കൂടെയീ കള്ളും കഞ്ചാവും!

- അതിനു നിനക്കെന്തു നഷ്ടം?

- നിങ്ങളെന്നെ ചതിക്കുകയായിരുന്നു.

- അതിനു നിന്റെ തന്തയോടൊന്നും വാങ്ങിയല്ലല്ലോ കെട്ടിയെടുത്തത്

- ആര് ആവശ്യപ്പെട്ടു? പുറകെ നടന്നു ചതിക്കുകയായിരുന്നു.

- അതേ, എന്നെ അവഹേളിച്ചതിന്റെ പ്രതികാരം... നിന്റെ ശരീരമായിരുന്നു എനിക്കുവേണ്ടത്.

- അതിന് എനിക്കു സൗകര്യമില്ലെങ്കിലോ

അതിനുള്ള മറുപടി കാലുമടക്കിയുള്ള തൊഴിയായിരുന്നു. തെറിച്ചു വീണ അവളെ മുടിയിൽ കുത്തിപ്പിടിച്ചു പൊക്കി കവിളത്ത് ആഞ്ഞടിച്ചു. അവളുടെ മൂക്കിൽ നിന്നു ചോര തെറിച്ചു വേച്ചുതാഴെ വീണുപോയി. അയാൽ അവളെ വലിച്ചിഴച്ചു ചെറിയ വരാന്തയിൽ തള്ളി

- പോടീ ശവമേ.. പോയി തുലയെടി

അയാൾ ഒന്നുകൂടി തൊഴിച്ചു. അവൾ ചുരുണ്ടുകൂടിപ്പോയി. ശബ്ദം കേട്ട് കണ്ണമ്മയും രേവമ്മയും ഓടിയെത്തി. മുഖത്തും മാറത്തും ചോരയിൽ പൊതിഞ്ഞ അവളെ വാരിയെടുത്തു. ചൂടുവെള്ളത്തിൽ ചോര തുടച്ചു. വലിഞ്ഞുപൊട്ടിയ വസ്ത്രങ്ങൾ നേരെയാക്കി കണ്ണമ്മ അവനു നേരെ തിരിഞ്ഞു.

- ഡേ.. മഹാപാപി..അന്തകുഴന്തൈ കൊല്ലാതെടാ. ഉനക്ക് എന്ന പൈത്തിയം പിടിത്തു വിട്ടതാ3

കണ്ണമ്മ പ്രാകിയപ്പോൾ രേവമ്മ യാചിച്ചു

- അണ്ണാ, ഒരു അപ്പാവി പെണ്ണിടം ഇപ്പടി സെയ്യലാമാ? അവൾ എന്നുടയസഹോദരി.. തകാതെ സെയൽ അണ്ണ

- മദ്ദ അരുന്തിവിട്ടു ഏദമാത്തി ഉന്നുടയ തിരമൈയത് ഒരു പെണ്ണിടം കാട്ടുവത് എൻപത് ശരിയല്ല. നീ അഴിന്തതാൻ പോവായ്

കണ്ണമ്മയ്ക്കു മുന്നിൽ വിമലൻ പത്തി താഴ്ത്തി. അവർ അവളെയെടുത്തു. ചൂടുവെള്ളം കുടിപ്പിച്ചു. അതുവരെ കെട്ടിനിർത്തിയതെല്ലാം തകർന്നു.

- അമ്മാ... എന്റെ അമ്മാ

- എൻ മകളേ...

കണ്ണമ്മ അവളെ ചുറ്റിപ്പിടിച്ച നിറുകയിൽ ചുംബിച്ചു. രേവമ്മ ഒപ്പം കരഞ്ഞുപോയി കണ്ണമ്മയെ കെട്ടിപ്പിടിച്ച് അവൾ മനസ്സറിഞ്ഞു നില വിളിച്ചു. ആ മാറിൽ അവൾ തലതല്ലി .

---

3. എടാ നശിച്ചവനേ, ആ കുട്ടിയെ കൊല്ലാതെടാ. നിനക്കെന്താ പ്രാന്താണോടാ മുടിഞ്ഞവനേ

4. എന്റെ അണ്ണ, ഒരു പെണ്ണിനോട് ഇങ്ങനെ ചെയ്യാമോ. ഇവൾ എന്റെ അനിയത്തി. അരുതണ്ണ, അരുത്

5. കള്ളും കുടിച്ച് സാമർത്ഥ്യം കാണിക്കുന്നത് പെണ്ണിന്റെ പുറത്തല്ല, നീ നശിച്ചപോകുകയേയുള്ളൂ.

7. ആ കുഞ്ഞിനെ വേണ്ടെന്ന് വെക്കരുതോ

മൂടൽമഞ്ഞ് തളം കെട്ടിയ പര്യമ്പുറത്തിരുന്ന ജയശ്രീ ഓക്കാനിച്ചു. പുലർന്നു വരുന്നതേയുള്ളൂ, പക്ഷേ തണുപ്പിലും വയർ എരിപൊരി കൊണ്ടു. കുടലൊക്കെ പുറത്തു വരുന്നതുപോലെ. തന്റെ പരാക്രമം കണ്ടിട്ടും അയാൾ അനങ്ങുന്നില്ല. എഴുന്നേറ്റപ്പോൾ വേച്ചുപോയെങ്കിലും വായ കഴുകി. പായ വലിച്ചുതാഴെയിട്ടു ചുരുണ്ടു കൂടി. അല്പം ചൂടുവെള്ളം കിട്ടിയിരുന്നെങ്കിൽ... തലേ ദിവസത്തെ കലാപം കാരണം ഭക്ഷണം കഴിച്ചിരുന്നില്ല.

മയങ്ങിപ്പോയതറിഞ്ഞില്ല. കണ്ണമ്മയുടെ വിളികേട്ടാണ് ഉണർന്നത്.

- മക്കളൈ, എന്നാ പറ്റി?

- വയ്യമ്മേ....

അവർ അടുക്കളയിൽ പോയി ചായ തിളപ്പിച്ചു കൊണ്ടുവന്നു. അത് ഒരു കവിൾ കുടിച്ചപ്പോഴേക്കും വീണ്ടും ഛർദ്ദിച്ചു. വെറും വെള്ളം. കണ്ണമ്മ അവളുടെ മുഖം പിടിച്ചുനോക്കി. വയറ്റിൽ തടവി.

- മകളൈ... നീ അമ്മാവാകാൻ പോക്കിറായ്

അവർ അവളുടെ പുറം തടവി. തലയിൽ ചുംബിച്ചു. ജയ അവരെ ആഞ്ഞുപിടിച്ചു.

- വേണ്ട, അമ്മാ ഇനി അതു കൂടി താങ്ങാൻ വയ്യ. അമ്മാ, എനിക്കൊന്നു കിടക്കണം.

കണ്ണമ്മ അവളെ താങ്ങി. വാതിൽപ്പടിയിൽ നിൽക്കുന്ന വിമലൻ

- ഡേ, പാവി നീ അപ്പാവാകാൻ പോകിറത്. ഇനിയാവതു നല്ലവനാകമുയർച്ചി സെയ്[1]

അയാളിൽ ഭാവവ്യത്യാസം ഒന്നുമുണ്ടായില്ല.

* * *

---

1. എടാ, പാപി നീയൊരു അച്ഛനാകാൻ പോകുന്നു. ഇനിയെങ്കിലും നന്നാകാൻ നോക്ക്

റമ്മിന്റെ ഗന്ധവും കഞ്ചാവിന്റെ പുകയുമായി അന്ന രാത്രി വഷളൻ ചിരിയുമായി അടുത്തുവന്നു. ചുരുണ്ടുകൂടി കിടക്കുന്ന അവളെ മലർത്തിക്കിടത്തി. തടയാനാകും മുമ്പ് വസ്ത്രം മുകളിലേക്കു വലിച്ചുകയറ്റി വയറ്റിൽ അമർത്തി ചുംബിച്ചു. സ്നേഹപ്രകടനമല്ലെന്നു വ്യക്തമാക്കിക്കൊണ്ട് മുഖം താഴേക്കുതിർത്ത് ആഞ്ഞുകടിച്ചു. അവൾ നിലവിളിച്ചു ചുരുണ്ടുപോയി. തന്റെ മേലേയ്ക്കു പാഞ്ഞ അയാളെ തള്ളിമാറ്റി. അന്നത്തെ ദിവസം വേണ്ടത്ര ഭക്ഷണം പോലും കഴിച്ചിരുന്നില്ല. രേവമ്മ നിർബന്ധിച്ചു കഴിപ്പിച്ച അല്പം കഞ്ഞിയും കുറെ കട്ടംകാപ്പിയുമായിരുന്നു ആഹാരം.

- എനിക്കു തീരെ വയ്യ... നിങ്ങളെന്താണീ കാണിക്കുന്നത്

- എന്നാലും ഇത്രവേഗം നീ ഒപ്പിച്ചു കളഞ്ഞല്ലോടീ

പിന്നെപ്പറഞ്ഞത് വല്ലാത്ത അശ്ലീലമായിരുന്നു. അവൾക്കു പെരുത്തുകയറി.

- നിങ്ങൾ എന്തിനാണ് എം എ വരെ പഠിച്ചത്? നിങ്ങളുടെ ഫിലോസഫിയിലൊന്നും സ്നേഹമെന്നൊരു വാക്കില്ലേ

- സ്നേഹമോ.. അതൊക്കെ കവികളുടെ കല്പനകൾ. പ്ലേറ്റോണിക് ലവ്. ആദർശപ്രണയം. രമണന്റെ വനരോദനം. ലീലയുടെ ആത്മരതി. ഒടുവിൽ ആത്മഹത്യ. .... മാംസനിബദ്ധമല്ലാത്ത രാഗം. I believe in toxic, erotic love only

- നിങ്ങളെയും ഒരമ്മ പെറ്റതല്ലേ...

- ആണല്ലോ.. പെണ്ണുങ്ങൾക്കല്ലേ പെറാൻ കഴിയൂ. പക്ഷേ പെറീപ്പിക്കണമെങ്കിൽ ആണൊരുത്തൻ വേണമല്ലോ

വീണ്ടും അയാൾ വിക്രിയകൾ തുടർന്നു.

- എനിക്ക് വയ്യാന്നു പറഞ്ഞില്ലേ മനുഷ്യാ

അവൾ പ്രതിഷേധിച്ചു. ഒരു ഗ്ലാസിൽ മദ്യമൊഴിച്ച് കുറെ വെള്ളം ചേർത്ത് അയാൾ നീട്ടി.

- ഇതൊരു പെഗ് കഴിച്ചുനോക്ക്. എല്ലാ ക്ഷീണവും മാറും

- എനിക്ക് വേണ്ട...

- വാ, കുടിക്കെടീ...

അയാൾ അവളെ ബലമായി പിടിച്ചു കുടിപ്പിക്കാൻ ശ്രമിച്ചു. ആവുന്ന ശക്തിയോടെ അവൾ തുപ്പി. അയാളുടെ മുഖത്തും അതു വീണു.

- അത്രയ്ക്കായോ

അവളുടെ മുഖം ബലമായി പിടിച്ചടുപ്പിച്ച് ചുണ്ടുകളിൽ കടിച്ചു റം

തെറിച്ചവീണിടമൊക്കെ നക്കിത്തുടച്ചു. അതിനിടെ കൈകൾ കൊണ്ട് ഞെക്കിയുഴിഞ്ഞു. അവൾ കൈകളിൽ ആഞ്ഞു കടിച്ചു. മുടികുത്തിൽ വലിച്ച് അയാൾ അവളെ തറയിൽ വലിച്ചിട്ടു. അവൾക്കുമേൽ അയാൾ വീണു. അവളുടെ നിലവിളികൾ തൊണ്ടയിൽ തടഞ്ഞു.

* * *

വാതിൽക്കൽ മുട്ടുകേട്ടാണ് ജയശ്രീ എഴുന്നേറ്റത്. ക്ഷീണം കൊണ്ടു മയങ്ങിപ്പോയതാണ്. കതകുതുറന്ന അവൾ ഞെട്ടിപ്പോയി. സുഗതനും സരസേച്ചിയും. അവളെക്കണ്ട അവർക്കു വിശ്വസിക്കാനായില്ല. സരസ വന്നു അവളെ പുണർന്നു. നോക്കിനിൽക്കെ സുഗതന്റെ കണ്ണുകൾ നിറഞ്ഞൊഴുകി.

- കൊച്ചേ.. മോളമ്മേ

അയാൾക്കതു പൂർത്തീകരിക്കാനായില്ല. കുഞ്ഞുപെങ്ങളുടെ ഒരു നിഴൽ മാത്രമായിരുന്നു അവൾ. പാറിയ മുടിയിഴകളൊതുക്കി അയാൾ അവളെ ചേർത്തു നിർത്തി.

- എന്തൊരു കോലമാണു കൊച്ചേ ഇത്? നിനക്കെന്തു പറ്റി?

അവൾക്കു നിയന്ത്രണം വിട്ടുപോയി. ഇരുവരും താങ്ങിപ്പിടിച്ചതു കൊണ്ട് അവൾ താഴെ വീണില്ല എന്നുമാത്രം.

- കുഞ്ഞിച്ചായാ..

അവൾക്കു മുഴുമിപ്പിക്കാൻ കഴിഞ്ഞില്ല. നിലവിളി നിയന്ത്രിക്കാനായില്ല. സുഗതനും വിറങ്ങലിച്ചുപോയി. ആ രംഗത്തേക്ക് രേവമ്മ കയറിവന്നു. വിരുന്നുകാരെ വഴിയിൽ കണ്ടതാവാം. അവൾ വന്നപാടെ പ്രതിഷേധിച്ചു.

- എന്റെ അണ്ണാ, ഇത്ര നല്ല തങ്കച്ചിയെ ഈ കാട്ടാളന് എങ്ങനെ കൊടുക്കാൻ തോന്നി. എന്റെ ഈ അനിയത്തി ഇനി സഹിക്കാൻ ഒന്നുമില്ല.

രേവമ്മയുടെ സ്നേഹപ്രതിഷേധത്തിനു മറുപടി പറയാൻ സുഗതനും സരസയ്ക്കും കഴിഞ്ഞില്ല. രേവമ്മ ജയയുടെ മുഖം കഴുകിച്ച് മുടി കോതിയൊതുക്കി നിർബന്ധിച്ചു ചായ കുടിപ്പിച്ചു. കഥകളുടെ കെട്ടഴിഞ്ഞു വീണു.

- കുഞ്ഞിച്ചായാ, ചാച്ചൻ?

വിങ്ങലൊതുക്കി അവൾ ആരാഞ്ഞു

- വയ്യ കൊച്ചേ. വയസ് അറുപത് കഴിഞ്ഞില്ലേ. നിന്നെക്കുറിച്ച് എന്നും പറയും. ഇപ്പോഴവിടെ പാട്ടൊന്നുമില്ല. അമ്മയും തളർന്നുപോയി. കൊച്ചേ, നീയെന്താണ് ഒരു കത്തുപോലും എഴുതാഞ്ഞത്?

- ഞാനെന്താണ് എഴുതേണ്ടത്? എനിക്കു പരമ സുഖമാണെന്നോ. മരുമകൻ രാജകുമാരിയെപ്പോലെ വാഴിക്കുന്നെന്നോ. ചാച്ചന്റെ മോളമ്മ ഒരു ജയിൽ പുള്ളിയെപ്പോലെ കഴിയുന്നെന്നോ...

അവൾക്കു മുഴുമിപ്പിക്കാൻ കഴിഞ്ഞില്ല. സരസ അവളുടെ കണ്ണീരു തുടച്ചു. സുഗതൻ ഇതി കർത്തവ്യതാമൂഢനായി. അപ്പോഴാണ് കണ്ണമ്മ കയറിവന്നത്.

- മകളെ, ഉന്നുടയ ഉടൻപിറന്തവൻ അല്ലവാ...എന്ന ഇരുന്താലും നീങ്ങളെല്ലാം എന്ന മനിതർകൾ.. പൂപ്പോലെ ഒരു പെൺണൈ ഇന്ത മലൈ മേലെ കൊണ്ട് വന്ത് വിട്ട് ഒരു മുറൈ വിശാരിക്ക്[2] കൂട വരവില്ലയേ

സുഗതന് പ്രതിരോധമില്ലാതെ പോയി. കണ്ണമ്മ അവളെ തലോടി. രേവമ്മ കാപ്പി ഒരുക്കാൻ തുടങ്ങി. കണ്ണമ്മ പറഞ്ഞു.

- തമ്പി, അവൾ വകുത്തിൽ ഉണ്ടാക്കി ഇറുക്കിരാൾ... ഇങ്ങേനിരുത്താ വീട്ടിൽ കൊണ്ടുപോയി പാർ... ഇല്ലാവിട്ടാൽ ഇന്ത മഹാപാപി അതൈയും കൂട ഇല്ലാമൽ ആക്കിവിടുവാൻ[3]

സുഗതൻ തകർന്നുപോയി. പെങ്ങൾ മൂന്നുമാസം ഗർഭിണിയാണ്. ഏറെ ശുശ്രൂഷ വേണ്ട കാലമാണ്. പകരം അവൾക്കു ലഭിക്കുന്നത് താഡനങ്ങൾ. അയാളുടെ ഉള്ളം പൊരിഞ്ഞു. സരസുവുമായി വേറിട്ടു സംസാരിച്ചു. ഒരു കലഹം വേണ്ടെന്നും തന്ത്രപരമായി പെരുമാറണമെന്നും സരസു നിർദ്ദേശിച്ചു.

വൈകുന്നേരം വിമലൻ വന്നപ്പോൾ സുഗതൻ സമചിത്തതയോടെ സമീപിച്ചു. മുഖവുരയൊന്നു മില്ലാതെ തന്നെ പറഞ്ഞു.

- അളിയാ, ജയയെ കൊണ്ടുപോകുന്ന കാര്യം പറയാനാ വന്നത്. ചാച്ചൻ പറഞ്ഞു. പ്രസവം അവിടാക്കാമെന്ന്

- എന്തിന് സുഗതണ്ണ, ഇവിടെയും നല്ല ആശുപത്രിയൊക്കെയുണ്ടല്ലോ

- അതുപോര... ആദ്യപ്രസവമല്ലേ. അവിടെ അമ്മയുണ്ട്, സരസുവും. അടുത്താഴ്ച ഞങ്ങൾ വരും. അളിയൻ സമ്മതിക്കണം.

---

2. മോടെ ഉടപ്പിറന്നോനാ അല്ലേ? എന്നാലും നിങ്ങളൊക്കെ എന്തു മനുഷ്യരാണ്. തളിരു പോലൊരു കൊച്ചിനെ ഈ മലമൂട്ടിൽ കൊണ്ടിട്ട് ഒന്നു അന്വേഷിക്കാൻ പോലും വന്നില്ലല്ലോ

3. അനിയാ അവൾ വയറ്റിക്കണ്ണിയാണ്. ഇവിടെ നിർത്താതെ വീട്ടിൽ കൊണ്ടുപോയി നോക്ക്.ഇല്ലെങ്കിൽ ഈ മഹാപാപി അതും കൂടി ഇല്ലാതാക്കും.

എന്തോ അയാൾ എതിർത്തില്ല. രാത്രിവണ്ടിക്ക തന്നെ സുഗതനും സരസുവും പോയി. പെങ്ങളെ ചേർത്തുനിർത്തി ധൈര്യം പകർന്നിട്ടാണ് ഇറങ്ങിയത്. കണ്ണമ്മയുടെ വാക്കുകൾ സുഗതനെ പൊള്ളിച്ചു.

- എന്ന ഇരുന്താലും നീങ്ങളെല്ലാം എന്നാ മനിതർകൾ.

*　　　*　　　*

മൂടൽ മഞ്ഞിനെ കീറിമുറിച്ച് അവർ മലയിറങ്ങി.

- പോകുന്നതൊക്കെ കൊള്ളാം. ഇങ്ങോട്ടുതന്നെ തിരിച്ചുവരേണ്ട താണെന്ന് ഓർമ്മവേണം.

ഭീഷണിയുടെ സ്വരമായിരുന്നു വിമലന്റേത്. അവൾ ഒന്നും പറഞ്ഞില്ല. മടയിൽ നിന്നും രക്ഷപ്പെടുകയാണ്. കണ്ണമ്മയും രേവമ്മയും കരച്ചിലിനിടയിലൂടെ ചിരിച്ചു.

- മക്കളേ, സുഹപിരിസവമാകത്താൻ ഇറുക്കും. ഇന്ത അമ്മാ പ്രാർത്ഥിക്കിറേൻ... പോയി വാ മകളേ

ഒരു ചടങ്ങിന്റെ ഭാഗമെന്നോണം സുഗതനും സരസുവും ഗൗരിയും കൂടിയാണ് പോയത്. അവളെ രക്ഷിച്ചെടുക്കുകയായിരുന്നു ലക്ഷ്യം. പടിയിറങ്ങിയതിന്റെ ആറാം മാസം ജയശ്രീ സ്വന്തം വീടിന്റെ പടി ചവിട്ടി. അവളെ കണ്ടപ്പോൾ ചാച്ചൻ ഞെട്ടി വിറച്ചു ഒരടി പുറകോട്ടു വച്ചു. എച്ച്മി നെഞ്ചത്തു കൈവെച്ച് നിലവിളിച്ചു. വേച്ചു പോയ ചാച്ചന് ശബ്ദം പുറത്തു വന്നില്ല. മകളെ ചേർത്ത് പുൽകിയപ്പോൾ കാലിടറിപ്പോയി കസേരയിലേക്ക് വീണ സഖാവ് കുമാരന്റെ ചുണ്ടുകൾ വിറകൊണ്ടു. ചാച്ചന്റെ മടിയിൽ തലചായ്ച്ച് അവൾ അഭയം തേടി. വിറയ്ക്കുന്ന വിരലുകൾ മുടിക്കിടയിലൂടെ അരിച്ചുനടക്കുന്നതും അതിന്മേലേക്ക് കണ്ണീർ തുള്ളികൾ അടർന്നു വീഴുന്നതും അവളറിഞ്ഞു.

- എന്റെ പൊന്നേ.. എന്തു രൂപമാണിത്

എച്ച്മി മകളെ ചേർത്തുപിടിച്ച് വിലപിച്ചു. മോളമ്മയുടെ ഒരു ബാഹ്യരൂപം മാത്രമേ ഉണ്ടായിരുന്നുള്ളൂ. സകല ചേതനയും ഊർജ്ജവും ചോർന്നുപോയ ഒരു രോഗിണിയെപ്പോലെ ചടച്ചു പോയി. എച്ച്മി അവളെ ചേർത്ത് പിടിച്ച് അകത്തേക്കു പോയി.

സുഗതൻ തല കുമ്പിട്ട് തൂണിൽ ചാരി തിണ്ണയിലിരുന്നു. അച്ഛന്റെയും മകന്റെയും മനസ്സിൽ, സദാ ഒരുങ്ങി പാറി നടന്ന കുഞ്ഞുമോളുടെ പഴയ ചിത്രമായിരുന്നു. രാജകുമാരിയെപ്പോലെ പട്ടും സ്വർണ്ണവും ചാർത്തിവിട്ടവൾ. ഏറെ നിർബ്ബന്ധിച്ചിട്ടാണ് അവൾ സമ്മതിച്ചതു തന്നെ. ആറുമാസം

കൊണ്ട് അവൾ ഒരു ജീവച്ഛവമായിരിക്കുന്നു.

അന്നു വൈകുന്നേരം കുമാരൻ ഒരു പാട്ടുപാടി. പതിഞ്ഞ ശബ്ദത്തിൽ അധികമാരും കേൾക്കാതെ

വിശപ്പതി കഠിനത്താൽ

ചവർപ്പൊന്നും ഓർത്തിടാതെ

കാരയ്ക്ക പുളി നെൽഞ്ഞാറപ്പഴവും

വെളിച്ചേമ്പും പടൽചീനി

ഇവയെല്ലാം ഭുജിപ്പതും

മറപ്പതിനെനിക്കേറ്റം സങ്കടം തന്നെ

അതു പൂർത്തീകരിക്കാൻ സഖാവു കുമാരനു കഴിഞ്ഞില്ല. അയാൾ അത്രയ്ക്കും വൃദ്ധനായിക്കഴിഞ്ഞിരുന്നു.

* * *

എച്ച്മിയും ഗൗരിയും കൂടി പിറ്റേന്നു തന്നെ ജയയെ എൽ പുരം ആശുപത്രിയിൽ കൊണ്ടുപോയി. ഗർഭിണിയുടെ ആരോഗ്യാവസ്ഥയിലും ശരീരത്തിലെ തിണർപ്പുകളിലും ഗൈനക്കോളജിസ്റ്റ് ആശങ്ക പ്രകടിപ്പിച്ചു. ശരീരം നന്നാക്കാനുള്ള നിർദ്ദേശങ്ങൾ നല്കി. ഇല്ലെങ്കിൽ പ്രസവം ദുഷ്കരമാകുമെന്ന് ഓർമ്മിപ്പിച്ചു.

എച്ച്മി മകളെ തേച്ചുകുളിപ്പിച്ചു. പുന്നെല്ലരി കഞ്ഞിവെച്ചു കുടിപ്പിച്ചു. കഞ്ഞി കുടിക്കുമ്പോൾ അതിന്റെ ഉപ്പായി അവളുടെ കണ്ണുനീർ.

- കുഞ്ഞുമോളേ... എന്റെ കുഞ്ഞേ

ആയമ്മ അവളുടെ മുതുകു തലോടി

- ഇനിയെങ്കിലും ഈ കരച്ചിലൊന്ന് നിർത്ത്. എങ്ങനെയിരുന്ന കുഞ്ഞാണ്. എന്റെ പൊന്നുമോളെ ഇങ്ങനൊക്കെ ചെയ്യാൻ ആ ദ്രോഹിയോട് ചെയ്ത തെറ്റെന്താണ്?

- എനിക്കറിയില്ലമ്മാ...

അവൾക്കതു മുഴുമിക്കാൻ കഴിഞ്ഞില്ല. കിടന്നയുടൻ മയങ്ങിപ്പോയി. ഉണർന്നപ്പോൾ തന്നെ ഉറ്റുനോക്കി കട്ടിലിൽ ഇരിക്കുന്ന ചാച്ചൻ.

- മോളമ്മേ..

വിറയാർന്ന ശബ്ദം. സഖാവ് കുമാരന് പരിചിതമല്ലാത്ത വൈകാരിക ഭാഷ. അവൾ എഴുന്നേറ്റു ചാച്ചന്റെ മടിയിൽ തലചേർത്തു. മുടിയിഴകളെ തലോടിക്കൊണ്ട് പിതൃഹൃദയം തപിച്ചു.

- ചാച്ചനു തെറ്റിപ്പോയി, അല്ലേ മോളേ

- അങ്ങനെ പറയരുത് ചാച്ചാ... എന്റെ ചാച്ചൻ വിഷമിക്കരുതെന്നു കരുതിയാ ഞാൻ ഒന്നും പറ യാഞ്ഞത്.

- എന്റെ കുട്ടി ഒത്തിരി സഹിച്ചു, അല്ലേ? ഞാനെന്തു പ്രായശ്ചിത്ത മാണ് ചെയ്യേണ്ടത്

വൃദ്ധശബ്ദം ഇടറിപ്പോയി. അവൾ ചാച്ചന്റെ വായ പൊത്തി. ചാച്ചനെ കെട്ടിപ്പിടിച്ചു.

- എന്റെ ചാച്ചൻ അങ്ങനെ പറയരുത്. പറ്റിപ്പോയതല്ലേ. ചാച്ചൻ അറിഞ്ഞുകൊണ്ടു ചെയ്തതല്ല ല്ലോ.

- തെറ്റായിപ്പോയി. ആടിപ്പാടി നടക്കേണ്ട പ്രായത്തിൽ അടിയും ഇടിയും കൊണ്ട്.. എന്റെ രാജ കുമാരി ഇങ്ങനെയായിപ്പോയല്ലോ, മോളേ

- സാരമില്ല ചാച്ചാ.

അവൾ ഏങ്ങലടിച്ചു. ചാച്ചൻ അവളുടെ കണ്ണീര് തുടച്ച് നെറുകയിൽ ചുണ്ടമർത്തി. ആ ചുംബ നത്തിന് വല്ലാത്ത ചൂടായിരുന്നു.

* * *

ചെല്ലപ്പനും സാവിത്രിയും വന്നു. സുഗതൻ ആളെവിട്ട് വെളിച്ചപ്പാട് അമ്മായിയെ വിളിപ്പിച്ചു. സാവിത്രിക്ക് സഹിക്കാൻ കഴിഞ്ഞില്ല. മകളെ പ്പോലെ കരുതിയ പെൺകുട്ടിയുടെ കോലം കണ്ട് അവരും കരഞ്ഞു പോയി. സുഗതന് നിയന്ത്രിക്കാൻ കഴിഞ്ഞില്ല.

- ഇതോടെ എല്ലാം അവസാനിപ്പിക്കണം. അന്നേ ഞാൻ പറഞ്ഞതാ ഒന്നും ശരിയാവില്ലെന്ന്. അന്ന് എന്നെ കേൾക്കാൻ ചാച്ചനും അമ്മയ്ക്കും കഴിഞ്ഞില്ല. ഈഅമ്മായി ഒരുത്തിയാ അതിനു കാരണം.

- നീയൊന്ന് അടങ്ങു സുകു. കാര്യമെന്താണെന്ന് അറിയേണ്ടേ...

അമ്മായി ന്യായം പറഞ്ഞു. സുഗതന് കലിയിളകി.

- കൊച്ചിന്റെ ദേഹം കണ്ടാലറിയില്ലേ കാര്യമെന്താണെന്ന്. ഞങ്ങളാരും അവളെ നുള്ളി നോവിച്ചിട്ടില്ല. ആ കാട്ടാളൻ ആ കൊച്ചിനെ...

അവനു മുഴമിപ്പിക്കാൻ കഴിഞ്ഞില്ല.

- എനിക്കു രണ്ടെണ്ണം തിരിച്ചുകൊടുക്കാൻ അറിയാഞ്ഞിട്ടല്ല. പോലീസ് മുറയെടുക്കാനും അറി യാം. ആ കണ്ണമ്മയും രേവമ്മയും കൂടി ഇല്ലായിരുന്നെങ്കിൽ കൊച്ചിന്റെ ശവം എടുക്കേണ്ടിവ ന്നേനെ.

സുഗതന്റെ കണ്ഠമിടറി.

- എന്നാലും ഇടയ്ക്ക് പോയി ആരും ഒന്ന് അന്വേഷിച്ചില്ലല്ലോ.

എച്ച്മിയുടെ പരിഭവം. സുഗതൻ അമ്മായിയ്ക്ക് നേരെ തിരിഞ്ഞു.

- പത്തിൽ എട്ടുപൊരുത്തവുമായി ഈ തള്ളയാണ് വന്നത്. കള്ള ജോത്സ്യന്റെ കഥയുമായി ഈ കുടുംബത്തിൽ വന്നു കുഴപ്പമുണ്ടാക്കിയത് ഇവര് ഒറ്റ ഒരുത്തിയാ..

- സുഗതാ, നിർത്ത്... നമുക്കതിനൊരു പ്രതിവിധി വേണ്ടേ?

ചെല്ലപ്പൻ ഇടയ്ക്ക് കയറി. കുമാരനെ നോക്കി.

- പരിഹാരം വേണം. ഇനി മോളമ്മയെ തിരിച്ചു വിടുന്നില്ല... അവൾ ഇവിടെ നിൽക്കട്ടെ..

- പക്ഷേ ആ ദ്രോഹിയുടെ കുഞ്ഞ്

സുഗതന്റെ ശബ്ദമുയർന്നു

- അതങ്ങുവേണ്ടെന്നുവെക്കണം.

സുഗതൻ വിറച്ചു.

- സുകു...

കുമാരന്റെ ശബ്ദമുയർന്നു. പിതാവിന്റെ ഗദ്ഗദം.

- അതുവേണോ സുകു.

- എനിക്ക് കുഞ്ഞുങ്ങളില്ല. എന്നാലും ഒരു ഭ്രാന്തന്റെ സന്തതി വേണ്ട ചാച്ച.. അത് ശരിയാകില്ല.

സുഗതന് കലി അടങ്ങിയില്ല. സഖാവിന്റെ മുഖം ചുവന്നു. ആരും മിണ്ടിയില്ല.

8. ഇനിയൊരു പരീക്ഷണം വേണോ

ആദ്യ ജീവന്റെ തുടിപ്പിനെ ഇല്ലാതാക്കാൻ അവർക്കു കഴിഞ്ഞില്ല. തന്റെ ഗർഭപാത്രത്തെ ഊഷരമാക്കാൻ എന്തോ ജയശ്രീക്ക് സമ്മതമായിരുന്നില്ല. ജില്ലാ ആശുപത്രിയിലായിരുന്നു പ്രസവം. സ്വയം ആർജ്ജിച്ച തന്റേടം കൊണ്ടാവാം ഭയപ്പെട്ട അത്രയും വിഷമങ്ങൾ ഉണ്ടായില്ല.

നിറയെ മുടിയുള്ള പെൺകുട്ടിക്ക് രണ്ടരകിലോയോളം ഭാരമുണ്ടായിരുന്നു. ഇരുനിറം. സുഖമയക്കത്തിന്റെ ആലസ്യതയിൽ നിന്നുണരുമ്പോൾ കിടക്കക്കരുകിൽ ചേച്ചിയും അമ്മയും. കുഞ്ഞിനെ പൊതിഞ്ഞു പിടിച്ചിരിക്കുന്നത് ഭാനുവമ്മ. അവളുടെ കണ്ണുകൾ മറ്റാരെയോ തിരഞ്ഞു. കണ്ടില്ല, വരില്ല

- ജയമോളേ

ഭാനുവമ്മ നിറുകയിൽ തലോടി

- അവൻ വരും, വരാതിരിക്കില്ല

അവരുടെ നിസ്സഹായാവസ്ഥ വാക്കുകളിൽ പ്രകടമായിരുന്നു. അവൾ കണ്ണുകൾ ഇറുകെ അടച്ചപ്പോൾ മിഴിയോരം കവിഞ്ഞൊഴുകി.

പിറ്റേന്നു വിമലൻ വന്നു. എന്തൊക്കെയോ കുറെ സാധനങ്ങൾ കൊണ്ടുവന്നു. കുഞ്ഞിനെ നോക്കി വല്ലാത്തൊരു ചിരി.

- ഞാനൊരു അച്ഛനായി, അല്ലേ

അവളൊന്നും പറഞ്ഞില്ല. ആകെയൊന്നു നോക്കി. അഞ്ചു മാസത്തിനുശേഷം കാണുകയാണ്. കുറെ ചടച്ചതൊഴിച്ചാൽ മുഖഭാവത്തിനു മാറ്റമില്ല. കണ്ണു കുറെ കുഴിഞ്ഞിട്ടുണ്ട്, മുടി പിന്നെയും നീണ്ടിരിക്കുന്നു. അവളെ നോക്കി ചിരിച്ചു. കുറച്ചുനോട്ടെടുത്ത് അവളുടെ കൈയിൽ തിരുകി. പുറത്തേക്കിറങ്ങുമ്പോൾ സുഗതൻ ഒപ്പമിറങ്ങി. സരസു സുഗതനെ തടഞ്ഞു.

*　　　*　　　*

സുഗതനും ഗൗരിയും ചെല്ലപ്പനും സാവിത്രിയും 'വിമലഭവന'ത്തിൽ എത്തിയത് അനന്തരകാര്യങ്ങൾ ആലോചിക്കാനാണ്. ഭാനുവമ്മ അവർക്കു ചായ നല്കിയെങ്കിലും കുടിക്കണോ വേണ്ടയോ എന്നവർ സംശയിച്ചു. വിമലൻ മാറിയിരുന്നു.

- ഞങ്ങൾ വന്ന കാര്യം ഭാനുവമ്മയ്ക്ക് മനസിലായല്ലോ. രണ്ടിലൊരു തീരുമാനമുണ്ടാകണം.

ചെല്ലപ്പൻ തുടങ്ങിവെച്ചു. തുടർന്നത് സുഗതനാണ്

- നിങ്ങളായി കൊണ്ടുവന്ന ആലോചനയാണ്. ഞങ്ങൾ നടത്തി ത്തന്നുവെന്നേയുള്ളു. ഞങ്ങൾ പൊന്നുപോലെ വളർത്തിയതാണ്. അവൾക്കുമേൽ ഒരു പൂഴി വീഴാൻ ഞങ്ങൾ സമ്മതിക്കില്ല.

സുഗതൻ വികാരാധീനനായി. ഗൗരി ചോദിച്ചു.

- വിമലന് എന്തെങ്കിലും പ്രശ്നമുണ്ടായിരുന്നെങ്കിൽ അമ്മയ്ക്കെ ങ്കിലും പറയാമായിരുന്നു. ഒരു പെൺകുട്ടിയുടെ ജീവിതമാണ് തകർന്നു പോയത്.

- കുറെക്കാലം അവൻ ചില മരുന്നുകൾ കഴിച്ചിരുന്നുവെന്നത് സത്യമാണ്. അതിനുശേഷം കുഴപ്പമൊന്നും ഉണ്ടായിരുന്നില്ല. വിവാഹം കഴിഞ്ഞാൽ എല്ലാം ശരിയാകുമെന്നാണ് ഡോക്ടർ പറഞ്ഞത്.

- അതുശരി. നിങ്ങളുടെ മകനു മരുന്നായിരുന്നോ ഞങ്ങളുടെ കൊച്ച്? നിങ്ങൾ ഒരമ്മയല്ല സാവിത്രിയമ്മയുടെ ചോദ്യത്തിന് ഭാനുവമ്മയ്ക്ക് മറുപടി ഉണ്ടായില്ല.

- ചാച്ചൻ പറഞ്ഞുവിട്ടത് ഈ ബന്ധം ഒഴിയണമെന്നാണ്. കുഞ്ഞുമോളെ ഇനിയൊരു പരീക്ഷണത്തിന് വിടാനാവില്ല.

- അതു നടക്കത്തില്ല. എനിക്കു ജയയെ വേണം. ഞാനവളെ കൂട്ടി ക്കൊണ്ടുപോകും.

അതുവരെ നിശ്ശബ്ദനായിരുന്ന വിമലൻ ഇടപെട്ടു. സുഗതന്റെ ശബ്ദം ഉയർന്നു.

- എങ്ങോട്ടു കൊണ്ടുപോകുമെന്ന്. ഞങ്ങൾ വിട്ടാലല്ലേ കൊണ്ടുപോകൂ. വെറുതെ പ്രശ്നമുണ്ടാക്കരുത്.

- ഞാൻ കൂടി സമ്മതിക്കേണ്ടേ?

- നിന്റെ സമ്മതം ആർക്കുവേണം. ഒന്നും മിണ്ടാതിരുന്നത് ഞങ്ങളുടെ മര്യാദ.

സുഗതന്റെ ശബ്ദമുയർന്നപ്പോൾ ചെല്ലപ്പൻ സഖാവ് സുഗതന്റെ കൈയ്യിൽ പിടിച്ചു. ഒരു തീരുമാനവും ഉണ്ടായില്ല.

* * *

കുഞ്ഞിന് 'ആതിര' യെന്നു പേരിട്ടത് ചാച്ചനാണ്. ആദി. നിലാവു പോലൊരു പെൺകുട്ടി. വീട്ടിൽ എല്ലാവരുമുള്ളതിനാൽ ജയശ്രീയ്ക്ക് അധികം ആകുലപ്പെടേണ്ടി വന്നില്ല. പക്ഷേ മനസ്സിലെ സ്വപ്നഗോപുര ങ്ങളുടെ കടീരം അവളെ നോവിച്ചു കൊണ്ടേയിരുന്നു. എണ്ണയും കുഴമ്പും തേച്ചുള്ള 56 ദിവസത്തെ കുളിയും ലേഹ്യവും അരിഷ്ടവുമൊക്കെ അവളെ തേജസ്വിയാക്കി. അവൾ പഴയതിലും സുന്ദരിയായപ്പോൾ ആ വീടു തന്നെ പ്രകാശമാനമായി. താരാട്ടിന്റെ ഈണം അലയടിച്ചു.

ആതിരക്കുഞ്ഞേയുറങ്ങു നീ

ആരോമലായി വളർന്നുവായോ

അമ്മതൻ മോഹത്തിനൊപ്പമായി

ചന്ദ്രികാചർച്ചിതമായി വായോ

പഴയ ശീലുകൾക്ക് ആക്കം വെച്ചു

രണ്ടുമാസം കഴിഞ്ഞപ്പോൾ ഒരു ദിനം വിമലൻ അമ്മയോടൊപ്പം പ്രത്യക്ഷപ്പെട്ടു. അയാളിൽ മാറ്റം പ്രകടമായിരുന്നു. മുടി നീട്ടിയതു ചീകി വെച്ചിരിക്കുന്നു. ഷേവു ചെയ്ത് മുഖം മിനുക്കിയിരിക്കുന്നു. മെനയുള്ള വസ്ത്ര ധാരണം. പക്ഷേ കണ്ണുകളിൽ കൗശലത്തിന്റെ ഭാഷ പ്രകടമായിരുന്നു.

- ജയയെ കൊണ്ടുപോകണം.

- എങ്ങോട്ട്? വരാമെന്ന് അവൾ പറഞ്ഞോ

ചാച്ചന്റെ പരുക്കൻ ശബ്ദം. ഭാനുവമ്മ വിനീതയായി.

- വീട്ടിലേക്കാണു ചാച്ചാ. ഞാനവിടെ ഉണ്ടല്ലോ. മൂന്നാറിനു വിടുന്നില്ല.

അവർ കുഞ്ഞിനെ കൈകളിൽ എടുത്തു. വിമലൻ കുഞ്ഞിനെ ഉമ്മ വെച്ചു. പക്ഷേ അയാളുടെ കണ്ണുകൾ അവളുടെ മുഖത്തും ശരീരത്തിലു മായിരുന്നു. അവളുടെ നിറഞ്ഞ മാറിടത്തെ കൊതിയോടെ നോക്കി. സമവായ ചർച്ചകൾ ഏറെ നടന്നു. ഇടയ്ക്കിടക്ക് ഭാനുവമ്മയുടെ കണ്ണുകൾ നിറഞ്ഞൊഴുകി. വിമലനും വിഷാദഭാവത്തിലായി.

- ഭാനുവമ്മേ, കുഞ്ഞുമോൾ ഞങ്ങൾക്കൊരു ഭാരമല്ല. അവൾക്കു ണ്ടായ ദുരന്തം ഞങ്ങൾക്ക് പൊറുക്കാവുന്നതല്ല. ഇനിയൊരു പരീക്ഷ ണത്തിനു ഞങ്ങൾ തയ്യാറല്ല.

ചാച്ചന്റെ ഉറച്ച ശബ്ദത്തിനു മുന്നിൽ അവർ പതറി. അതു പൂർത്തീ കരിച്ചത് സുഗതനാണ്.

- കൊച്ചിനൊരു പ്രശ്നം വന്നാൽ അതു നോക്കാൻ ഞങ്ങളുണ്ട്. അവൾക്ക് വെറും 21 വയസ്സേ ആയിട്ടുള്ളൂ. ഇനിയും ഒരു ജീവിതം ബാക്കി യുണ്ട്.

- എന്തുപറഞ്ഞാലും ഇതു വിമലന്റെ കുഞ്ഞല്ലേ സുഗതാ. അതു വളരേണ്ടത് അവിടെയല്ലേ. അവനും വേണ്ടേ ഒരു ജീവിതം?

ഭാനുവമ്മയുടെ ശബ്ദം ഇടറി.

- കൊച്ചിന്റെ ജീവിതം വെച്ചുവേണോ കളിക്കാൻ?

- പററിയത് പറ്റി. ഇനി വരാതെ ഞാൻ നോക്കും.

അവർ നെഞ്ചത്തു കൈവെച്ചു. ചാച്ചൻ ജയശ്രീക്കു നേരെ നോക്കി.

- എങ്കിൽ മോളമ്മ പറയട്ടെ...

അവളുടെ മനസ്സിൽ പേമാരി. ചാച്ചന്റെയും കുഞ്ഞിച്ചായന്റെയും മുഖത്തു നോക്കാൻ ഭയപ്പെട്ടു. അവരുടെ കണ്ണുകളെ നേരിടാൻ അവൾക്കായില്ല. അവൾ ആദിയെ നോക്കി. നുണക്കുഴി കാട്ടി ചിരിക്കുന്ന കുഞ്ഞുനിലാവ്. സംഘർഭരിതമായ നിമിഷങ്ങൾ. എല്ലാവരും അവളെ നോക്കി. ആരുടെയും മുഖത്തുനോക്കാതെ അവൾ മൊഴിഞ്ഞു.

- ഞാൻ വരാം

എല്ലാവരും സ്തബ്ദധരായി. ചാച്ചന്റെ പുരികം ചുളിഞ്ഞു. സുഗതൻ പല്ലു ഞെറുമി. എച്ച്മി മകളെ അമ്പരപ്പോടെ നോക്കി നിന്നു.

- എല്ലാവരും പൊറുക്കണം

ജയശ്രീ മനസ്സിൽ കെഞ്ചി. അവൾ തലതാഴ്ത്തി. രണ്ട് തുള്ളി കണ്ണീർ അടർന്നു വീണു. ചാച്ചൻ കസേരയിലേക്കു ചാഞ്ഞു. സുഗതൻ തൂണിൽ ആഞ്ഞിടിച്ചു.

*　　　*　　　*

ഒരാഴ്ച പ്ലാച്ചേരിയിലെ വീട്ടിൽ. വിമലന്റെ നിർബന്ധവും വാഗ്ദാനങ്ങളും. വീണ്ടും കോളനി റോഡിലെ പഴയ ലാവണത്തിൽ. ആദിയെ കൈയിലാക്കിയ പൂങ്കുഴലി രേവമ്മ ചോദിച്ചിട്ടുപോലും കൊടുത്തില്ല. കണ്ണമ്മ അവളെ തൊട്ടുഴിഞ്ഞു ചോദിച്ചു

- എൻ മകളെ ഉന്നൈ പാർക്ക എവ്വളവു ഐശ്വര്യമാക ഇരുക്കിറായ്. ഇരുന്താലും എന്നമപടിവ് പിന്നീട് വീണ്ടും വന്തായ്[1]

- അമ്മാ, എന്തായാലും ആദിയുടെ അച്ഛനല്ലേ

- അത് അന്ത പിശാസുക്കും കൂടെ തോന്ന വേണ്ടയേ[2]

---

1. എന്റെ മോളെ നിന്നെ കാണാൻ എന്തൊരു ഐശ്വര്യമാണ്. എന്നാലും എന്തു കല്പിച്ചാണ് പിന്നെയും ഇങ്ങോട്ട് വന്നത്.

2. അത് ആ പിശാചിനും കൂടി തോന്നണ്ടേ!

പിന്നെ വിശേഷം പറച്ചിലുകളായി. രേവമ്മ അവളുടെ മുടി അഴിച്ചു ചീകി. മുടി നോക്കണം. ശരീരം നോക്കണം. കൊച്ചിനു പാലു കൊടുക്കാൻ വേണ്ടതൊക്കെ ചെയ്യണം തുടങ്ങി ഉപദേശങ്ങൾ. ഗൗരിചേച്ചിയേക്കാളും സ്നേഹസമൃദ്ധമായ പെരുമാറ്റം. രേവമ്മയുടെ തോളിൽ ചാരി

ജയശ്രീ പറഞ്ഞു.

- ചേച്ചിയൊക്കെ എത്ര ഭാഗ്യവതിയാണ്.

ചില ദിവസങ്ങൾ കുപ്പിയും പുകയുമില്ലാതെ കടന്നുപോയി. കുഞ്ഞിനെ എടുക്കാനോ ലാളിക്കാനോ അറിയില്ലെങ്കിലും വെറുതെ നോക്കി കിടക്കും. നവംബർ ദിനങ്ങളിൽ മൂന്നാറിൽ വെളിച്ചം അപൂർവ്വമായി തുടങ്ങി. സ്വെറ്ററിനുള്ളിലേക്കുപോലും തണുപ്പ് അരിച്ചെത്തുന്നു. തന്നെ കരവലയത്തിലൊതുക്കി ലാളിച്ചു തന്റെ കുളിരകറ്റുന്ന പുരുഷനെ അവൾ സങ്കല്പിച്ചുനോക്കി. ആ കരവലയത്തിൽ ഒതുങ്ങി മാറിൽ ചേർന്നുപറ്റുന്ന തന്നെയും. അതിനൊന്നും വിമലന്റെ വിദൂരസാദൃശ്യം പോലും ഉണ്ടായിരുന്നില്ല.

ആദിക്കു പാലുകൊടുത്തു കിടക്കുമ്പോഴാണ് വാതിലിൽ മുട്ടു കേട്ടത്

9. തങ്കമകളേ, നീ തപ്പിത്ത് പോയ് വിട്ടു

മരം കോച്ചുന്ന തണുപ്പിൽ കാലിൽ നില്ക്കാനാവാതെ വിമലൻ. അയാളെ താങ്ങിപ്പിടിച്ചുകൊണ്ട് മറ്റൊരാളും ഓട്ടോ ഡ്രൈവറും.

- പെങ്ങളേ, സാറിനിത്ര ജാസ്തിയായിപ്പോയി.

അയാളുടെ കണ്ണുകൾ തന്റെ മേൽ പരതുന്നതായി ജയശ്രീക്കു തോന്നി

- അകത്തു കൊണ്ടു കിടത്തണോ

- വേണ്ട

അവൾ അയാളെ താങ്ങി. തന്നെക്കൊണ്ടാവില്ലെങ്കിലും ഒരു തരത്തിൽ കിടപ്പുമുറിയിലെത്തിച്ചു. അസഹനീയമായ അറപ്പുള്ള ഗന്ധം. വികൃതമായ മുഖവും വസ്ത്രങ്ങളും. ചെളി പിടിച്ച പൊളിഞ്ഞ ഷൂസ് വലിച്ചുരുമ്പോൾ അവൾക്കു ഓക്കാനം വന്നു.

- പിന്നെയും തുടങ്ങി, അല്ലേ

അവൾ രോഷം മറച്ചുവെച്ചില്ല.

- ഒരു റിട്ടയർമെന്റ് പാർട്ടി

എന്നാണ് അയാൾ പറഞ്ഞതെന്നു തോന്നി. ബോധം കെട്ടു കിടന്ന് അയാൾ കൂർക്കം വലിച്ചു. അവൾ മകളെ അണച്ചുപിടിച്ചു. കമ്പിളി മൂടിയിട്ടും വിറച്ചു.

പിറ്റേന്നും അതാവർത്തിച്ചു. കൂടെ വന്നവൻ കിടപ്പുമുറിയിലേക്കു വിമലനെയും കൊണ്ടുപോകാൻ അവൾ അനുവദിച്ചില്ല. അയാളുടെ നോട്ടം ഒരു കഴുകന്റേതുപോലെയായിരുന്നു. ഒരു വിധത്തിൽ വിമലനെ ബാത്ത്റൂമിലെത്തിച്ചു ഷവറിനു താഴെ ഇരുത്തി. തണുത്ത വെള്ളം തലയിൽ വീണത് അയാൾ അറിഞ്ഞോ ആവോ.

അർദ്ധരാത്രിയായിക്കാണും, അയാൾ വന്ന് കുട്ടിയെ മാറ്റി

തനിക്കൊപ്പം കിടന്നു. കുട്ടിയെ ചേർത്തു പിടിച്ച് പ്രതിരോധിക്കാൻ ശ്രമിച്ചെങ്കിലും അയാൾ ചാടിവീണു. മാറിൽ അതിക്രമിക്കുമ്പോൾ അവൾ വേദനകൊണ്ടു പുളഞ്ഞു. അയാൾ അവളുടെ വായ പൊത്തി നിലവിളി തടഞ്ഞു. അയാളെ തട്ടിമാറ്റി തിരിഞ്ഞുകിടന്നപ്പോൾ പരാക്രമം പിന്നിലൂടെയായി. അയാളുടെ കരബലത്തിനു കീഴിൽ അവൾ കീഴടങ്ങിപ്പോയി. ആദിയുടെ കരച്ചിലിനൊപ്പം അവളുടെ നിലവിളിയും ചേർന്നു.

* * *

അടുത്ത ദിവസം വരുമ്പോൾ അയാളുടെ കൈയിൽ കുപ്പിയുണ്ടായിരുന്നു. വന്നപാടെ ഒരു കവിൾ അകത്താക്കി. അടുക്കളയിലായിരുന്ന അവളുടെ അടുത്തേയ്ക്ക് ഒരു സിഗരറ്റും പുകച്ച് എത്തി. വഷളൻ ചിരിയോടെ അവളുടെ മുഖത്തുനോക്കി മൊഴിഞ്ഞു.

- നീയൊരു സുന്ദരിയാ, അല്ലേടീ... ശെൽവൻ പറയുകയാ നീയൊരു അപ്സരസാണെന്ന്

- കണ്ടവന്മാരുമായി കൂടി... തോന്ന്യാസം പറയുന്നോ

- സുന്ദരിയാണെന്നു പറയുന്നതു തോന്ന്യാസമാണോടീ...നിന്റെ മുഖവും മുടിയും മുലയു മൊക്കെയല്ലേ എന്നെ വീഴിച്ചത്. പെറ്റുകഴിഞ്ഞപ്പം പെണ്ണങ്ങു തെളിഞ്ഞു

പിന്നിൽ നിന്ന് അയാൾ ചുറ്റിപ്പിടിച്ചു ബലമായി അവളുടെ കവിളിൽ കടിച്ചു. അവൾ അയാളെ തട്ടിമാറ്റാൻ ശ്രമിച്ചു. അയാൾ വീണ്ടും ബലം പിടിച്ചു. അവൾക്ക് കുതറിമാറാൻ ആയില്ല.

- ഓരോ ദിവസം ഓരോ കാര്യങ്ങൾ. നിങ്ങൾക്കു നാണമില്ലേ.

- നാണമോ. അപ്സരസോ അതോ യക്ഷിയോ

വഷളൻ ചിരിയോടെ അവളുടെ കെട്ടിവച്ചിരുന്ന മുടി വലിച്ചഴിച്ചു.

- യക്ഷികൾക്കാണിങ്ങനെ മുടിയുള്ളത്. മുടി അഴിച്ചിട്ട് അവർ ആണുങ്ങളെ വശീകരിക്കും.

അയാളുടെ ശബ്ദം മാറി. അയാൾ മുടിയിൽ ചുറ്റിപ്പിടിച്ചു. മുടി വലിഞ്ഞപ്പോൾ അവൾക്കു വല്ലാതെ നൊന്തു.

- ഛീ, വിട്..വിടാൻ

അവൾ അലറി. പാതകത്തിൽ ഇരുന്ന കത്തിയിൽ അവളുടെ കൈയെത്തി. പക്ഷേ അയാൾ അതു കൈക്കലാക്കി മുടിയിലെ പിടുത്തം മുറുക്കി. കുതറാൻ ശ്രമിച്ചു നടക്കാഞ്ഞപ്പോൾ അവൾ കൈയിൽ കടിച്ചു. അയാൾ അതു വക വെച്ചില്ല. കൈയിൽ ചുറ്റിപ്പിടിച്ച മുടിക്കെട്ടിനു മീതെ വെച്ച് അയാൾ അവളുടെ മുടി അറുത്തു. അവൾ അലറിക്കരഞ്ഞു നിലത്തു

വീണുപോയി. മുറിച്ചെടുത്ത മുടിയുമായി അയാൾ അലറിച്ചിരിച്ചു. അവൾ കിടന്ന കിടപ്പിൽ വാവിട്ടു കരഞ്ഞു. അയാളുടെ കഴുത്ത് അരിഞ്ഞു കളയാൻ തോന്നി. അപ്പോഴേയ്ക്കും ആദി നിലവിളിക്കാൻ തുടങ്ങി. അവൾ വളരെ ബദ്ധപ്പെട്ട് എഴുന്നേറ്റു.

കുഞ്ഞിനു പാലു കൊടുക്കുമ്പോഴും അവൾ നിശബ്ദം നിലവിളിച്ചു. കുറെ വീര്യം കൂടി നുണഞ്ഞ് ഒരു സിഗരറ്റും പുകച്ചുകൊണ്ടാണ് വിമലൻ മുറിയിലേക്ക് കയറിവന്നത്. അപ്പോഴാണ് അവളുടെ പാദസരം അയാളുടെ ശ്രദ്ധയിൽ പെട്ടത്

- ഹ... തള്ളയ്ക്കും കൊലുസ്സോ... നിനക്കെന്തിനാടീ ഈ പാദസര മൊക്കെ.. എന്തിനാടീ സൗന്ദര്യം കൂട്ടുന്നത്. ആരെ കാണിക്കാനാടീ കഴുവേറി.

അയാൾ ബലമായി കൊലുസുകൾ വലിച്ചൂരി. അവളുടെ പാദങ്ങൾ നീറി. ആദി ചേർന്നുകിടന്നതുകൊണ്ട് അവൾക്കൊന്നും ചെയ്യാനായില്ല. അയാൾ പാദസരങ്ങൾ വെട്ടരിവാൾ കൊണ്ട് കൊത്തി നുറുക്കി. അവൾ അലറിപ്പോയി. കുഞ്ഞിച്ചായന്റെ സമ്മാനമാണ് തകർത്തെറിയുന്നത്. തനിക്കേറെ പ്രിയപ്പെട്ട പാദസരങ്ങളുടെ മണികളും കണ്ണികളും മുറിയിൽ ചിതറിക്കിടന്നു. കണ്ണിൽ നിന്നു ചോരയൊഴുകി. അപ്പോഴും അയാൾ ചിരിച്ചുകൊണ്ടിരുന്നു. ഉന്മാദചിരി

*   *   *

പുറത്തിറങ്ങാൻ അവൾക്കു മടിയായി. കണ്ണാടിയിൽ നോക്കാൻ പോലും ഭയപ്പെട്ടു. അവളുടെ ഏറ്റവും വലിയ സമ്പത്തും സ്വകാര്യ അഹങ്കാരവുമായിരുന്നു നീണ്ടിടംപെട്ട മുടി. കുട്ടിക്കാലം മുതൽ അമ്മ താലോലിച്ചു വളർത്തിയ മുടി. കാച്ചെണ്ണ തേച്ചും താളിയിട്ടു കഴുകിയും അഷ്ടഗന്ധം പുകച്ച് ഉണക്കിയും ലാളിച്ചു വളർത്തിയ മുടി. രാജകുമാരി എന്നു ചാച്ചൻ വിളിക്കുന്നതിന്റെ ഒരു കാരണം ഈ മുടിയായിരുന്നു. പ്രസവ ശുശ്രൂഷാ കാലത്ത് ശരീരത്തിനെന്നപോലെ പ്രത്യേക പരിചരണം നല്കിയാണ് എച്ചമ്മി മകളുടെ മുടി കാത്തത്. അത്രമേൽ പ്രിയങ്കരമായ തന്റെ അന്തസ്സാണ് ഹോമിക്കപ്പെട്ടത്. സ്ത്രീത്വത്തിന്റെയും ആത്മാഭിമാനത്തിന്റെയും പൂർണ്ണമായ നിഷേധവും അവഹേളനവുമായിരുന്നു അത്. പരസ്യമായി വസ്ത്രാക്ഷേപം ചെയ്യപ്പെട്ടതിനു സമാനം.

ജയശ്രീക്ക് എഴുന്നേല്ക്കാൻ കഴിഞ്ഞില്ല. അവൾ നിശബ്ദം നിലിവിളിച്ചു. വന്നുകയറിയ രേവമ്മ ഞെട്ടിപ്പോയി.

- എന്നാ തങ്കച്ചി... എന്നാ ഒരു ദ്രോഹം ഇത്.

അവൾ ജയയെ താങ്ങിയെഴുന്നേല്പിച്ചു. അവളെ കെട്ടിപ്പിടിച്ച് ജയ

നിലവിളിച്ചു. രേവമ്മയുടെ കണ്ഠമിടറി. ഒരു പെണ്ണിന്റെ ആത്മാഭിമാനത്തിന്മേലുള്ള കടന്നാക്രമണമാണ്. ബലാത്സംഗത്തിനു തുല്യം

അന്നു വൈകുന്നേരം കണ്ണമ്മ വിമലനുനേരെ ഉറഞ്ഞുതുള്ളി.

- എടാ, നാസമാ പോനവനേ, ഇന്ത തങ്ക മകളോട് ഇപ്പടി ചെയ്യ എപ്പടി തോന്നിച്ചു. അന്തമുടിയയ് തുണ്ടാക്കിയപോലെ ഉന്നൈയും തുണ്ടാക്കവേണ്ടും. ഉന്നൈയും ഒരു അമ്മാതാണെടാ പെത്താൾ, മഹാപാപി. ഇന്ത പെൺ ഉനക്ക് എന്ന തീങ്ങുസെയ്യ്താൽ. ഉനക്കു സാപ്പാട്ടു പോട്ട താ.. കാട്ടുമിറാണ്ടിയെ, നീ മുടിന്തു പോവായ്[1]

എന്നിട്ട് അവർ ജയശ്രീക്കു നേരെ തിരിഞ്ഞു.

- തങ്ക മകളേ, നീ തപ്പിത്ത് പോയി വിട്ടു. ഇവൻ മനിതനേയല്ല. ഉന്നൈപ്പോലെ ഒരു നല്ല പെൺ കിടയ്ക്ക ഇവനുക്ക് തകുതി ഇല്ലൈ. നീ വീട്ടുക്കു പോയ് വിട്ടു. ഇല്ലാ വിട്ടാൽ ഉന്നൈയും ഉൻ കുഴന്തയെയും ഇവൻ കൊന്റ് വിടുവാൻ[2]

കണ്ണമ്മ അവനെ ശപിച്ചു. ജയയെ കെട്ടിപ്പിടിച്ച് അവളുടെ കണ്ണീരു തുടയ്ക്കുമ്പോൾ ആ മാതൃഹൃദയവും തേങ്ങി.

* * *

To be or not to be

That is the question

ചതിവിൽ കൊല്ലപ്പെട്ട പിതാവിന്റെ ഘാതകനെ കൊല്ലണമോ വേണ്ടയോ എന്ന ഹാംലെറ്റിന്റെ സന്ദേഹം. പ്രാർത്ഥനാ സമയത്ത് കൊന്നാൽ അയാൾ സ്വർഗത്തിൽ പോയാലോ എന്നതാണ് സംശയം. പഠിച്ച കാലം മുതൽ ജയശ്രീയുടെ സ്മരണയിൽ ഉള്ളതാണ് ഈ പ്രസിദ്ധവചനം. പക്ഷെ അത് ഒരിക്കലും തന്നെ സഹായിച്ചിട്ടില്ല.

അനീതിക്കെതിരെ പടപൊരുതിയ സഖാവു കുമാരന്റെ മകളാണു താൻ. എന്തിനാണു ഇത്തരമൊരു അടിമത്തം, അനുഭവിക്കുന്നത്?

---

1. എടാ നശിച്ചവനേ, എങ്ങനെ തോന്നിയെടാ ഈ പൊന്നുമോളോട് ഇങ്ങനെ ചെയ്യാൻ, ആ മുടി മുറിച്ചത് പോലെ നിന്നെ വേണം തുണ്ടമാക്കാൻ. നിന്നെയും ഒരമ്മ പെറ്റതല്ലേടാ മഹാപാപി. ഈ കുഞ്ഞ് നിന്നോട് എന്തു തെറ്റാണു ചെയ്തത്? വെച്ചുട്ടി നിന്നെ തീറ്റിച്ചതാണോ. കാട്ടാള, നീ മുടിഞ്ഞുപോകും.

2. പൊന്നുമോളേ, നീ രക്ഷപ്പെട്. ഇവൻ മനുഷ്യനല്ല. നിന്നെപ്പോലൊരു പെണ്ണിനെ ഇവൻ അർഹിക്കുന്നില്ല. നീ വീട്ടിൽ പോകൂ. ഇല്ലെങ്കിൽ നിന്നെയും കൊച്ചിനെയും ഇവൻ കൊല്ലും

വിചാരണയില്ലാത്ത ശിക്ഷ അനുഭവിക്കാൻ താൻ എന്തു തെറ്റാണു ചെയ്തു? എന്തിനാണ് ഈ വേട്ടയാടലിനു നിന്നു കൊടുക്കുന്നത്?

അന്നയാൾ വരുമ്പോൾ അയാൾക്കൊപ്പം അസഹ്യമായ ആ ഗന്ധവും ഉണ്ടായിരുന്നു. കുറെ ദിവസങ്ങളായി അയാൾക്ക് അത്താഴം ഇറങ്ങുന്നുണ്ടായിരുന്നില്ല. പുറത്തുനിന്നു കഴിച്ചു വന്നാൽ നേരെ കിടക്കയിലേക്കു വീഴുകയാണ് പതിവ്. കുളിച്ചെങ്കിൽ ആയി. അത്രമാത്രം. അവളും അത്ര ശ്രദ്ധിക്കാൻ പോയില്ല.

ആദിയെ നടുവിൽ കിടത്തി അവൾ പരമാവധി അകലം പാലിച്ചു കിടന്നു. കമ്പിളിക്കുള്ളിലാണെങ്കിലും തണുപ്പിന്റെ മുള്ളുകൾ തുളച്ചുകയറുന്നുണ്ടായിരുന്നു. അതിലുമേറെ മരവിച്ചതായിരുന്നു മനസ്.

ഒന്നു മയങ്ങിയപ്പോഴായിരുന്നു പരാക്രമം. തന്റെ മുകളിലേക്കു കയറാൻ ശ്രമിച്ച അയാളെ കഴിയുന്ന ബലം പ്രയോഗിച്ച് അവൾ തള്ളിമാറ്റി. പേശിബലത്തിൽ മുമ്പനായിരുന്ന അയാൾ മലർത്തിക്കിടത്തി അവളുടെ മുഖത്തേയ്ക്ക് അയാളുടെ ഉദ്ധരിച്ച നഗ്നസ്വരൂപത്തെ പ്രവേശിപ്പിക്കാൻ ശ്രമിച്ചു. എങ്ങനെയെന്നറിയില്ല. അവൾ കുതറിമാറി. അടുക്കളയിലേക്കോടി കത്തിയുമായി പാഞ്ഞുവന്നു.

- കൊല്ലും ഞാൻ...... നാറി... നിന്നെ ഞാൻ അരിയും. കുറെക്കാലമായി ഞാൻ അനുഭവിക്കുന്നു, ബാസ്റ്റാഡ്.

അപ്രതീക്ഷിതമായ പെരുമാറ്റത്തിൽ അയാൾ പതറി. അവളിൽ നിന്നു കത്തിപിടിച്ചു വാങ്ങുവാൻ ശ്രമം നടത്തി. അവൾ പിന്നാക്കമാഞ്ഞു കത്തി വീശി.

- കുറെക്കാലമായി ഞാൻ അനുഭവിക്കുന്നു. ചെറ്റേ നിന്റെ കളിപ്പാട്ടമാണോ ഞാൻ. കൊല്ലും ഞാൻ.

- അടുത്ത് വരരുത്.... എന്നെ തൊട്ടാൽ നിന്റെ കൊച്ചിനെ ഞാൻ വച്ചേക്കില്ല.

അയാൾ ആദിക്കു നേരെ നീങ്ങി.

- തൊടരുത് എന്റെ മോളെ തൊട്ടാൽ നിന്നെ അരിയും ഞാൻ. സഖാവ് കുമാരന്റെ മകളാണ് ഞാൻ. സഹിക്കുന്നതിനൊക്കെ ഒരു പരിധിയുണ്ടെടാ, ബാസ്റ്റാർഡ്.

ആദി നിലവിളിച്ചു. അയാൾ പിൻവാങ്ങി. കുഞ്ഞിനെ വാരി എടുക്കുമ്പോഴേക്കും കത്തി താഴെ വീണു. ആ തണുപ്പിലും അവൾ വിയർത്തു. അയാളുടേത് ആസൂത്രിത പദ്ധതിയായിരുന്നു. അവളുടെ വസ്ത്രങ്ങൾ അലമാരയിൽ നിന്നും വാരിവലിച്ചിട്ടു. വിവാഹ സാരിയും ഉടുപ്പുകളും

കൂട്ടിയിട്ട് അയാൾ തീ കൊളുത്തി. അതിലേക്ക് വിവാഹ ആൽബവും മറ്റും വലിച്ചെറിഞ്ഞു. അതിനു മുന്നിൽ നിന്ന് അയാൾ അട്ടഹസിച്ചു. അവൾ ചാടി എഴുന്നേറ്റ് കത്തി എടുക്കാൻ ഒരുങ്ങുമ്പോഴേക്കും അയാൾ അത് കൈക്കലാക്കി. അവളുടെ നേരെ പാഞ്ഞടുത്തു.

- പന്ന കഴുവേർടാ മോളെ... രണ്ടിനെയും ഞാൻ അരിയും. കളി എന്നോടു വേണ്ട. കൊന്ന് കൊക്കയിൽ തള്ളും ഞാൻ

ആ സൈക്കോപാത്തിന്റെ ഭീകരഭാവത്തിനു മുന്നിൽ അവൾ വിറച്ചുപോയി. ആദിയെ ചേർത്തു പിടിച്ച് അവൾ ചുരുണ്ടുകൂടി.

* * *

ആലോചിക്കും തോറും ജയശ്രീ അങ്കലാപ്പിലായി. എന്തിനാണ് ഇങ്ങനെയൊരു ജീവിതം. 21-ാം വയസ്സിൽ അമ്മയായി. ജീവിതത്തിന്റെ സുവർണ്ണ നാളുകളിൽ അതിക്രമത്തിന്റെ ഇരയായി ഒടുങ്ങുകയാണ്. അയാൾ നന്നാകുമെന്നോ, തനിക്കിനി ഒരു ജീവിതം ഉണ്ടാകുമെന്നോ പ്രതീക്ഷിക്കാൻ എന്താണുള്ളത്. ഓടിപ്പോകണമെന്ന് വച്ചാൽ വണ്ടിക്കൂലിക്കു പോലും പണമില്ല. ആദിയെ ഇട്ടിട്ടു പോകാൻ വയ്യ. വിനോദ സഞ്ചാരികളുടെ പറുദീസയായ മൂന്നാറിൽ താനൊരു തടവറയിലാണ്. കരഞ്ഞു തീർക്കാൻ ഒരു ജന്മം. എങ്ങനെ പുതുച്ചിറയിലേക്ക് പോകും. ചെന്നാൽ അവർ തിരസ്ക്കരിക്കുകയില്ല, പക്ഷേ എങ്ങനെ ജീവിക്കും.

അടുക്കളപടിയിൽ നിന്ന് അവൾ എഴുന്നേറ്റു അതിവിശാലമായ തേയില പന്തികൾ ചക്രവാളത്തിലേക്കു പരന്നു കിടക്കുകയാണ്. അങ്ങേയറ്റം വരെയുള്ള പുകമഞ്ഞിൽ ഏതൊരാളും ആനന്ദിക്കേണ്ടതാണ്. പക്ഷേ ജയശ്രീയുടെ ഉള്ളം പുകയുകയായിരുന്നു. അവളുടെ തലയിൽ ഒരു വിസ്ഫോടനം നടന്നു.

വിമലന്റെ പഴയ സ്യൂട്ട്കേസ് അവൾ തുറന്നു. പഴയ ഒ.പി.ടിക്കറ്റിനൊപ്പം കണ്ട മരുന്നിന്റെ സ്ലിപ്പെടുത്തു Lithium carbonate ന്റെ നാലു ഗുളികകൾ അവശേഷിക്കുന്നുണ്ട്. അതുനാലും തുറന്നെടുത്തു. ഒരുമിച്ചുതന്നെ വായിലേക്കിട്ടു. ആവോളം വെള്ളം കുടിച്ചു. കട്ടിലിൽ കിടന്നു. ആദിയെ ചേർത്തു പിടിച്ചു. മിനിട്ടുകൾ ഇഴഞ്ഞുനീങ്ങി.

താനിപ്പോൾ വല്ലാത്തൊരു ലോകത്താണ്. വിചിത്ര ജീവികൾ ഇഴഞ്ഞുനടക്കുന്ന അനന്തമായ ലോകം. താൻ അർദ്ധശരീരിയായി അതിലേ പറന്നു നടക്കുകയാണ്. കാണുന്നതിലൊന്നും മനുഷ്യരൂപങ്ങളില്ല. തനിക്കുനേരെ പറന്നു വരുന്ന ജീവികൾക്കു പ്രത്യേക ഷെയ്പ്പില്ല.

ജയശ്രീ അലറാൻ ശ്രമിച്ചു. കട്ടിലിൽ നിന്നു എഴുന്നേല്ക്കാൻ നോക്കി. കഴിയുന്നില്ല. താൻ ഏതോ ഗർത്തത്തിലേക്ക് ആഴ്ന്നു പോവുകയാണ്.

കുഞ്ഞിനെ ചേർത്തു പിടിക്കാൻ കൈകൾക്കു ബലമില്ല. താൻ പിടിവിട്ടു ഊർന്നു പോവുകയാണ്.

കണ്ണു തുറന്നു നോക്കുമ്പോൾ കാണുന്നത് അടുത്തിരിക്കുന്ന കണ്ണമ്മയുടെ മുഖമാണ്. കൈയിൽ തപ്പിയപ്പോൾ Canila. ട്രിപ്പ് ഇട്ടിരിക്കുകയാണ്. താൻ ആശുപത്രികിടക്കയിലാണ്. കണ്ണമ്മ അതുവരെ കരയുന്നത് താൻ കണ്ടിട്ടില്ല. പക്ഷെ ആയമ്മയുടെ കവിളുകളിൽ രണ്ടു ചാലുകൾ. അടുത്തു നില്ക്കുന്ന രേവമ്മയുടെ തോളിൽ തന്റെ കുഞ്ഞ്

- ന്നാലും മകളേ... നീ എപ്പടി പാവത്താനാ..

അവർ അവളുടെ തലയിൽ തലോടി. ആ കുളിരിൽ അവൾ കണ്ണടച്ചു. മരണവും തന്നെ തോല്പിക്കുകയാണോ?

10. വാഴ്ക്കൈയിൽ അള്ളിപ്പിടുത്ത് മുന്നേറവേണ്ടും

ഒരു മാസം കഴിഞ്ഞിട്ടുണ്ടാവില്ല. ജയശ്രീ വീണ്ടും ഛർദ്ദിച്ചു. അവൾക്കതു വിശ്വസിക്കാനായില്ല. ഇവിടെ വന്നിട്ട് നാലഞ്ചുമാസമായിരിക്കുന്നു. പീരിയഡ്സ് ക്രമമായിരുന്നില്ല. അയാളുടെ ഭ്രാന്തുകൾക്കായി നിശബ്ദം നിശ്ചേഷ്ടയാകുമ്പോൾ ഇങ്ങനെയൊരു ദുരന്തം ആവർത്തിക്കുമെന്നു നിനച്ചില്ല. അതോർത്തപ്പോൾ വീണ്ടും ഓക്കാനിച്ചു. അകം വേവുകയായിരുന്നു. മുഖം കഴുകി തിരിയുമ്പോൾ മുന്നിൽ കണ്ണമ്മ.

- വീണ്ടും ഉന്നൈ ഏമാറ്റി വിട്ടാനാ മകളെ? എതർകാക അന്ത വിഷപാമ്പിൻ കുഴന്തൈകളൈ ഇപ്പടി മീണ്ടും മീണ്ടും പെത്തു കൊടുക്കിരായ്. നീ എൻ ഇപ്പടി പഞ്ചപാവം ആനായ്, കഷ്ടം[1]

- എന്റെ അമ്മാ... ഞാനെന്താ ചെയ്യ?

- തമിഴനെന്നു ചൊല്ലെടാ, തലയുയർത്തി നില്ക്കെടാ എന്നൊരു ചൊല്ലുണ്ട് നമ്മ ഉയിരിൽ. അടി ച്ചാൽ തിരിച്ചടിപ്പേൻ.. അപ്പടി നീയും സൊല്ലവേണ്ടും. പെൺ എന്റ്ശൊല്ലവേണം, തലൈ ഉയർത്തി സൊല്ല വേണ്ടും... ഏതർക്കു ഇപ്പടി ഒരു സാത്താണിന് കൂട വാഴനം.[2]

കണ്ണമ്മ അവളെ ചേർത്തുനിർത്തി പുറം തടവിക്കൊണ്ടു പറഞ്ഞു

---

1. പിന്നെയും പറ്റിച്ചോ മോളേ? എന്തിനാ ആ മൂർഖന്റെ കുഞ്ഞുങ്ങളെ ഇങ്ങനെ പെറ്റുകൂട്ടുന്നത്.? നീ എന്താണ് ഇത്ര പഞ്ചപാവം ആയിപ്പോയത്, കഷ്ടം

2. അപ്പടി നീയും പറയണം, പെണ്ണെന്നു പറയണം. തല ഉയർത്തി നിൽക്കണം. എന്തിനാ ഇതു പോലൊരു സാത്താന്റെ കൂടെ?

3. അനുഭവം കൊണ്ടു പറയുകയാണ് മോളേ. ഒരുത്തർക്കും വിധേയമാകാതിരിക്കുകയാണ് നല്ലത്. സ്വന്തം കാലിൽ നിൽക്കണം. സ്വയം അദ്ധ്വാനിച്ചുണ്ടാക്കുന്ന ഫലം അനുഭവിക്കുന്നതിലും വലിയ സുഖമില്ല.

4. ഒന്നിനെയും നമ്പരുത്. അത്മാഭിമാനം പണയം വെച്ചു ജീവിക്കുകയും അരുത്

- മകളേ, അനുപവത്തിൽ ഇരുന്ത് സൊൽകിറേൻ. യാറുക്കും അടിപണിയാമൽ ഇരുപ്പതു താൻ നല്ലതു. സൊന്തം കാലിൽ നിൽക്ക വേണ്ടും, സ്വയമാക സമ്പാദിത്തു അനുഭവിത്ത് വാഴ്വതൈ വിടവേറു സുഖം ഏതുമില്ലൈ[3]

പതിനെട്ടാം വയസിൽ വലിയ പ്രതീക്ഷകളോടെ ചെന്നു കയറിയ ഭർതൃഗൃഹം തടവറയാണെന്നു മനസ്സിലാക്കിയപ്പോൾ, അവിടെ അടിമപ്പണിക്കാണു താൻ നിയോഗിക്കപ്പെട്ടതെന്നു തിരിച്ചറിഞ്ഞപ്പോൾ ഇറങ്ങിപ്പോന്നവളാണ് കണ്ണമ്മ. ഭർത്താവ് കുപ്പസ്വാമിയോട് ഒപ്പം വരുന്നോ എന്നു ചോദിച്ചപ്പോൾ അയാൾക്കു മാമിയും മാമനും അപ്പായുമായിരുന്നു പ്രധാനം. താൻ ഒറ്റപ്പെടുന്നു എന്ന് തിരിച്ചറിഞ്ഞപ്പോൾ, തന്റെ ശരീരത്തിനും മനസ്സിനും അവിടെ ഉതകുകയില്ലെന്ന് വ്യക്തമായപ്പോൾ കൈയിൽ കിട്ടിയതുമായി പടിയിറങ്ങി. അന്ന് 30 വയസ്. ശെന്തിൽ അന്ന് വയറ്റിലുണ്ട്. എവിടെയെല്ലാം, എന്തെല്ലാം ജോലികൾ, ചെറുപ്പത്തിന്റെ വെല്ലുവിളികൾ. എല്ലാറ്റിനെയും നേരിട്ടു. മകൻ ഇഷ്ടപ്പെട്ട പെണ്ണിനെ പരിണയിച്ചപ്പോൾ അവർക്കൊപ്പം നിന്നു. ശെന്തിലിനും രേവമ്മയ്ക്കും കണ്ണമ്മയ്ക്കപ്പുറം ഒരു വാക്കില്ല. അമ്മ അവർക്കു കാവൽ ദൈവമായി

- ഏതൈയും സുഖമറിയാതൈയയും പണയം വെയ്ക്ക് വാഴാതെ[4]

*　　　　*　　　　*

എന്തോ പരതി കാണാഞ്ഞതിന് അയാൾ ഒച്ച വെച്ചു. തെറിവിളിച്ചു. ഇരുന്നതെല്ലാം വാരിവലിച്ചു താഴെയെറിഞ്ഞു.

- എടീ, പുന്നാരമോളേ, എന്റെ പേഴ്സ് എവിടെ, നീയെടുത്തോ....

ഒന്നും മറുപടി പറയാതെ അയാളെ രൂക്ഷമായി നോക്കി. ആ നോട്ടം തന്നെ അയാൾക്കിഷ്ടമായില്ല..

- എവിടെയാന്നാ, ചോദിച്ചത്.

- ഞാനെങ്ങനെ അറിയാൻ... കുടിച്ചു കൂത്താടി എവിടെങ്കിലും കൊണ്ട് ഇട്ടുകാണും.

- കുടിച്ചുകൂത്താടാൻ നിന്റെ തന്തവകയൊന്നും ഞാനെടുത്തില്ലല്ലോ.

- അതിന്റെ കുറവുകൂടിയേ ഉള്ളൂ.

- എനിക്കതു കിട്ടിയേ തീരൂ... എന്റെ പേഴ്സ്

അലറി തെറി വിളിച്ച് വിളമ്പി വെച്ചതുപോലും കഴിക്കാതെയാണ് ഇറങ്ങിപ്പോയത്. തലേന്ന് ഊരിയെറിഞ്ഞ പാന്റ്സ് എടുക്കുമ്പോഴാണ് അതിന്റെ ഉള്ളറയിൽ നിന്നും അയാളുടെ തടിച്ച പേഴ്സ്

അവൾ കണ്ടത്. പഴക്കം ചെന്ന അതിന്റെ പ്രധാന അറയിൽ കുറെ നോട്ടുകളും ഏതാനും ചില്ലറയും. മടക്കു നിവർത്തിനോക്കിയ ചെറിയ ഉറയിൽ ആധാർ കാർഡും ഐഡന്റിറ്റി കാർഡും. അതിനും ഉള്ളിലെ അറയിൽ നിന്നാണ് പലതായി മടക്കിയ ചില എഴുത്തുകളും അതിൽ നിന്നും രണ്ടു ഫോട്ടോകളും താഴെ വീണത്. ഒരു ചിത്രം അയാളുടെ ഇളയ മാമി അനിതയുടേതാണ്. മറ്റേത് പേരമ്മയുടെ മകൾ ലതയുടേത്. അതോടൊപ്പമുള്ള ഒരു കത്ത് അവൾ മടക്കുനിവർത്തി. രണ്ടരവർഷം മുമ്പത്തേതാണ്.

'കൊച്ചുകള്ളാ' എന്നു തുടങ്ങുന്ന കത്തിൽശൃം ഗാരത്തിന്റെ ആസക്തി മുറ്റി നിന്നിരുന്നു. അവർ തമ്മിലുണ്ടായിരുന്ന ശരീരബന്ധ ത്തിന്റെ അറപ്പുളവാക്കുന്ന സൂചനകൾ. കല്യാണം കഴിഞ്ഞാലും തന്നെ മറക്കരുതെന്ന അപേക്ഷ..

ജയശ്രീ ചൂളിപ്പോയി. അനിത അയാളുടെ അമ്മായിയാണ്. സർക്കാർ ഉദ്യോഗസ്ഥയാണ്. അയാളെക്കാളും നാലഞ്ചു വയസ് മൂത്തതാണ്. പലപ്പോഴും അയാളോടു കാണിക്കുന്ന അടുപ്പം ഒരു അമ്മ ഭാവമാണെ ന്നാണു കരുതിയത്. എന്നാൽ ഈ കത്തും അതിലെ ഭാഷയും അവളിൽ അറപ്പുളവാക്കി.

മാതൃസഹോദരീപുത്രനുമായി കേളിയാടുന്ന മകൾ

സ്വന്തം പെങ്ങളുമായി രമിക്കുന്ന ആങ്ങള...

അതൊന്നും ഉൾക്കൊള്ളാൻ അവൾക്കായില്ല. ഇരുന്നപടി കുറെനേരം കടന്നുപോയി. ആദി ഉണർന്നു കരഞ്ഞപ്പോഴാണ് ഞെട്ടി യുണർന്നത്. അവളെയെടുത്ത് പാലുകൊടുത്തപ്പോൾ മുല ചുരന്നില്ല. കുഞ്ഞു പിന്നെയും കരഞ്ഞപ്പോൾ അവൾ പുറത്തുകൊട്ടി തലോടി. പതിയെ ചുരന്നപാൽ വലിച്ചു കുടിക്കുമ്പോൾ അവൾ ആദിയുടെ മുഖത്തേക്കു നോക്കി. നുണക്കുഴി വിരിയിച്ച് ആദി ചിരിച്ചു. കുറെ നേരം അവളെ നിർന്നിമേഷയായി നോക്കി. മുഖം തുടച്ച് ഇരു കവിളിലും ചുംബിച്ചു.

അടുക്കളയിൽ ചെന്ന് മണ്ണെണ്ണയിരുന്ന ചെറിയ കാൻ അവൾ തുറന്നു. ആദിയുടെ മുഖത്തേക്കു നോക്കിയപ്പോൾ കണ്ണുകൾ എരിഞ്ഞു.

- മോളേ, നമ്മുക്ക് മരിക്കാം... ഈ അച്ഛന്റെ അടുത്തുവിട്ട് എനിക്ക് ഒറ്റയ്ക്കു പോകാൻ വയ്യ..

- മ്മാ...

- നമ്മുക്കു മരിക്കാം മോളേ...

- ണ്ട...മ്മാ...

ഒന്നരവയസ്സുകാരിയുടെ മുഖത്തു ചകിതഭാവം. അവൾ അമ്മയെ ഇറുകെ പിടിച്ചു. അമ്മ മണ്ണമ്മ കാൻ കമിഴ്ത്താനൊരുങ്ങവേ ആദി നിലവിളിച്ചു. പ്രാണഭീതിയിലുള്ള ആ കരച്ചിലിൽ അവൾ ദുർബ്ബലയായി. ആദിക്കൊപ്പം അവളും അലറിക്കരഞ്ഞു. തിരിച്ചിറങ്ങുന്ന കടലലപോലെ അവൾ ആടിയുലഞ്ഞു.

* * *

പിന്നെ കഴിഞ്ഞത് ഏറെ കരുതലോടെയാണ്. ഉള്ളിൽ മറ്റൊരു ജീവൻ കൂടി വളരുന്നതിന്റെ ആധി. അതറിഞ്ഞപ്പോൾ അയാളുടെ വഷളൻ ചിരി ഉയർന്നു.

- ആണ്ടിലാണ്ടിൽ പെറ്റ കൂട്ടുകയാണു നീ?

- നിങ്ങളൊന്നും അറിയാതെയാണോ?

- ഞാനെന്തറിയുന്നു.. എനിക്കു വെളിവില്ലല്ലോ

- വെളിവില്ലാതെ കാട്ടിക്കൂട്ടുന്നതിന്റെ ഫലം അനുഭവിക്കുന്നത് ബാക്കിയുള്ളവരാണ്

- നീയെന്തനുഭവിക്കുന്നു. കൊണ്ടുവരുന്നത് തിന്നുതീർക്കുന്നതല്ലാതെ..

അവൾക്ക് പെരുത്തുകയറി. എന്തനുഭവിക്കുന്നു? യൗവ്വന കാമനകളെ മുഴുവൻ പണയം വെച്ച് ഒരു സൈക്കോയുടെ കാമചേഷ്ട കളുടെ കളിപ്പാട്ടമായി കഴിയുന്ന അനുഭവം! നാലുവർഷങ്ങൾക്കിടയിൽ, ഒരു ജന്മത്തിന്റെ മുഴുവൻ ദുരന്തങ്ങൾ പേറുന്ന തന്നോടുള്ള വികൃത ചോദ്യം. സ്വന്തമായി ഒരു രൂപപോലും കൈയ്യിലില്ലാതെ ഒരു ഭ്രാന്തന്റെ പാരസൈറ്റായി കഴിയുന്ന തനിക്ക് എന്ത് അന്തസ്സാണുള്ളത്. സർക്കാ രുദ്യോഗത്തിന്റെ പ്രൗഢിയിൽ ഭ്രമിച്ച തന്റെ കുടുംബക്കാരോടുപോലും അവൾക്കു കലി തോന്നി. പുരുഷാധിപത്യ ഗർവ്വിനോടുമാത്രമല്ല, സകല ആണുങ്ങളോടും ദ്വേഷം ജ്വലിച്ചു.

- തിന്നു തീർക്കുന്നതിന്റെ നാലിരട്ടിക്ക് നിങ്ങളുടെ കോമാളിത്തര ത്തിനു കിടന്നു തരുന്നില്ലേ

- വേണമെടി, വേണം. കൂലി തരുന്നുണ്ടെങ്കിൽ അതിനുള്ള വേലയും ചെയ്യണം. നിന്നെ അനുഭവിക്കാൻ തന്നെയാടി കെട്ടിയെടുത്തത്. വെറുതെ പെറ്റ കൂട്ടിയാൽ പോര

- ഈ വിഷപാമ്പിന്റെ കുഞ്ഞുങ്ങൾ തന്നെയാണ്.

- ഒവ്വ.. ഈ കൊച്ചിന്റെ മുഖത്തേയ്ക്കൊന്ന് നോക്കെടീ. എനിക്കെ വിടാടീ നുണക്കുഴിയുള്ളത്?

ഇടിവെട്ടേറ്റ പോലെ ജയ നിന്നാടി. അവളുടെ തൊണ്ട വരണ്ടു.

പിടികളെല്ലാം വിട്ടുപോയി.

- തനിക്കു മുഴുഭ്രാന്താണ്.

- അതേടീ... എനിക്കു മുഴുഭ്രാന്താണ്. അതിനുള്ള തെളിവുണ്ട്. നിന്നെ കൊന്നാലും ഞാൻ രക്ഷപെടും.

- എങ്കിൽ കൊല്ലെടാ അതാണ് ഇതിലും ഭേദം

അവൾക്ക് നിലവിട്ടു. അയാളുടെ നേരെ പാഞ്ഞു ചെന്നു.

- കൊല്ലെടാ...... കൊന്നു തിന്നെടാ നായെ

അവൾ ഉടുപ്പിന്റെ മുൻവശം വലിച്ചു കീറി. അയാൾക്കു നേരെ മുന്നിൽ നിന്ന് അലറി.

- ഇതല്ലേ നിനക്ക് വേണ്ടത്. പെൺശരീരം. ഇത് നിന്റെ ഒടുക്കത്തെ തീറ്റിയാകും. ഒരു പെണ്ണിനോടും നീയിനി ഇങ്ങനെ ചെയ്യരുത്.

അവൾ അയാളുടെ തലയിൽ അള്ളിപ്പിടിച്ചു മുഖത്തു നഖങ്ങൾ ഇറക്കി മാന്താൻ ശ്രമിച്ചു. പിന്നാക്കം മാറിയ അയാൾ അവളെ ആഞ്ഞടിച്ചു. അവളുടെ മൂക്കിൽ നിന്നും ചോരചീറ്റി. നിലവിട്ടു അവൾ താഴേക്കു വീണു. അയാൾ അവളെ ആഞ്ഞു തൊഴിച്ചു. അടിവയറ്റിലേറ്റ തൊഴിയിൽ അവൾ ചുരുണ്ടുപോയി. ഉള്ളിലെ ഭ്രൂണം തെറിച്ചുപോയോ എന്നു പോലും ശങ്കിച്ചു. അലർച്ചയുടെ ശബ്ദം മഞ്ഞിനെയും കീറിമുറിച്ചു.

- കൊന്നുകളയും... പുന്നാരമോളേ

അയാൾ അടുക്കളയിലേക്കു ഓടി. വെട്ടുകത്തിയുമായി തിരിച്ചെത്തി. വീശാനൊരുങ്ങുമ്പോൾ ആ കൈയ്യിൽ മറ്റൊരു പിടി വീണു. ശെന്തിലിന്റെ ശക്തമായ പിടിയിൽ കത്തി തെറിച്ചുപോയി

- താനാരാന്നാ തന്റെ വിചാരം. ഇന്നാട്ടിൽ ചോദിക്കാൻ ആളില്ലെന്നു കരുതിയോ. അടിച്ചാൽ തിരിച്ചടി കിട്ടില്ല എന്ന ഉറപ്പുകൊണ്ടല്ലേ തന്റെ അഹങ്കാരം.

ശെന്തിലിന്റെ ഈ ഭാവം ആദ്യം കാണുകയാണ്. വിമലൻ കാറിത്തുപ്പി അയാൾക്കുനേരെ അടുത്തു.

- നീയാരെടാ പന്നീ... നിനക്കെന്താ ഇവിടെ കാര്യം?

- ആരാണെന്ന് നിനക്ക് അറിയണോ? എങ്കിൽ ഈ തങ്കച്ചിയെ ഒന്നുകൂടി അടിക്ക്.

- അടിച്ചാൽ ..?

- എങ്കിൽ പിന്നെ നിന്റെ കൈ ഉണ്ടാവില്ല.

- നീ പോടാ...പുന്നാരമോനേ...

വിമലൻ നിന്നാടി. ശെന്തിൽ അവൾക്കുനേരെ തിരിഞ്ഞു.

- തങ്കച്ചീ, ഇപ്പോൾ ഇവിടെ നിന്നിറങ്ങണം. കുറെ കാലമായി ഇതു കാണുന്നു. നിങ്ങൾ എന്തിനാണിങ്ങനെ ചത്തു ജീവിക്കുന്നത്. ഈ ഭ്രാന്തന്റെ ഇരയാകുന്നതിലും ഭേദം പിച്ചയെടുത്തു ജീവിക്കുന്നതാണ്.

ശെന്തിൽ കിതച്ചു. കണ്ണമ്മ അപ്പോഴേക്കും കുതിച്ചെത്തിയിരുന്നു. അവളെ വാരിയെടുത്തു. അവളുടെ വസ്ത്രമാകെ ചോരകൊണ്ടു നനഞ്ഞിരുന്നു. അടിവസ്ത്രം കുതിർന്നു. ഉള്ളിൽ കിടക്കുന്ന കുട്ടി ഒന്നിളകിയോ എന്നു സംശയം. അടിവയറ്റിൽ പൊത്തിപിടിച്ച് അവളെ ചേർത്തു ആയമ്മ പറഞ്ഞു.

- വാ മകളേ, എന്റെ മകളെ, ഇതിനി നിനക്കുള്ള വീടല്ല.

കനത്ത മഞ്ഞിൻ പുതപ്പിനിടയിലൂടെ അവൾ ആയമ്മയുടെ തോളിൽ ചാരി നടന്നു. അവൾക്ക് നിവർന്നു നിൽക്കുവാനായില്ല. ശെന്തിൽ കുട്ടിയെ എടുത്തു. നടക്കുവാൻ ആവതില്ലാത്ത വേദനയായിരുന്നു അരക്കെട്ടിനു ചുറ്റും. രക്ഷപ്പെടണമെന്ന മനസ്സിന്റെ വിളി അല്പധൈര്യം പകർന്നു. ആ അമ്മയുടെ തോളിൽ കൈചുറ്റി അവൾ തിരിഞ്ഞു നിന്നു. താലിമാല വലിച്ചു പൊട്ടിച്ച് അയാളുടെ മുഖത്തേക്കെറിഞ്ഞു.

- കൊണ്ടുപോയി ചുട്ടു തിന്നെടാ നായെ. ഇവിടെ തീരുകയാണ് ഈ ബന്ധം. ഇനിയെന്റെ ദേഹത്തു തൊടാൻ നിനക്ക് അവകാശമില്ല. ഇനിയോരു നരകം ഈ ജീവിതത്തിലില്ല. ഇതിനൊക്കെ നീ അനുഭവിക്കും.

അവൾ ആവുന്നത്ര ശക്തിയിൽ പറഞ്ഞു. ഹൃദയം പിടഞ്ഞാടി

* * *

കണ്ണമ്മയുടെ കട്ടിലിൽ അവൾ ചുരുണ്ടുകൂടി. അടിവയറ്റിലെ കലമ്പലുകൾക്ക് വിരാമമുണ്ടായില്ല. വേദന എവിടേയ്ക്കൊക്കെയോ പടരുന്നു. ഉള്ളിലെ അലകടലിനെ നിയന്ത്രിക്കാൻ അവൾക്കു കഴിഞ്ഞില്ല. ഇതിനു തക്ക തെറ്റ് എന്താണ് ചെയ്തത് എന്ന് സ്വന്തം മനസ്സിനെ തൃപ്തിപ്പെടുത്താൻ അവൾക്കായില്ല. മരിക്കാൻ കൊതിച്ചിട്ടും പരാജയപ്പെട്ട് പോയത് എന്തുകൊണ്ട്. ആദി അതാണു കാരണം. അല്ല ഉള്ളിൽ പിടയ്ക്കുന്ന മറ്റൊരു ജീവൻ. അവർ എന്തുപിഴച്ചു. സർപ്പസന്തതികൾ എന്നു തനിക്കെങ്ങനെ വിളിക്കാൻ കഴിയും? തന്റെ ചോര. തന്റെ മാറു ചുരത്തുന്നത് അവൾ തിരിച്ചറിഞ്ഞു. ആദിയെ നെഞ്ചോടു ചേർത്തപ്പോൾ മരണഭയം വിട്ടൊഴിഞ്ഞു.

നേരം പുലർന്നു വരുന്നതേയുള്ളൂ. സൂചി കുത്തുന്നതുപോലെ തണുപ്പ് ആക്രമിച്ചപ്പോഴും അവൾക്കു വിയർക്കുന്നതുപോലെ തോന്നി. രേവമ്മ

അനത്തിയ വെള്ളത്തിൽ അവളെ കുളിപ്പിച്ചു സാരിയുടുപ്പിച്ചു. ഷാൾ പുതപ്പിച്ചു. അതിനിടെ തങ്കച്ചിയെ കെട്ടിപ്പിടിച്ച് ഒത്തിരി കരഞ്ഞു. ഒരു സഞ്ചിയിൽ എന്തൊക്കെയോ പെറുക്കിവെച്ചു. കണ്ണമ്മ ആദിയെ കമ്പിളിയിൽ പൊതിഞ്ഞു.

- പോകണം മോളേ... ഇങ്കിരിന്തു പുറപ്പെടണം. അല്ലാമൽ അന്തപാവി...

അതു പൂർത്തിയാക്കാൻ തന്റേടിയായ കണ്ണമ്മയ്ക്കും കഴിഞ്ഞില്ല. അത്രമാത്രം അവരും ഉലഞ്ഞുപോയിരുന്നു. ജയശ്രീ അവർക്ക് സ്വന്തം മകൾ തന്നെയായിരുന്നു. ജയശ്രീക്ക് അവർ എച്ച്മിയും. അവർ കുറേ നോട്ടുകൾ അവളുടെ കൈയ്യിൽ കൊടുത്തു.

- അഴുകാതേ.... ഒരു നഷ്ടത്തെയും നിനൈത്തു വാഴ്ക്കൈയിൽ വരുത്തപ്പെടാതെ... കണ്ണീർ നമക്ക് ഒരു സിറൈ.. വാഴ്ക്കൈയിൽ അള്ളിപ്പിടിത്ത് മുന്നേറവേണ്ടും[5]

കണ്ണമ്മയുടെ കണ്ണുകൾ തിളങ്ങി. ജയശ്രീയുടെ നിറുകയിലേറ്റ ചുംബനത്തിൽ അവൾ കുളിരണിഞ്ഞു. അവളുടെ ഹൃദയം തുടികൊട്ടി.

ശെന്തിൽ മുന്നേ നടന്നു. ആദിയെയും കൊണ്ട് രേവമ്മ ഒപ്പം വന്നു. പൂങ്കുഴലി എഴുന്നേല്ക്കാഞ്ഞത് നന്നായി എന്നു തോന്നി. ഇല്ലെങ്കിൽ അവളുടെ കരച്ചിൽ കൂടി കാണേണ്ടി വരുമായിരുന്നു. കോളനി റോഡു കവലയിൽ അധികം കാത്തു നില്ക്കേണ്ടി വന്നില്ല. അഞ്ചേകാലിന്റെ ചങ്ങനാശ്ശേരി ഫാസ്റ്റിന് ശെന്തിൽ കൈകാണിച്ചു. ജയശ്രീ ആദിയെയും കൊണ്ട് പാടുപെട്ട് ബസിൽ കയറി. സീറ്റിലിരുന്ന് അവൾ തിരിഞ്ഞുനോക്കുമ്പോൾ ഒന്നും കാണാനുണ്ടായിരുന്നില്ല. തനിക്ക് പിറക്കാതെ പോയ ആങ്ങളെയും ചേട്ടത്തിയെയും പിന്നെ ഒന്നു കാണാൻ കഴിഞ്ഞില്ല. അത്രമാത്രം കട്ടിയുള്ള മഞ്ഞ് നാലുവർഷത്തെ ജീവിതത്തിന് മറപിടിച്ചു. അതിലേറെ മഞ്ഞ് അവൾക്കുള്ളിൽ പുകഞ്ഞു നിറഞ്ഞിരുന്നു.

ബസ് ഇരച്ചു നീങ്ങിയപ്പോൾ മഞ്ഞിനെ കീറിമുറിച്ച് ഒരു മഴ ഇരമ്പി വന്നു. നാലുവർഷത്തിന്റെ കറകളെ ഒഴുക്കിക്കളയാൻ ആ മഴ പര്യാപ്തമായിരുന്നില്ല.

---

5. കരയരുത്. ജീവിതത്തിൽ ഒരു നഷ്ടത്തെയുമോർത്ത് വിലപിക്കരുത്. കണ്ണുനീർ നമ്മുടെ തടവറയാണ്. ജീവിതത്തിൽ അള്ളിപ്പിടിച്ചു കയറണം മോളേ

11. ജീവിതമു സമസ്യലക്കി ബാനിസലാവേ കൂടറു?

പിന്നെ ജയശ്രീ കരഞ്ഞില്ല. കരച്ചിൽ വരുമ്പോഴൊക്കെ കണ്ണമ്മയെ ഓർക്കും - കണ്ണുനീർ പെണ്ണിന്റെ തടവറയാണ്. ഒരു നഷ്ടത്തെയും ഓർത്തു കരയരുത്.

അനാഥയെപ്പോലെ, ഒരു കുഞ്ഞിനെയും ഒക്കത്തെടുത്തു വീടണഞ്ഞ അവളെ കണ്ട് അമ്മയും ചാച്ചനും ഞെട്ടിത്തരിച്ചു. 'മോളമ്മേ' എന്നു വിളിക്കു മറുപടിയില്ലാതായപ്പോൾ ചാച്ചൻ കസേരയിൽ തളർന്നിരുന്നു. ഞെട്ടലിൽ നിന്നു മോചനമില്ലാതെ എച്ച്മി അവളെ കെട്ടിപ്പിടിച്ചു. സരസു ആദിയെ ഏറ്റുവാങ്ങി. സുഗതൻ വൈകിട്ട് എത്തിയപ്പോൾ കലിതുള്ളി. വീണ്ടും ഗർഭിണിയാണെന്നത് ഒരു വെല്ലുവിളി പോലെ തോന്നി.

- അനുഭവത്തിൽ നിന്നു പഠിക്കാൻ ആരും തയ്യാറല്ലെങ്കിൽ പിന്നെന്തു ചെയ്യും. എന്റെ വാക്കിന് ആർക്കു വില? ഞാൻ അന്നേ പറഞ്ഞതാണ് തിരികെ പോകരുതെന്ന്. എത്ര തവണ അപ്പോൾ ഇവൾക്കായിരുന്നു നിർബ്ബന്ധം.

ജയശ്രീ കുഞ്ഞിച്ചായനെ നോക്കിനിന്നു. സുഗതൻ അടുത്തു വന്നു. അവളുടെ തലയിൽ തലോടി. അയാളുടെ കണ്ണു കലങ്ങിയിരുന്നു.

- കൊച്ചേ, സഹിക്കാൻ വയ്യാത്തതു കൊണ്ടാണ്... ഇത്ര ചെറുപ്പത്തിൽ... ഇനി നീ ഒരിടത്തും പോകുന്നില്ല. ഇവിടെ നിനക്ക് ഇടമുണ്ട്.. എനിക്കു നീ പെങ്ങളല്ല, എന്റെ മകളാണ്. എന്തുവേണമെന്നു പറഞ്ഞാൽ മതി. കൊച്ചിന് ഞങ്ങളെല്ലാമുണ്ട്.

* * *

പുഞ്ചിറപ്പാടത്ത് കൊയ്ത്തും മെതിയും കഴിഞ്ഞ് മഴ പെയ്തു വെള്ളം

നിറഞ്ഞ കാലത്താണ് ആകാശ് പിറന്നത്. അമ്പുവെന്ന് അവനെ വിളിച്ചു. ചാച്ചന് രണ്ടു കളിക്കൂട്ടുകാരെ കിട്ടിയതോടെ വീടിന്റെ മൂകമായ അന്തരീക്ഷം ലഘൂകരിക്കപ്പെട്ടു.

- ചാച്ചാ, എനിക്കൊരു ജോലി വേണം. സ്വന്തം കാലിൽ നില്ക്കണം.

അതു കുഞ്ഞിച്ചായനോടും പറഞ്ഞു. അവർക്കെല്ലാം അതു സ്വീകാര്യമായി. പക്ഷേ, രണ്ടു പിഞ്ചുകുഞ്ഞുങ്ങളെ, പ്രത്യേകിച്ച് മുലകുടി മാറാത്ത അമ്പുവിനെ ഇട്ടിട്ടു പോകുന്നതെങ്ങനെ. കുട്ടികളെ വളർത്തേണ്ടത് തന്റെ ബാദ്ധ്യതയും ഉത്തരവാദിത്തവുമാണ്. പ്രായമായ ചാച്ചനെയും കുഞ്ഞിച്ചായനെയും എങ്ങനെ ആശ്രയിക്കും. കൈയിൽ ഒരു രൂപപോലുമില്ലാതെ എങ്ങനെയാണ് അന്തസ്സോടെ ജീവിക്കുക? ഔദാര്യം അച്ഛന്റേതായാലും ആങ്ങളയുടേതായാലും പരിധി കല്പിക്കേണ്ടത് ഒരമ്മയായ തന്റെ കടമയാണ്. അവൾ പിന്നെയും കണ്ണമ്മയെ ഓർത്തു.- ഒരുത്തർക്കും ബാദ്ധ്യതയാകരുത്. സ്വന്തം കാലിൽ നില്ക്കണം. സ്വന്തം വിയർപ്പുകൊണ്ടുള്ള ആഹാരത്തിനേ രുചിയുണ്ടാകുകയുള്ളൂ. ഇനിയും ചതിവു പറ്റരുത്. ഇനിയും ആത്മാഭിമാനം പണയം വെക്കരുത്. അന്തസ്സു വിട്ട് ജീവിക്കരുത്, ആരോടും യാചിക്കരുത്.

ഹൈദരാബാദിനടുത്ത ഒരു അൺ എയ്ഡഡ് യു.പി.സ്കൂളിൽ അദ്ധ്യാപകരെ ആവശ്യമുണ്ടെന്ന പരസ്യത്തിന് അവൾ അപേക്ഷ അയച്ചു. ശമ്പളം പതിമൂവായിരം. അയച്ച റെസ്യൂമിന് അധികം താമസിയാതെ മറുപടി വന്നു. ഒരു മാസത്തിനകം ചെല്ലണം.

* * *

ആദ്യത്തെ ദീർഘദൂര ട്രെയിൻയാത്ര. എന്നിട്ടും ഭയമുണ്ടായില്ല. ഇനി എന്തു പേടിക്കാൻ. നാലുവയസ്സുകാരി ആദിയെയും രണ്ടു വയസ്സ് എത്താത്ത അമ്പുവിനെയും അമ്മയെ ഏല്പിച്ച് 25 കാരിയായ ഒരമ്മയുടെ ജീവിതയാത്ര. അവശ്യത്തിന്റെ ലക്ഷ്യബോധം. ദുഃഖിച്ചിരിക്കാൻ സമയമില്ല.

ഹൈദരാബാദിൽ നിന്നും രണ്ടര മണിക്കൂർ വേണം വാറങ്കലിൽ എത്താൻ. ഒറ്റക്കല്ല് എന്നാണത്രേ വാറങ്കലിന്റെ അർത്ഥം. കാകതീയ വംശത്തിന്റെ തലസ്ഥാനമായിരുന്ന വാറങ്കൽ. 12-14 നൂറ്റാണ്ടുകളിലെ പ്രഭാവം. പ്രാചീനമായ കോട്ട അവശിഷ്ടങ്ങളും സ്വയംഭൂ ക്ഷേത്രവുമാണ് ഇപ്പോഴത്തെ ആകർഷണങ്ങൾ. അവിടേക്കെത്തും മുമ്പ് കാശിപ്പേട്ടിലായിരുന്ന എൻ.എം വിദ്യാലയങ്ങൾ. യു.പി.സ്കൂളിൽ അഞ്ഞൂറിലധികം കുട്ടികൾ. അവിടെ ഇംഗ്ലീഷ് ടീച്ചറായി. സ്കൂളിനടുത്ത ഹോസ്റ്റലിൽ

വെച്ച കഴിക്കാനുള്ള അത്യാവശ്യ സൗകര്യങ്ങൾ ഉണ്ടായിരുന്നു.

അവളുടെ റൂംമേറ്റായി വന്നത് പൊള്ളാച്ചിക്കാരിയായ വരലക്ഷ്മി. 28 വയസ്സുണ്ടാകും. അവിവാഹിത. കാണാൻ ചന്തം. ഇടപെടാനും മെച്ചം. മറ്റൊരു ജീവിതം കൂടി സാദ്ധ്യമാകുമെന്ന് ജയശ്രീക്കു തെളിയിക്കണമായിരുന്നു.

*　　　*　　　*

ഇംഗ്ലീഷ് മീഡിയം ആണെങ്കിലും തെലുങ്കു പഠിച്ചേ മതിയാകൂ. വെല്ലുവിളികളെ അവൾ ഏറ്റെടുത്തു. അവിടുള്ളവർക്ക് മുറി ഇംഗ്ലീഷുകൊണ്ടും കാര്യമില്ല. അതിജീവനത്തിനായി എന്തും സഹിക്കാൻ അവൾ തയ്യാറായിരുന്നു.

പകലൊക്കെ ക്ലാസുകളിൽ എല്ലാം മറക്കാമായിരുന്നു. വൈകുന്നേരമാകുമ്പോൾ വീടോർമ്മകളും കുട്ടികളും മനസിൽ കാർമേഘമാകും. മുലകുടി മാറാത്ത അമ്പുവിനെ കുറിച്ചോർക്കുമ്പോൾ മാറു ചുരത്തും. അത് അസഹനീയമായിരുന്നു. രാവിലെയും വൈകുന്നേരവും പാൽ പിഴിഞ്ഞു കളയുമ്പോൾ മനസ് തപിക്കുമായിരുന്നു. മാതൃത്വത്തിന്റെ കദനഭാരം പല്ലുകടിച്ചുപിടിച്ചു സഹിച്ചു.

താനൊരു ഏകമാതാവാണ്. പ്രശ്നങ്ങൾ നിരവധിയാണ്. സമൂഹം തന്നെ കാണുന്നത് വിചിത്രമായിട്ടാവും. സഹതാപവും കുറ്റപ്പെടുത്തലും അവിശ്വാസവും ഒക്കെ നേരിടേണ്ടി വരും. പക്ഷേ വ്യക്തിപരമായി തളരരുത്. വൈകാരികതയുടെ സമഞ്ജസമാണ് ഒറ്റ മാതാവ്. ആകാംക്ഷകളും, ഏകാന്തതയും ഭയവും അരിശവും നിരാശയുമൊക്കെ മാറി മാറി വരും. ഡിപ്രഷനിലേക്കു പോകാതെ മനസ്സിനെ ധൈര്യപ്പെടുത്തേണ്ടത് തന്റെ തന്നെ ആവശ്യമാണ്. കുട്ടികളെ വളർത്തണം. അവരെ ഒരു നിലയിലെത്തിക്കണം. അവരെങ്കിലും തന്നെ പഴിക്കരുത്. മറ്റെന്തും അതുകഴിഞ്ഞു മാത്രമാണ്. തന്റെ പ്രായം തനിക്കെതിരാകാൻ പാടില്ല. എന്തിനെയും നേരിടണം.

അതിന് ആദ്യം വേണ്ടത് ശരീരത്തെ ബലപ്പെടുത്തുകയാണ്. ബലമുള്ള ശരീരത്തിലേ തന്റേടമുള്ള മനസ്സിനു നിലനിൽക്കാനാകൂ. എവിടെയോ വായിച്ച അറിവുകളിൽ അവൾ അത്യാവശ്യം വ്യായാമമാരംഭിച്ചു. മുഖത്തിനും ശരീരത്തിനും ഉൻമേഷം നൽകുന്ന ചെറിയ പരിശീലനത്തിൽ കേന്ദ്രീകരിച്ചു.

വൃത്തിയായി ഒരുങ്ങിനടക്കുക അവളുടെ കുട്ടിക്കാലത്തേയുള്ള ശീലമാണ്. മുറിച്ചുമാറ്റപ്പെട്ട മുടിക്ക് അല്പം നീളം വെച്ചെങ്കിലും അതു

വകഞ്ഞ് വിതിർത്തിട്ട് പിന്നിൽ ക്ലിപ്പിനാൽ ബന്ധിച്ചപ്പോൾ പിൻക ഴുത്തിൽ ബ്ലൗസിനൊപ്പം നിന്നു. പുരികം കനത്തിലെഴുതി ഗൗരവം വരുത്തി. പുരികങ്ങൾക്കു നടുവിലെ കറുത്ത പൊട്ട് കുട്ടപുരികം പോലെ തോന്നിച്ചു. കണ്ണെഴുതി കറുപ്പിച്ചതിനാൽ അതിലെ ശോകഭാവം കുറ ച്ചൊക്കെ മറയ്ക്കാൻ കഴിഞ്ഞു ലിപ്സ്റ്റിക് തേക്കാതെ തന്നെ ചുണ്ടിനു നിറമുണ്ടായിരുന്നു.

കൈയിറക്കമുള്ള ബ്ലൗസായിരുന്നു നേരത്തെയും പ്രിയം. വീതിക്ക രയുള്ള സാരികളാണിഷ്ടം. ഏറെ ഫ്ളീറ്റിട്ട് മുന്താണി നീട്ടിയിടുകയാണ് ശൈലി. നിറഞ്ഞമാറും വയറും മറയുമാറ് വിതിർന്നു കിടക്കണമെന്നു നിർബ്ബന്ധമാണ്. ഒരുങ്ങിയിറങ്ങുമ്പോഴൊക്കെ വരലക്ഷ്മി പറയും.

- ചേച്ചി, റൊമ്പ അഴകാണ്.. ഐശ്വര്യം

- നിന്നോളം വരില്ല, ലക്ഷ്മി..

താൻ ഡിവോഴ്സിയാണെന്നും രണ്ടു കുട്ടികളുണ്ടെന്നുമല്ലാതെ അധികം കഥകളൊന്നും അവളോടു പറഞ്ഞിട്ടില്ല. തന്നേക്കാൾ മൂത്ത താണെങ്കിലും മലയാള ശൈലിയിൽ ചേച്ചി എന്നാണു വിളിക്കുക.

തെലുഗു സ്ത്രീകൾ ആചാരങ്ങളിൽ അതീവ ശ്രദ്ധാലുക്കളാണ്. സീമന്തരേഖയിൽ സിന്ദൂരം വാരിപ്പൂശി, വലിയ കളർപൊട്ടും കുത്തി, ചേല വാരി ചുറ്റും, എന്നാൽ വലിയ താലി പ്രദർശിപ്പിക്കാതിരിക്കാൻ ശ്രദ്ധിക്കും. ജയശ്രീയുടെ കറുത്ത പൊട്ടും ശൂന്യമായ സീമന്തരേഖയും കാണാത്ത താലിയും അവർക്കിടയിൽ ചർച്ചയായി. തന്റെ ഭർത്താവിന് അത് ഇഷ്ടമല്ല എന്നു പറഞ്ഞ് ഒഴിഞ്ഞു. അതോടെ ഇടയ്ക്കിടെ കറുത്ത പൊട്ടിനു പകരം ചുമന്ന പൊട്ട് അലങ്കാരമാക്കി.

വീട്ടിൽ ആയിടെ ലാന്റ് ഫോൺ ലഭിച്ചതിനാൽ ഇടയ്ക്ക് പബ്ലിക് ബൂത്തിൽ നിന്നു വിളിക്കും. അമ്മയോ ആദിയോ ആയിരിക്കും എടുക്കുക. ആദിയുടെയും അമ്പുവിന്റെയും കൊഞ്ചലുകൾ മനസ്സിൽ കൊളുത്തുകൾ സൃഷ്ടിച്ചു. ശബ്ദം പതറാതിരിക്കാൻ പരമാവധി ശ്രദ്ധിക്കും. ഹൃദയഭാരം വർദ്ധിക്കുന്നത് പെട്ടെന്ന് തിരിച്ചറിയാനാവും. പലപ്പോഴും സംസാരം ഇടയ്ക്കു വെച്ചു നിലയ്ക്കും.

കരയരുതെന്ന് കരുതിയാലും പലപ്പോഴും വിതുമ്പിപ്പോകും. അപ്പോഴൊക്കെ ബാത്ത്റൂമിൽ കയറി കതകടയ്ക്കും. പഴയ പാട്ടുകളുടെ ഈണങ്ങളിൽ കദനം ഒളിക്കാൻ നോക്കും. പക്ഷേ എപ്പോഴും വിജയി ക്കാറുണ്ടായിരുന്നില്ല.

ആരുടെ മേലും കുറ്റം ചാർത്താൻ അവൾ ശ്രമിച്ചില്ല. തന്നെത്തന്നെയാണ് വിചാരണ ചെയ്തത്. വിദ്യാഭ്യാസമുണ്ടായിട്ടും ഒരു വരുമാനമാർഗ്ഗമില്ലാതെ ഒരുത്തന്റെ പുറകെ ഇറങ്ങിപ്പോയതെന്തിന്? തന്റെ സങ്കല്പങ്ങളോടു പൊരുത്തമില്ലാത്ത ഒരാളെ വരിച്ചത് എന്തിന്? ആദ്യത്തെ ദുരനുഭവത്തിനുശേഷം വീട്ടുകാർ തടഞ്ഞിട്ടും തിരികെ പോയത് എന്തിന്? ഇതിനൊന്നും അവളുടെ മനസ്സാക്ഷി മറുപടി തന്നില്ല. പകരം പറഞ്ഞു. പോയതൊന്നും വിശകലനം ചെയ്യരുത്. ഭൂതകാലത്തിൽ അഭിരമിക്കുന്നതെന്തുകൊണ്ടെന്തു കാര്യം. ഇനി നിന്റെ ഭാവി കുട്ടികളിലാണ്. അവരാണു നിന്റെ പ്രതീക്ഷ.

ആദ്യശമ്പളം മനസ്സിൽ കുളിരായി. പതിനായിരം രൂപ ചാച്ചന് അയച്ചപ്പോൾ അനല്പമായ അഭിമാനം തോന്നി. പെട്ടെന്നു തന്നെ മറുപടി വന്നു- പണം ചാച്ചന്റെ പേരിൽ അയയ്ക്കേണ്ട, സുഗതന്റെ പേരിൽ മതി. അവനാണ് വീട്ടിലെ കാര്യങ്ങൾ നോക്കുന്നത്

*　　　*　　　*

തിരക്കുള്ള സ്റ്റാഫ് റൂമിൽ വെച്ചു കാണാറുള്ളതാണ് വെങ്കിടേഷിനെ - പുരുഷ അദ്ധ്യാപകരോട് അകലം പാലിക്കാൻ അവൾ ശ്രദ്ധിച്ചിരുന്നു. ക്ലീൻ ഷേവുകാരൻ വെങ്കിടേഷിന് കഷ്ടിച്ച് 30 വയസ് കാണും. സയൻസാണ് വിഷയം. ഇംഗ്ലീഷ് ആക്സന്റ് വിശേഷമാണ്. മുഖാമുഖം കാണുമ്പോഴുള്ള അയാളുടെ വിശാലമായ ചിരിയെ അവൾ പ്രോത്സാഹിപ്പിച്ചില്ല. ഒരിക്കൽ പക്ഷേ അയാളുടെ മുന്നിൽ പെട്ടുപോയി.

- മീ കൺലലോ എന്തുക്കിന്ത ദു:ഖം കനിപിസ്തുനായി[1]

- No Sir, it is my nature

- അപ്പുടപ്പുട്ട നവ്വച്ചുകദാ[2]

- അനി ഏവരു ചെപ്പാരു[3]

- ആ മുഖം ലോ റാസിന്തി കദാ? ആ മുഖാനിക്കി ഈ ദുഖം അസദു[4]

- Sir, I am a divorce

- വിടാക്കില്ല തീസ്കുനെ വാരിക്കി നവ്വക്കടദനിയുന്താ[5]

- Leave me sir, I have many problems

- ജീവിതമു സമസ്യലക്കി ബാനിസലായക്കുടദു[6]

- നാകേം തെലിയ ദണ്ടി, നന്നു വദില്ല പെട്ടണ്ടി[7]

- നാക്കു മീരണ്ടേ ചാല ഇഷ്ടം, ജയശ്രീ[8]

ഒരിക്കലും പ്രിയകരമാകാത്തവചനം. അദ്ദേഹത്തിന്റെ മുഖത്തേക്കു

നോക്കാനായില്ല. അരക്ഷിതത്വവും അന്തർമുഖത്വവും കൊണ്ട് അങ്ങനെയൊന്നു ചിന്തിക്കാൻ കഴിയുമായിരുന്നില്ല. അതും ഈ അന്യനാട്ടിൽ.

- Sorry Sir, I do not deserve it

പിന്നെ വെങ്കിടേഷിന്റെ കൺമുന്നിൽ പെടാതിരിക്കാൻ ശ്രമിച്ചു. ഏതൊക്കെ പുരുഷന്മാരെ കാണുമ്പോഴും ആ വഷളൻ ചിരിയും അസഹ്യമായ ഗന്ധവും അവൾക്ക് അനുഭവപ്പെട്ടു. അത് അവളിൽ ശ്വാസം മുട്ടലുണ്ടാക്കി. എങ്കിലും പീരിയഡു കാലത്തെ ശരീരത്തിന്റെ കാമനകളെ പ്രതിരോധിക്കാൻ ഏറെ പണിപ്പെട്ടു. അപ്പോഴൊക്കെ വിലാപങ്ങളെ ഉള്ളിൽ കുരുക്കിയിട്ടു.

*　　　*　　　*

വെക്കേഷൻ ഒരു ചോദ്യമായി. ഈ കാമ്പസിൽ എങ്ങനെ ഒറ്റയ്ക്ക് കഴിയും. മറ്റുള്ളവരോട് എന്തു ന്യായം പറയും ? എന്തൊക്കെയോ വാങ്ങിക്കൂട്ടി. കോട്ടയം റെയിൽവേസ്റ്റേഷനിൽ കാലുകുത്തുമ്പോൾ മറ്റൊരു ലോകത്ത് എത്തിയപോലെ. പുതുച്ചിറയിലെത്തുമ്പോൾ ഗ്രാമത്തിലെ വായു വിനെ ഏറെ വലിച്ചു കയറ്റി, നിശ്വസിച്ചു.

ചാച്ചനു വേഷ്ടി കൈമാറുമ്പോൾ ചേർത്തുനിർത്തി മൂർദ്ധാവിൽ ചുംബിച്ചു. അമ്മയ്ക്ക് നേര്യതും നാത്തൂന് സാരിയും കൊടുത്തപ്പോൾ അവർക്കു സന്തോഷമായി. കുഞ്ഞിച്ചായന് ഷർട്ട് സമ്മാനിച്ചപ്പോൾ തന്റെ മുഖത്തേക്ക് സൂക്ഷിച്ചുനോക്കി.

അമ്പുവിനെ കോരിയെടുത്ത് മുറിയിലേക്കോടി. മുലക്കണ്ണ് അവന്റെ വായിൽ തിരുകിയപ്പോൾ കോരിത്തരിച്ചുപോയി. അവൻ ആർത്തിയോടെ വലിച്ചുകുടിച്ചപ്പോൾ അതുവരെയുള്ള വിങ്ങൽ അതോടൊപ്പം ഒലിച്ചുപോയി.

---

1. ടീച്ചറിന്റെ കണ്ണുകളിൽ എന്താണ് വല്ലാത്ത വിഷാദം?

2. എങ്കിൽ ഇടയ്ക്കൊന്നു ചിരിച്ചുകൂടേ

3. എന്ന് ആരു പറഞ്ഞു

4. മുഖത്ത് അത് എഴുതിവെച്ചിരിക്കുകയല്ലേ. ഈ മുഖത്തിന് ഒട്ടും ചേരാത്തതാണ് അത്.

5. വിവാഹമോചിതയ്ക്ക് ചിരിച്ചുകൂടെന്നുണ്ടോ?

6. പ്രശ്നങ്ങൾക്കു പണയം വെക്കാനുള്ളതാണോ ജീവിതം?

7. എനിക്കറിയില്ല, എന്നെ ഒഴിവാക്കു

8. എനിക്കു വളരെ ഇഷ്ടമാണു, ജയശ്രീ.

12. മരിച്ചാലും മുട്ടു മടക്കരുത്

പത്തു വർഷങ്ങൾ 2000 ഏപ്രിലിലാണ് അപ്രതീക്ഷിതമായി തിരിച്ചുവരേണ്ടി വന്നത്. ചാച്ചൻ ശയ്യാവലംബിയായി എന്നറിഞ്ഞാൽ ജയശ്രീക്ക് എങ്ങനെ വരാതിരിക്കാനാവും. തികച്ചും അവശനായ ചാച്ചനെയാണ വൾ കണ്ടത്. വയസ് 76 ആയി. അതിലേറെ സംഘർഷങ്ങൾ നിറഞ്ഞ അലകടലായിരുന്നു സഖാവു കുമാരൻ.

1964 നു ശേഷവും ചാച്ചൻ അതേ പക്ഷത്തായിരുന്നു. കൂടെയു ള്ളവരൊക്കെ മറുപക്ഷത്തേക്കു പോയപ്പോൾ കുമാരൻ വിശ്വസിച്ച പാർട്ടിക്കൊപ്പം നിന്നു. പതിയെപ്പതിയെ യൂണിയൻ രംഗത്തുനിന്നും പാർട്ടി പരിപാടികളിൽ നിന്നും പിൻവാങ്ങി. പുതിയ നേതാക്കൾ വന്നപ്പോൾ അവർക്കൊപ്പം പിടിച്ചുനിൽക്കാൻ കുമാരനു കഴിഞ്ഞില്ല. ഗവൺമെന്റ് സർവ്വീസിൽ നിന്നു റിട്ടയർ ചെയ്തവർ ലോക്കൽ കമ്മിറ്റി യിലേക്കും ഏറിയ കമ്മിറ്റിയിലേക്കും എത്തിയപ്പോൾ നിലപാടുകൾ അവർക്കൊപ്പമായി. പശ തേച്ചുമിനുക്കിയ വെള്ളക്കുപ്പായങ്ങൾ അവരുടെ ഐഡന്റിറ്റിയായി. അതിനൊപ്പം നില്ക്കാൻ കുമാരന്റെ പഴയ ജൂബ്ബകൾക്കായില്ല. സഖാവു മാറി നേതാക്കൾ 'സർ' വിളിയിലേക്ക് പരി ണമിച്ചപ്പോൾ കുമാരന്റെ നാവിന് ആ ശബ്ദം അപരിചിതമായി. പാർട്ടി ആഫീസിലെ പളപളപ്പുള്ള സ്പോഞ്ച് കസേരകളിൽ കുമാരന് ഇരിപ്പു റച്ചില്ല. അയാൾ സ്വയം ഒതുങ്ങിക്കൂടി. പഞ്ചായത്തു തിരഞ്ഞെടുപ്പിൽ ഒരു സ്ഥാനാർത്ഥിത്വവും ലഭിച്ചില്ല. അതിനൊട്ട് ആഗ്രഹിച്ചുമില്ല. എന്നാൽ പാർട്ടിക്കുണ്ടായ പരാജയത്തിന്റെ പഴി കുമാരനു മേലും വന്നുപതിച്ചു. ഒപ്പം മകളുടെ ദുരന്തവും ആ പിതാവിനെ വേട്ടയാടി. പ്രായത്തിന്റെ പ്രശ്നങ്ങളും അവശത വളർത്തി. രാഷ്ട്രീയമായ ഒരു തിരിച്ചടിയാണ് കുമാരനെ ശയ്യാവലംബിയാക്കിയത്.

1999 ജൂണിൽ എൽ പുരം കോളനിയിലെ 40-ാം വീട് മുതൽ മില്ലു വരെയുള്ള വഴിയിലെ ഇലക്ട്രിക് പോസ്റ്റുകൾ മാറിയിട്ടുന്നത് പതിവു

പണിയായേ കോളനിക്കാർ കരുതിയിരുന്നുള്ളൂ. എന്നാൽ അടുത്തുള്ള പ്ലൈവുഡ് കമ്പനിക്കുവേണ്ടി 11 കെ വി ലൈൻ വർക്കാണ് എന്നു വൈകിയാണ് അറിഞ്ഞത്. തലേവർഷം പഞ്ചായത്ത് കമ്മറ്റി കമ്പനിക്ക് അനുമതി നല്കിയിരുന്നു.

500 ലേറെ കുടുംബങ്ങൾ അധിവസിക്കുന്ന 112 ഏക്കർ കോളനിയിലെ കാര്യങ്ങൾ നിശ്ചയിക്കാൻ ഒരു അസോസ്സിയേഷൻ ഉണ്ടായിരുന്നു. അവരൊന്നും അറിയാതെയായിരുന്നു മെയിൻ റോഡിനു പകരം കോളനിവഴി ലൈൻ വന്നത്. മുതലാളിക്കൊപ്പമായിരുന്നു സർക്കാരും പാർട്ടിയും. സൂചനസമരത്തെ തുടർന്ന് കളക്ടർ യോഗം വിളിച്ചു. ലൈൻ പണി നിരോധിച്ച് കളക്ടറുടെ ഉത്തരവിറങ്ങി. കമ്പനിയുടമ കോടതിയിലെത്തി. സർക്കാർ വക്കീൽ നിശബ്ദത പാലിച്ചപ്പോൾ മുതലാളിക്കനുകൂലമായി വിധിയുണ്ടായി. ആക്ഷൻ കൗൺസിലും സമര സഹായ സമിതിയും സജീവമായി. സ്ത്രീകളുടെ മുൻകൈയിൽ 'സ്ത്രീശക്തി' സമരസംഘവും രംഗത്തെത്തി.

2000 ഫെബ്രുവരി 2. വൻ പോലീസ് സന്നാഹത്തോടെ ലൈൻ പണി പുനരാരംഭിച്ചു. ചാർജ്ജു ചെയ്യാൻ ഒരുങ്ങിയതോടെ അതുവരെ കാണാത്ത ഒരു സമരമുറ അരങ്ങേറി. സ്ത്രീകൾ പോലീസ് വലയം ഭേദിച്ച് മുന്നോട്ടുവന്നു. 15 പേർ ശരീരത്ത് മണ്ണെണ്ണ ഒഴിച്ച് ആത്മഹത്യ ഭീഷണി മുഴക്കി. ശ്രീധരന്റെ മകൾ ജയൻ മണ്ണെണ്ണയിൽ മുങ്ങി സർക്കിൾ ഇൻസ്പെക്ടറെ കെട്ടിപ്പിടിച്ചു തീ കത്തിക്കാനൊരുങ്ങി.

- ലൈൻ ചാർജ്ജ് ചെയ്താൽ മരിച്ചുവീഴുന്നതു ഞാൻ മാത്രമല്ല, ഭരണകൂട കാവൽനായയായ ഈ പോലീസുകാരൻ കൂടിയാവും.

പോലീസ് പതിയെ പിൻവാങ്ങി. അയ്യൻകാളിയുടെ ചിത്രവും പേറി ജയൻ വീടിന്റെ ടെറസ്സിൽ കയറി. ലൈൻ ചാർജ്ജ് ചെയ്താൽ അഗ്നിയിൽ താൻ അമരും. അപ്രതീക്ഷിതമായതാണ് പിന്നെ സംഭവിച്ചത്. സമീപത്തെ അഗ്നികുണ്ഡത്തിലേയ്ക്ക് സമരപോരാളി ശ്രീധരൻ എടുത്തുചാടി. അഗ്നിയിൽ നിന്ന് ശ്രീധരൻ മുദ്രാവാക്യം വിളിച്ചു.

രംഗം സ്തോഭജനകമായി! ശ്രീധരനെയും കൊണ്ട് ആംബുലൻസ് പാഞ്ഞു. ജനങ്ങൾ ഇളകി മറിഞ്ഞു. ആറാംനാൾ ശ്രീധരൻ രക്തസാക്ഷിയായി. തന്നെ ആശുപത്രിയിൽ സന്ദർശിക്കാനെത്തിയവരോട് ശ്രീധരൻ ആവശ്യപ്പെട്ടു.

- മരിച്ചാലും വർഗശത്രുവിനു മുന്നിൽ മുട്ടുമടക്കരുത്.

ഫെബ്രുവരി 9. ദലിത് കേരളം എൽ. പുരത്തേക്ക് പ്രവഹിച്ചു. ശ്രീധരന്റെ മൃതശരീരം സ്വന്തം വീട്ടുമുറ്റത്തെ ആറടി മണ്ണിലേക്ക് ഇറങ്ങുമ്പോൾ

ആയിരം കണ്ഠങ്ങൾ ഒന്നിച്ചലറി. ദലിത് അഭിമാനത്തിന്റെ ഘോരശബ്ദം.

- ഇങ്കിലാബ് സിന്ദാബാദ്.

നിരവധി പേർ നിലവിളിച്ചു. വിപ്ലവവായാടികൾ ന്യായം പറഞ്ഞപ്പോൾ മണ്ണിന്റെ മക്കൾ പകരം ചോദിച്ചു.

ഫെബ്രുവരി 27. ബഹുജനമാർച്ച്. നാലായിരത്തിലേറെ വരുന്ന കറുത്ത ജനതയും അവരെ തുണയ്ക്കുന്നവരും പൊതുപ്രവർത്തകരും വമ്പൻ റാലിയിൽ അണിനിരന്നു. അയ്യൻകാളിയുടെ ചിത്രം അവർക്ക് ആവേശം പകർന്നു. വമ്പൻ പൊതുയോഗം നടക്കവേ ഒരു പററം യുവാക്കൾ 37-ാം നമ്പറിനു മുന്നിലെ പോസ്റ്റിൽ കയറി 11 കെ.വി. ലൈൻ മുറിച്ചിട്ടു. ക്രോസ്ആം അഴിച്ചെടുത്തു ശ്രീധരന്റെ സ്മൃതിമണ്ഡപത്തിൽ സമർപ്പിച്ചു.

*　　　*　　　*

സുഗതൻ നിന്നു വിറച്ചു. ചാച്ചനു നേരെ കലിതുള്ളി

- ത്ഫു... ഒരു തൊഴിലാളി പാർട്ടി. മുതലാളിക്കു വേണ്ടി പോലീസിനെ വെച്ചുനടത്തുന്ന കളി. ഇപ്പോൾ നിങ്ങൾക്കു മുന്നിലെ വർഗം ആരാണ്. അന്നന്നത്തെ വകയ്ക്കു പണിയെടുക്കുന്ന വന്റെ നെഞ്ചത്തെ വർഗസമരം.

സ. കുമാരന് പ്രതിരോധമുണ്ടായില്ല.

- പാർട്ടി തീരുമാനിക്കുന്നതാണ് പാർട്ടിക്കു ശരി അപ്പോൾ പാർട്ടി ആരുടേതാണ്? പെറ്റിബൂർഷ്വ താല്പര്യ സംരക്ഷകരായ പുതിയ നേതാക്കൾ. ജന്മിത്വത്തിനെതിരെ സമരം ചെയ്തു ജന്മിയായവർ. സ്വന്തം അടിവസ്ത്രം പോലും അന്യരെക്കൊണ്ട് കഴുകിക്കുന്ന കമ്മ്യൂണിസ്റ്റ് വേഷധാ രികൾ. ഇനി അവർക്കെന്തു തൊഴിലാളികൾ. വേണ്ടതു കുറെ അടിമകളെയല്ലേ...

- സുകു, ചില നേതാക്കൾ ചെയ്യുന്ന കുറ്റത്തിന് ഒരു പ്രസ്ഥാനത്തെ അടച്ച് ആക്ഷേപിക്കരുത്.

- 64 നു ശേഷം എന്തു സമരമാണ് ഈ പ്രസ്ഥാനം ചെയ്തത്, നീക്കുപോക്കുകളല്ലാതെ. 500 ലേറെ കുടുംബങ്ങൾ നടത്തിയ സമരരംഗത്തേക്ക് ഏതുനേതാവാണു പോയത്? പോലീസിനെ കയറൂരി വിട്ടു ജനകീയ സമരത്തെ പൊളിക്കാൻ ശ്രമിക്കുന്നതാണോ പാർട്ടിലൈൻ. ആട്ടെ, ഈ ചാച്ചനെന്താണു പോകാഞ്ഞത്.

ചാച്ചന് മറുപടി മുട്ടി. എച്ച്മി ഇടയ്ക്കു കയറി

- സുകു, പാർട്ടി പറയാതെ ചാച്ചനെന്തു ചെയ്യും

- അന്തസ്സായി രാജിവെക്കണമായിരുന്നു. എല്ലാവരും കൂടി ഒരാളെ

ച്ചട്ടതിന്നിട്ടം, തൊഴിലാളി നേതാവായ സ.കുമാരൻ എങ്ങനെ കാഴ്ച ക്കാരനായി?

കുമാരൻ ചാരുകസേരയിലേക്കു ചാഞ്ഞുകിടന്നു. അസ്വാഭാവികമായ ശ്വാസോച്ഛ്വാസം കേട്ട് എച്ച്മി ഓടിയെത്തുമ്പോൾ കണ്ണുകൾ തുറിച്ചു വരുന്നുണ്ടായിരുന്നു, ശ്വാസമെടുക്കാൻ പാടുപെട്ടു. കട്ടിലിൽ എടുത്തു കിടത്തിയ ചാച്ചന്റെ കണ്ണുകൾ ചുറ്റും പരതി. ആശുപത്രിയിലെത്തിച്ചെ ങ്കിലും ഡോക്ടർ നിസ്സഹായനായി. ആ കിടപ്പ് മൂന്നുദിനം.

അറിഞ്ഞതിന്റെ പിറ്റേന്ന് ജയശ്രീ ഓടി എത്തി. നിസ്സഹായനായ ചാച്ചനെ കണ്ടുനിൽക്കാൻ കഴിഞ്ഞില്ല. അവളുടെ സ്പർശനമേറ്റാകാം കണ്ണുകൾ പതിയെ തുറന്നു. 'മോളമ്മേ' എന്നു ചുണ്ടുകൾ ചലിച്ചതുപോലെ തോന്നി. അവളുടെ മുഖത്ത് ഊന്നിയ മിഴികൾ പതിയെ അടഞ്ഞു. അവ പിന്നെ തുറന്നില്ല.

* * *

പാർട്ടി പതാക പുതച്ച് സ.കുമാരൻ കിടന്നു. അഭിമാനിയായ കമ്മ്യൂ ണിസ്റ്റുകാരന്റെ അന്ത്യനിദ്ര. പതാക പുതപ്പിച്ചതിനോടും സുഗതനു താല്പര്യമില്ലായിരുന്നെങ്കിലും ചാച്ചൻ അത് ആഗ്രഹിക്കുന്നുണ്ടെന്ന് വ്യക്തമായതിനാൽ എതിർത്തില്ല. ആചാരപരമായ അന്ത്യകർമ്മ ങ്ങളും ആ ഭൗതികവാദി ഇഷ്ടപ്പെടാഞ്ഞതിനാൽ അതിനും സമ്മതി ച്ചില്ല. വെളിച്ചപ്പാട് അമ്മായി മുറുമുറുത്തെങ്കിലും ആരും വകവെച്ചില്ല. യഥാർത്ഥ കമ്മ്യൂണിസ്റ്റിന്റെ അന്തസായ അന്ത്യയാത്ര.

ജില്ലാ നേതാക്കളും ട്രേഡ് യൂണിയൻ ഭാരവാഹികളും എത്തി. കൈനകരി, നീലംപേരൂർ തുടങ്ങി കുട്ടനാടൻ പ്രദേശങ്ങളിൽ നിന്ന് തൊഴിലാളികളും കർഷകരും പ്രവഹിച്ചു. പുതുച്ചിറ ജനസാന്ദ്രമായി. അവരുടെ സഖാവിനെ യാത്രയയക്കാൻ അറിഞ്ഞവരൊക്കെ എത്തി.

സമയമായി. എച്ച്മി പ്രിയ സഖാവിന് കണ്ണുനീർ കൊണ്ടൊരു രക്തഹാരം സമർപ്പിച്ചു. അരനൂറ്റാണ്ടിലേറെ സഖാവിനു ശക്തിയും ഊർജ്ജവുമായിരുന്ന ലക്ഷ്മി ഒടുവിലത്തെ അശ്രുപൂജ നടത്തി.ഗൗരി അച്ഛന്റെ പാദത്തിൽ നമസ്കരിച്ചു. ജയശ്രീ ചാച്ചന്റെ നെഞ്ചത്തു തലചായ്ച്ചുകിടന്നു. പാട്ടുകേട്ട് ഉറങ്ങിയിരുന്ന ചാച്ചന്റെ ഉറച്ച മാറിട ത്തിലെ അവസാനത്തെ കിടപ്പ്. അവൾ കരഞ്ഞില്ല. കരയില്ലെന്നു പ്രതിജ്ഞയെടുത്തതാണല്ലോ. ആദിയും അമ്പുവും ചേർന്ന് അമ്മയെ ഉയർത്തി ചേർത്തുപിടിച്ചു.

കമ്മ്യൂണിസ്റ്റ് മാനിഫെസ്റ്റോയുടെ ഒരു കോപ്പി മൃതദേഹത്തിൽ സമർപ്പിച്ച് സുഗതൻ ചാച്ചന് സല്യൂട്ടടിച്ചു. തന്റെ ആദർശരൂപമായിരുന്ന

സഖാവിന് പോലീസ് മകന്റെ ഒടുവിലത്തെ സല്യൂട്ട്

- ഇങ്ക്വിലാബ് സിന്ദാബാദ്

- സഖാവ് കുമാരൻ അമർ രഹേ...

ആരോ വിളിച്ചു. അനേകം കണ്ഠങ്ങൾ അതേറ്റു ചൊല്ലി. ചെല്ലപ്പനും സാവിത്രിയും മുഷ്ടി ചുരുട്ടി അഭിവാദ്യം ചെയ്തു. അനേകരുടെ കണ്ഠങ്ങൾ ഗദ്ഗദമായി.

- ഇല്ലായില്ല മരിക്കില്ല. കുമാരേട്ടൻ മരിക്കില്ല

* * *

തിണ്ണയിലെ തൂണും ചാരി ചാച്ചന്റെ കസേരയിലേക്കും നോക്കിയിരുന്നപ്പോൾ അവളുടെ അന്തരംഗത്തിൽ ആ പാട്ട് ഒരു ഇടിവാളായി.

അപ്പനില്ലേ തിന്താരാ

ഞങ്ങൾക്കാരുമില്ലേ തിന്താരാ

ഞങ്ങളെങ്ങുപോണോ തിന്താരാ..

ഞങ്ങൾക്കാരുമില്ലേ തിന്താരാ...

നിന്നുടെ താതനും കൂടി പോയി

ക്ലേശത്തോടെ വസിക്കുന്നു

ഇനിയും കൂടി കാണ്മാൻ ഇടയുമില്ല.

അമ്പു അമ്മയുടെ മടിയിൽ തലവെച്ചു കിടന്നു. ഏഴാം ക്ലാസിലാണെങ്കിലും ചാച്ചനെപ്പോലെ നല്ല കിളരമുണ്ട്. അവന്റെ മുടിക്കിടയിലൂടെ അവൾ വിരലോടിച്ചു. ആദി വന്ന് അമ്മയുടെ തോളിൽ കൈയിട്ടു. ഒമ്പതാം ക്ലാസുകാരി. തന്നെപ്പോലെ മുടിയുണ്ട്. ചിരിക്കുമ്പോൾ വിടരുന്ന നുണക്കുഴിയാണ് ആകർഷണം. അമ്മയുടെ മുടിയഴിച്ചു കോതിക്കൊണ്ട് അവൾ ചോദിച്ചു.

- അമ്മാ ഇനി പോകുന്നുണ്ടോ

- പോകണം മോളെ.. അല്ലാതെ എങ്ങനാ കാര്യങ്ങൾ നടക്കുന്നത്. മോൾക്ക് ഹയർ എജ്യൂക്കേഷൻ വേണ്ടേ

- അമ്മ പോകണ്ട

അമ്പു വാശി പിടിച്ചു. അവന്റെ മുഖത്തു നോക്കാതെ തന്നെ ജയശ്രീ പറഞ്ഞു.

- അമ്മയ്ക്കും ആഗ്രഹമുണ്ട്, അമ്പൂ... പക്ഷേ പറ്റില്ല മോനേ... ഇനിയും എന്തെല്ലാം കാര്യങ്ങൾ കിടക്കുന്നു.. നിങ്ങളെ ഒരു കര പറ്റിക്കണ്ടേ...

ആദി അമ്മയുടെ മുഖത്തേക്ക് ഉറ്റുനോക്കി. ഏറെ ക്ഷീണമാണെങ്കിലും മുഖത്തെ പ്രസരിപ്പിന് കുറവില്ല. 34 വയസ്സുള്ള അമ്മ. കണ്ണിലെ കറുപ്പഴക്. അല്പം ചടച്ചതെങ്കിലും അഴകിനു കുറവി ല്ലാത്ത ഉടൽ. അവൾ അമ്മക്കൊരുമ്മ കൊടുത്തു.

- അമ്മാ.. ഞാനും പോരട്ടേ..

- വാറങ്കലിനോ... വേണ്ട മോളേ... പി.ജി.ക്കു പഠിക്കാറാകുമ്പോൾ അമ്മ കൊണ്ടുപോകാം. ഹൈദ രാബാദ് യൂണിവേഴ്സിറ്റിയിൽ. പക്ഷെ നന്നായി പഠിച്ചു ജയിക്കണം.

- എന്നാലും അമ്മാ...

- ആദി, നീ പോന്നാൽ അമ്പുവിനും വേണ്ടേ ഒരു കൂട്ട്

മക്കളെ തഴുകി ഉമ്മ വെച്ചു. സുഗതൻ തിണ്ണയിലേക്കു വന്നു. അവളുടെ അടുത്തു ഇരുന്നു.

- കൊച്ചേ ബാക്കി കാര്യങ്ങൾ എങ്ങനെയാണ്?

- എന്തു കാര്യങ്ങൾ

- നമ്മുടെ മൂന്നുപേരുടെയും പേരിലാണ് ചാച്ചൻ വസ്തു എഴുതിവെച്ചിരിക്കുന്നത്. ഞാനെന്താണു ചെയ്യുക.

- കുഞ്ഞിച്ചായാ, എനിക്കിപ്പോൾ വസ്തു അല്ല പ്രശ്നം. എന്റെ കുഞ്ഞുങ്ങളാണ്. ആദിക്കൊരാവശ്യം വരുമ്പോൾ കുഞ്ഞിച്ചായൻ വേണ്ടപോലെ ചെയ്താൽ മതി. തന്നെയല്ല, അവർ ഇവിടെയല്ലേ നിൽക്കുന്നത്.

- അതുമാത്രം പോരല്ലോ..

എച്ച്മി വന്നു അടുത്തിരുന്നു.

- നിന്റെ കാര്യമാ മോളമ്മേ പറഞ്ഞത്. നീയിങ്ങനെ ഒറ്റക്കായാലോ, ചാച്ചന്റെ ഏറ്റവും വലിയ വിഷമം അതായിരുന്നു.

എച്ച്മിക്കു ഗദ്ഗദം വന്നു. സുഗതൻ കൂട്ടിച്ചേർത്തു.

- നീ ഡിവോഴ്സ് നേടണം. എത്ര ചെറുപ്പമാ കൊച്ചേ നീയ്.

- ഇനിയൊരു വിവാഹമോ... ഒരു ജന്മത്തിൽ അനുഭവിക്കാവുന്നതൊക്കെ അനുഭവിച്ചില്ലേ, അമ്മേ.. ഞാനിപ്പോൾ ഒരു ഏകമാതാവാണ്. എന്റെ മുന്നിലെ ഉത്തരവാദിത്തം ദാ ഇവരാണ്. ഇവരെ ഒരു കരയ്ക്കെത്തിക്കണം. പിന്നെ അവർ എന്നെ നോക്കിക്കോളും

- എന്നാലും നിനക്കും വേണ്ടേ ഒരു ജീവിതം.

- എന്ത് ജീവിതം. എന്റെ ഇനിയുള്ള ജീവിതലക്ഷ്യം, എന്റെ

കുഞ്ഞുങ്ങളാണ്. എന്റെ ഗതി എന്റെ കുഞ്ഞുങ്ങൾക്ക് വരരുത്. അതുകൊണ്ട് എനിക്കു പോയേ മതിയാകൂ,

അമ്മ ഉറച്ച ശബ്ദത്തിൽ അതു പറയുമ്പോഴും അവളുടെ ഉള്ളു പിടഞ്ഞു, മനസ്സിൽ മന്ത്രിച്ചു

- എനിക്കിനിയൊരു പുരുഷനെ, ഭയമാണ് അമ്മ. എനിക്കിനി ഒരാളെ വിശ്വസിക്കാനാവില്ല.

13. നിഴലുകളിൽ നിന്ന് നക്ഷത്രങ്ങളിലേക്ക്

ആരെയും ഒപ്പം കൂട്ടാനും പൊരുത്തപ്പെടാനും ഏതു മുറിവിനെ ഉണക്കാനും കഴിയുന്ന കാലം ആരെയും കാത്തുനില്ക്കാറില്ല. കാലത്തിനൊപ്പം മനുഷ്യരാണ് സഞ്ചരിക്കേണ്ടത്, അല്ലാത്തവർക്ക് അതിജീവിക്കാനാവില്ല.

ആദിയിപ്പോൾ ഹൈദരാബാദ് യൂണിവേഴ്സിറ്റിയിൽ ഗവേഷക വിദ്യാർത്ഥിനിയാണ്. Feminism in Indian Perspective ആണ് വിഷയം. എം എ സോഷ്യോളജി കഴിഞ്ഞപ്പോൾ പോന്നതാണ്. എം ഫിൽ ചെയ്തതും ഇവിടെ തന്നെ. Imbroglio of Single Mother ആയിരുന്നു വിഷയം JRF കിട്ടിയതുകൊണ്ട് പി എച്ച് ഡി പഠനത്തിനുള്ള വക താൻ ഇപ്പോൾ കൊടുക്കണ്ട. എന്നാലും മറ്റ് അത്യാവശ്യങ്ങൾക്ക് സഹായിക്കണം. അമ്പു എം എ ഫൈനൽ ഇയറാണ്. കുഞ്ഞിച്ചായൻ അത്യാവശ്യം കാര്യങ്ങളൊക്കെ ചെയ്യും. എന്നാലും ഇടയ്ക്ക് അവൻ എഴുതും. ഉള്ളത് അയച്ചുകൊടുക്കും. ഇടയ്ക്കിടെ ജയയുടെ ശമ്പളം വർദ്ധിച്ചുകൊണ്ടിരുന്നു. എന്നാൽ ചെലവുകൾ പെരുകി. സ്വന്തം ആവശ്യങ്ങൾക്ക് പരിധി ഏർപ്പെടുത്തി അവൾ പൊരുതി നിന്നു.

*   *   *

2016 ജനവരി 17. ഹൈദരാബാദ് സർവ്വകലാശാല കാമ്പസ് പുകഞ്ഞുകത്തി. അതിന്റെ തീനാളങ്ങൾ മറ്റു സർവ്വകലാശാലകളിലും നഗരങ്ങളിലും പടർന്നു. പ്രതിരോധ പ്രവർത്തകരും വിദ്യാർത്ഥികളും തെരുവിലിറങ്ങി. ഒരു Institutional murder

രോഹിത് വെമുല ആത്മഹത്യ ചെയ്തു.

Ph.D സ്കോളേഴ്സ് ആയ വെമുലയും മൂന്നു സുഹൃത്തുക്കളും പുറത്താക്കപ്പെട്ടത് ഒരു കള്ളപരാതിയുടെ പേരിലായിരുന്നു. ABVP നേതാവ് സുശീൽകുമാറിനെ മർദ്ദിച്ചെന്ന വ്യാജപരാതിയിലായിരുന്നു വൈസ് ചാൻസിലറുടെ അസാധാരണ നടപടി. വിദ്യാർത്ഥികൾ സത്യഗ്രഹം

തുടങ്ങിയതോടെ അവരെ ഹോസ്റ്റലിൽ നിന്നു പുറത്താക്കുകയും കാമ്പസ് വിലക്കുകയും ചെയ്തു. അംബേദ്കർ സ്റ്റുഡൻസ് അസോസിയേഷൻ പ്രവർത്തകരായിരുന്ന ദലിത് വിദ്യാർത്ഥികൾ പ്രതിരോധമുയർത്തി. വെമുലയുടെ സ്കോളർഷിപ്പ് തുടർച്ചയായി നിഷേധിക്കപ്പെട്ടു. സമർത്ഥനായ വിദ്യാർത്ഥി വി.സി.ക്ക് എഴുതി

- ഒന്നുകിൽ എനിക്കു ഗ്രാന്റ് തരൂ, അല്ലെങ്കിൽ എനിക്കു വിഷമോ ഒരു ചാൺ കയറോ തരിക. അതുവാങ്ങാൻ കൂടി എനിക്കു പണമില്ല.

കാൾസാഗനെപ്പോലൊരു ശാസ്ത്രകാരനാകാൻ കൊതിച്ച വെമുലക്കെതിരെ, എക്കാലവും ബ്രാഹ്മണ്യ ഭീകരത ദലിതർക്കെതിരെ നടത്തുന്ന ധാർഷ്ട്യം അഴിഞ്ഞാടി. വി.സി യും മനുഷ്യ വിഭവശേഷി മന്ത്രിയും കൂടിയാലോചിച്ചു. അവനെ പടിയടച്ചു പിണ്ഡം വെക്കാനായിരുന്നു തീരുമാനം. അങ്ങനെ അവന്റെ സകല സ്വപ്നങ്ങളെയും ഒരു മുഴം കയറിൽ അവസാനിപ്പിച്ചു. അതിനും സ്വന്തമായി ഒരുമുറി ഇല്ലാത്തതിനാൽ അവന് കൂട്ടുകാരൻ ഉമയുടെ മുറി തേടേണ്ടി വന്നു. ചങ്കുപൊട്ടി അവൻ എഴുതി

- ഇങ്ങനെയൊരു കത്ത് ഞാൻ ആദ്യമായാണ് എഴുതുന്നത്. ആദ്യമായെഴുതുന്ന അവസാനത്തെ കത്ത്. ഇത് അവിവേകമായി തോന്നുന്നെങ്കിൽ ക്ഷമിക്കുക.... ചിലർക്ക് എല്ലായ്പ്പോഴും ജീവിതം ഒരു ശാപമാണ്. എന്റെ ജനനം തന്നെയാണ് എനിക്കുണ്ടായ മാരകമായ അപകടം. കുട്ടിക്കാ ലത്തെ ഒറ്റപ്പെടലുകളിൽ നിന്ന് മോചനം നേടാൻ എനിക്കു കഴിഞ്ഞതേയില്ല... എനിക്ക് വിശ്വാ സമുള്ള എന്തെങ്കിലുമുണ്ടെങ്കിൽ അത് എനിക്കു നക്ഷത്രങ്ങളിലേക്കു സഞ്ചരിക്കാനാകുമെന്ന വിശ്വാസമാണ്. നിഴലുകളിൽ നിന്ന് നക്ഷത്രങ്ങളിലേക്ക്.

കാമ്പസ് ഇളകിയുലഞ്ഞു. പ്രതിഷേധ, പ്രതിരോധ പരിപാടികൾ ശക്തമായി. ലോകമീഡിയകൾ തന്നെ കാമ്പസിൽ തമ്പടിക്കുകയും ചെയ്തു.

ആദിയെ കാണാൻ ജയശ്രീ ഹോസ്റ്റലിൽ ചെല്ലുമ്പോൾ അവൾ അവിടെയുണ്ടായിരുന്നില്ല. കാമ്പസിലെ ഒരു പ്രതിഷേധ കൂട്ടായ്മയിൽ അവൾ വെമുലയുടെ കവിത ചൊല്ലുന്നു.

- ഒരു ദിനം ചരിത്ര താളുകളിൽ

നിങ്ങളെന്നെ കണ്ടെത്തും

ചരിത്രത്തിന്റെ മങ്ങിയ നാളുകളിൽ

ഇരുളടഞ്ഞ പ്രതിച്ഛായയിൽ

അന്നു നിങ്ങളെന്നെ പ്രശംസിക്കും

ഞാൻ വിവേകിയായിരുന്നെന്ന്

Justice for Vemula ബാനറിന്റെ പിന്നിൽ കൂട്ടുകാർക്കൊപ്പം അവൾ പാടി, ആടി. കണ്ടപ്പോൾ അഭിമാനം തോന്നി. ചാച്ചന്റെ ചെറിയൊരു നിഴലാട്ടം. കെട്ടിവെച്ച നീണ്ട മുടിയുള്ള ഒരു ചെറുപ്പക്കാരനോടൊപ്പമായിരുന്നു പാട്ട്. തന്റെ പഴയ നോക്കിയ ഫോണിൽ നിന്ന് അവളെ വിളിച്ചു. ആദി ഓടിവന്നു.

- അമ്മാ, വലിയ സമരമാണ്. ക്ലാസൊന്നും നടക്കുന്നില്ല. ഹോസ്റ്റലും വർക്കിങ്ങിലല്ല, ഫുഡൊക്കെ പുറത്തുനിന്നാണ്.

ജീൻസും ടോപ്പും ധരിച്ച മകൾ വളർന്നു സുന്ദരിയായിരിക്കുന്നു. കിളരം വെച്ചിട്ടുണ്ട്. തന്റെ പോലെ തന്നെ മുടി. നുണക്കുഴി കുറേക്കൂടി തെളിഞ്ഞിരിക്കുന്നു.

- ആദി, അതാരാ ആ ചെറുപ്പക്കാരൻ

- അതു പ്രകാശ്. തിരുവനന്തപുരത്തുള്ളതാണ്. ഞങ്ങളുടെ ഡിപ്പാർട്ട്മെന്റിൽ റിസർച്ച് സ്കോളർ.

- അത്രേയുള്ളൂ...?

അവളുടെ നുണക്കുഴിയിൽ നിറം വെക്കുന്നതു കണ്ടു. ജയശ്രീ അപ്പോഴാണ് ഓർത്തത്. മകൾക്കു വിവാഹപ്രായം കഴിഞ്ഞിരിക്കുന്നു. വയസ് 28 ആയി. അമ്മയുടെ ആധി അവളിൽ ഉണർന്നു.

- ഇപ്പോ പഠിത്തത്തിൽ ശ്രദ്ധിക്കു മോളേ... ഈ വർഷം തിസീസ് സബ്മിററ് ചെയ്യണം. അതു കഴിഞ്ഞാകട്ടെ.

നുണക്കുഴിയിൽ ഒരു മുത്തം. അവൾ അമ്മയുടെ കഴുത്തിലൂടെ കൈയിട്ട് അമ്മയ്ക്കു അതു തിരിച്ചു നൽകി.

* * *

മുറിയിലെത്തി മുഖം കഴുകി കണ്ണാടിയിൽ നോക്കിയപ്പോൾ ജയശ്രീ ഒന്നു പതറി. അതുവരെ ശ്രദ്ധിക്കാതിരുന്ന കാര്യം. മുടിയിഴകളുടെ അടിവശത്തിന് നേരിയ കളർമാറ്റം. ചെവിക്കു മുകളിലുള്ള ഇഴകൾ നരച്ചുതുടങ്ങിയിരിക്കുന്നു. കൺപോളകൾക്കു താഴെ കൺമഷി കൊണ്ടു മറയ്ക്കാനാവാത്ത കറുപ്പുനിറം. ചെറിയ ചുളിവുകൾ പ്രത്യക്ഷപ്പെടുന്നുണ്ടോ? ഇല്ല മുഖത്തെ എക്സർസൈസ് കുറെക്കൂടി കാര്യമാക്കണം.

സാരിയഴിച്ചിടുമ്പോൾ സ്വന്തം ശരീരത്തിലേക്കു സൂക്ഷിച്ചുനോക്കി. വയസ് 49 ആണ്. ഒട്ടിയ വയറ്റിൽ ചുളിവുകളില്ല. എന്നാൽ മാറ് അല്പം കനം കുറഞ്ഞിരിക്കുന്നോ. പഴയ ബ്ലൗസുകൾ അയഞ്ഞു തുടങ്ങിയോ.

തോളുകൾ അല്പം താഴ്ന്നിട്ടുണ്ടോ. ഇല്ല, ശരീരത്തെ ക്ഷയിപ്പിക്കാൻ പാടില്ല. ശരീരമാണ് മനസിനെ പിടിച്ചുനിർത്തുന്നത്. ആന്ധ്രയിലെ പച്ചരിയും സാമ്പാറും തൈരും അപ്പളവും കടലയെണ്ണ ചേർത്ത കറി കളുമൊക്കെ തനിക്കു പരിചിതമായല്ലോ. ഒന്നുമില്ലെങ്കിലും ഇതുവരെ ഷുഗറും പ്രഷറുമൊന്നും തന്നെ ആക്രമിച്ചിട്ടില്ലല്ലോ.

കണ്ണാടിയിലേക്ക് ഉറ്റുനോക്കിയപ്പോൾ കണ്ണു നിറയുന്നുണ്ടോ എന്നു ശങ്കിച്ചു. മറക്കാൻ ശ്രമിക്കുന്നതൊക്കെ തികട്ടി വരുന്നുവോ? ഇപ്പോൾ തന്നെ കണ്ടാൽ എച്ച്മിയെ പോലിരിക്കുന്നു. തന്റെ അമ്മ എന്നും തന്നെക്കുറിച്ചോർത്തു നീറിയിരുന്നു. ഒരു കുടുംബത്തെ അപ്പാടെ ചേർത്തു നിർത്തി ജയിപ്പിച്ചവൾ. തന്റെ മക്കൾക്ക് അമ്മയുടെയും വല്യ മ്മയുടെയും സ്നേഹം വാരിക്കോരി നല്കിയവൾ. പക്ഷേ മോളമ്മയുടെ കാര്യത്തിൽ അവർ പരാജയപ്പെട്ടുപോയി. വെളിച്ചപ്പാട് അമ്മായിയെ ആ കാര്യത്തിൽ അമ്മ ശപിക്കുമായിരുന്നു. തന്നെ അടുത്തു കിട്ടിയാൽ മുടിയൊക്കെ തഴുകി ചേർത്തുനിർത്തി മുത്തം തരുന്ന തന്റെ എച്ച്മി

- കുഞ്ഞുമോളേ... ചാച്ചന്റെ ഏറ്റവും വലിയ നൊമ്പരം നീയായി രുന്നു.'എനിക്കു തെറ്റിപ്പോയി എച്ച്മി' എന്ന് എപ്പോഴും നീറുമായിരു ന്നു. ചാച്ചന്റെ മോളമ്മയ്ക്ക് ഇനിയൊരു ജീവിതം വേണ്ടേ? ചാച്ചന്റെ ആത്മാവിനു ശാന്തി കിട്ടണമെങ്കിൽ എന്റെ കുഞ്ഞൊരു വിവാഹം കഴിക്കണം.

- വിവാഹം മാത്രമാണോ ജീവിതം? വിവാഹം കഴിച്ചവരെല്ലാം സുഖമായി കഴിയുന്നവരാണോ?

- അതൊക്കെ ശരിയായിരിക്കാം. ചാച്ചൻ പോയതിൽ പിന്നെ ഞാൻ അനുഭവിക്കുന്ന ഒറ്റപ്പെടലിന്റെ വേദന ഈ അമ്മയ്ക്കറിയാം. ഒന്നൊന്നര വർഷമായി എനിക്കു വീർപ്പു മുട്ടുകയാണു കുഞ്ഞേ. എത്രയോ വർഷങ്ങളായി നീ അനുഭവിക്കുന്ന ശ്വാസം മുട്ടൽ ഈ അമ്മ അറിയുന്നു മോളേ.. ഒരു പെണ്ണിന്റെ, ഒരമ്മയുടെ ഏകാന്ത ജീവിതത്തിന്റെ കനം എനിക്കറിയാം കുഞ്ഞേ... എന്റെ മോൾ തിന്നുന്ന തീയുടെ ചൂട് എനിക്ക് ഏൽക്കുന്നുണ്ട്.

- അമ്മ കരയരുത്. പറഞ്ഞു പറഞ്ഞ് എന്നെ കരയിക്കരുത്. എനിക്കു ചില ലക്ഷ്യങ്ങളുണ്ട്. എന്റെ മക്കളാണിപ്പോൾ എന്റെ ലോകം. അവരെ കര കയറ്റിയിട്ടേയുള്ളൂ മറ്റു കാര്യങ്ങൾ... അമ്മ യുടെ മോളമ്മക്ക് വിഷമമില്ലമ്മേ...

എച്ച്മിയുടെ മാറിൽ തല ചായ്ച്ചുകിടക്കുമ്പോൾ അവസാന വാക്കുകൾ അവൾക്ക് കൃത്യമായി ഉച്ചരിക്കാൻ കഴിഞ്ഞില്ല. മകളുടെ

മുടിയിൽ തലോടി എച്ച്മി അവളെ തെരുതെരെ ചുംബിച്ചപ്പോൾ രണ്ടു തുള്ളി കണ്ണീർ അവളുടെ ശിരസിൽ പതിച്ചു. അമ്മമനസിന്റെ വിങ്ങൽ.

ആ അമ്മ മരിക്കുമ്പോൾ തനിക്ക് അടുത്തുണ്ടാകാനായില്ല. വാറങ്കലിൽ നിന്ന് പോരുമ്പോൾ ട്രയിൻ വൈകിയിരുന്നു. ഓടിയെത്തുമ്പോൾ മൃതദേഹം എടുക്കാനൊരുങ്ങുകയായിരുന്നു. മോളമ്മയ്ക്കുവേണ്ടി എച്ച്മി കാത്തുകിടന്നു. ആ ശോഷിച്ച ശരീരത്തിന് മുന്നിൽ നിൽക്കുമ്പോൾ ഓർമ്മയിൽ വന്ന മുഖം നിറമിഴികളോടെ വിതുമ്പുന്ന ചിത്രമാണ്. എല്ലാ വേദനകളുടെയും ലോകത്തുനിന്ന് ലക്ഷ്മി രക്ഷപെട്ടിരിക്കുന്നു.

ജയശ്രീ കരഞ്ഞില്ല. ചിറികൾ കൂട്ടിക്കടിച്ചു. കവിളുകൾ വിറച്ചു.

അമ്പു വന്ന് അമ്മയുടെ തോളിൽ കൈയിട്ട് ചേർത്തുപിടിച്ചു. അവൻ വലുതായിരിക്കുന്നു. തന്നേക്കാൾ ഉയരം. ഉഴപ്പിക്കിടക്കുന്ന മുടി. ചിരിച്ചപ്പോൾ ശ്രദ്ധിച്ചു. അല്ല, ആ വഷളൻ ചിരിയല്ല. നിരയൊത്ത പല്ലുകൾ കൊണ്ടുള്ള ചിരി. കണ്ണുകളിലെ ശോകച്ഛവി തന്നിൽ നിന്നു പകർന്നതാണോ

എല്ലാം കഴിഞ്ഞപ്പോൾ, നിശ്ചേഷ്ടനായിരിക്കുന്ന അവളുടെ അടുത്തേക്കു സുഗതൻ വന്നു. അവളുടെ തോളത്തു കൈവെച്ച് സാകൂതം നോക്കി.

- കൊച്ചേ, നിനക്കൊന്നു കരഞ്ഞൂടേടീ, എന്തിനാണ് ഇതെല്ലാം കൂട്ടിവെച്ചിരിക്കുന്നത്.

സുഗതൻ വിങ്ങിപ്പൊട്ടി. ആ കൈയിലേക്ക് തലചായ്ച്ച് കുറെ നേരം ഇരുന്നു.

- ഇനി നീ പോകണ്ട... ഈ വീടിപ്പോൾ ശൂന്യമാണ്.

- കുഞ്ഞിച്ചായാ, എനിക്കു പോകണം. അവളുടെ കോഴ്സ് തീരുന്നതുവരെ.. അതു കഴിഞ്ഞ് ഞാൻ വരാം.

- താൻ ചത്തു മീൻ പിടിച്ചിട്ട് എന്തു കാര്യം

- കാര്യമുണ്ട് കുഞ്ഞിച്ചായാ... എന്റെ കുഞ്ഞുങ്ങൾ നാളെ എന്നെ പഴിക്കരുത്. അവരിലൂടെ വേണം എനിക്കു ജീവിക്കാൻ. ഞാൻ പഠിക്കാതെ പോയ പാഠങ്ങൾ അവർ അറിയരുത്.

14. ഇഷ്ടമില്ലാത്തവർ എന്തിനു കലഹിച്ചു ജീവിക്കണം?

Success is not the absence of failure
It is persistence through failure

പരാജയത്തിന്റെ അഭാവമല്ല വിജയം, മറിച്ച് പരാജയത്തിലൂടെയുള്ള നിരന്തര പ്രയത്നമാണ്. സാരോപദേശങ്ങൾ ധാരാളമായി കേട്ടിട്ടുണ്ട്. മുതിർന്നവരൊക്കെ തരം കിട്ടിയാൽ ഒട്ടേറെ വഴികൾ പറഞ്ഞു തരാറുമുണ്ട്. പക്ഷേ ഏതെങ്കിലും ഉപദേശങ്ങൾ ആരെയെങ്കിലും സഹായിച്ചിട്ടുണ്ടോ?

ജയശ്രീ ഓർക്കുകയായിരുന്നു.

ഭഗവദ്ഗീത നിറയെ തത്വവചനങ്ങളാണെന്ന് ഗീതാ പ്രഭാഷകർ നാനാവിധത്തിൽ വ്യാഖ്യാനിക്കുന്നു. കർമ്മം ചെയ്യാനുള്ള നിഷ്കാമ കർമ്മത്തിനുള്ള ഉദ്ഘോഷണങ്ങളാണത്രേ. പക്ഷേ അത് എന്തിനുവേണ്ടിയായിരുന്നു. കൊല്ലുവാനുള്ള ആഹ്വാനങ്ങൾ. അതിന്റെ അനന്തരം സർവ്വനാശമായിരുന്നു. ഉപദേശിച്ച കൃഷ്ണനെപോലും സഹായിക്കാത്ത വചനങ്ങൾ.

താനൊരു ദൈവ വിശ്വാസിയായിരുന്നോ? ചാച്ചന്റെ ലോകം ദൈവത്തിനതീതമായ മനുഷ്യരുടെ ദുരിതലോകമായിരുന്നു. നാമജപങ്ങൾക്കും പൂജയ്ക്കുമൊന്നും അമ്മ സമയം കണ്ടെത്തിയിരുന്നില്ല. ദൈവങ്ങൾ അവതരിച്ചതൊക്കെ മനുഷ്യരെ നന്നാക്കാനായിരുന്നിട്ടും എന്തേ മനുഷ്യർ നന്നാകാതെ പോയി. ലോകം അസമാധാനങ്ങളിലേക്കു വീണു പോകുന്നതെങ്ങനെ...

വായിച്ചുകൊണ്ടിരുന്ന പുസ്തകം മടക്കിവെച്ച് ജയശ്രീ എഴുന്നേറ്റു. തുറന്നുകിടക്കുന്നജാലകത്തിലൂടെ എൻ എൻ യു പി സ്കൂൾ കാണാം. തന്റെ അഭയകേന്ദ്രം. ഇതുകൂടി ഇല്ലായിരുന്നെങ്കിൽ എന്താകുമായിരുന്നു അവസ്ഥ. സത്യത്തിൽ താൻ ഒളിച്ചോടി പോരുകയായിരുന്നില്ലേ? ആരിൽ നിന്ന്? ജീവിതത്തിൽ നിന്നോ?

കണ്ണു നീറിയപ്പോൾ മുഖം കഴുകി. വാഷ്ബേസിനു മുകളിലെ കണ്ണാടിയിൽ മുഖം കണ്ടപ്പോൾ ചെറിയ ഞെട്ടൽ. കൺതടങ്ങളിൽ പടരുന്ന കറുപ്പ്. ഫേഷ്യൽ എക്സർസൈസ് ചെയ്യുന്നുണ്ടെങ്കിലും കവിളിലെ തുടിപ്പ് കുറഞ്ഞിരിക്കുന്നു. മേൽച്ചുണ്ട് ആകെ വരണ്ടിരിക്കുന്നു. വയസ്സാവുകയാണെന്ന് ശരീരം പ്രഖ്യാപിക്കുന്നു.

ജീവിതയാത്രയ്ക്കിടയിൽ എത്ര പേരെ കണ്ടിരിക്കുന്നു. വെങ്കിടേഷ് സാറിനു തന്നോടു പ്രണയമായിരുന്നു. എന്തുകൊണ്ടാണ് അത് നിഷേധിച്ചത്. കുട്ടികൾ കാരണം? അതോ പുരുഷന്മാരെ മുഴുവൻ ഭയം ആയതുകൊണ്ടോ? അല്ല. മനസ്സ് തിങ്ങി നിറയുമ്പോൾ കദനങ്ങൾ പങ്കുവെയ്ക്കാൻ ഒരാൾ വേണമെന്ന് തോന്നിയിട്ടില്ലേ. ഒരു നല്ല സഹൃത്ത്. നന്മയുള്ള ഒരു പുരുഷസുഹൃത്ത്? അതേ നൊമ്പരങ്ങളെ കയറൂരിവിടാൻ ഒരു ആശ്രയം. പക്ഷേ തനിക്കു ഭയമായിരുന്നു. പുരുഷൻ എന്നത് പീഡനങ്ങളുടെ പര്യായമായിട്ടാണ് തോന്നിയിരുന്നത്.

ആയിടെയാണ് ഒരു സ്മാർട്ട്ഫോൺ വാങ്ങിയത്. വാട്സ്ആപ്പും ഫെയ്സ് ബുക്കുമൊക്കെ ഡൗൺലോഡു ചെയ്തുകഴിഞ്ഞപ്പോൾ വെറുതെ ഒരക്കൗണ്ട് തുറന്നു. പ്രൊഫൈൽ കണ്ടാവാം കൂടാനെത്തിയവരിൽ ഏറെയും പുരുഷന്മാരായിരുന്നു. മെസഞ്ചറിൽ വന്നു മുട്ടുന്നവരൊക്കെ ചാറ്റിനവസാനം എത്തുന്നതൊക്കെ ഒരേ കാര്യത്തിൽ. മടുത്തുപോയതൊക്കെ ബ്ലോക്ക് ചെയ്തു. ഈ ആണുങ്ങൾ ഒക്കെ ഇങ്ങനെയാണോ എന്ന് ഓർക്കുകയും ചെയ്തു. ഫേസ്ബുക്കിൽ പക്ഷേ പ്രിയതരമായ പലതും കാണുകയും ചെയ്തു. സമയത്തോട്ടം പടവെട്ടാനുള്ള ഒരു ഉപാധിയായി

*   *   *

ഇടിവെട്ടുപോലെയാണ് ആ ഫോൺ കോൾ വന്നത്.

അമ്മയുടെ ശവസംസ്കാരം കഴിഞ്ഞു തിരിച്ചെത്തി നാലുമാസം കഴിഞ്ഞതേയുള്ളൂ. സരസുചേച്ചിയുടെ ഫോണാണ്. കുഞ്ഞിച്ചായൻ ആശുപത്രിയിലാണ്. ഉടനെ ചെല്ലണമെന്നതിനർത്ഥം അശുഭമെന്നാണ്. അമ്പുവിനെ വിളിച്ചു. സ്റ്റേഷനിൽ വെച്ചു കുഴഞ്ഞുവീണതാണ്. ഭാരത് ഹോസ്പിറ്റലിൽ ഐ സി യു വിലാണ്. സ്ട്രോക്കാണ്. പെട്ടെന്ന് ആദിയെ വിളിച്ചു. അവൾ എന്തോ തിരക്കിലാണ്. ട്രയിൻ ടിക്കറ്റ് കിട്ടാനും പാട്.

ICU വിലെ കിളിവാതിലിലൂടെ അവൾ കുഞ്ഞിച്ചായനെ കണ്ടു. മൂക്കിലും വായിലുമൊക്കെ ട്യൂബിട്ട് നിശ്ചലനായി കിടക്കുന്ന തന്റേടി. ആങ്ങളയുടെ കരുത്തിൽ അഭിമാനമായിരുന്നു. നിശ്ചേതനായി,

നിസ്സഹായനായി കിടക്കുന്ന സുഗതൻ.

മൂന്നാം നാൾ വിട പറഞ്ഞു

റിട്ടയർ ചെയ്യാൻ ഏതാനും മാസങ്ങൾ അവശേഷിക്കെ സുഗതൻ യാത്രയായി.

ദുരന്തങ്ങൾ പെയ്തിറങ്ങുകയാണ്.

മൂന്നാറിൽ നിന്നുള്ള പടിയിറക്കം

ചാച്ചൻ

അമ്മ

കുഞ്ഞിച്ചായൻ...

ഇതിനു തക്ക എന്തു തെറ്റാണ് ജീവിതമേ നിന്നോടു ഞാൻ ചെയ്തത്? എന്തിന്റെ പേരിലാണ് തുടർദുരന്തങ്ങൾ തനിക്കുമേൽ വന്നു പതിക്കുന്നത്? ആലംബങ്ങൾ ഒന്നൊന്നായി കൈവിട്ടു പോകുമ്പോൾ അലയാഴിക്കു നടുവിലെന്ന പോലെ. ആരോട് എന്താണ് പറയുക. സമാധാനിക്കു എന്നു പറഞ്ഞു തലോടാൻ ഒരു കൈ എവിടെയാണുള്ളത്.

കുറ്റി രോമങ്ങൾ എഴുന്നുനിന്ന സുഗതന്റെ മുഖത്തിനുമേൽ ചാഞ്ഞു കിടന്നു നിലവിളിച്ചു. 26 വർഷം പിടിച്ചു നിർത്തിയിരുന്ന എല്ലാം നിയന്ത്രണങ്ങളും നഷ്ടപ്പെട്ടു. മൂന്നാറിൽ നിന്നിറങ്ങുമ്പോൾ നിശ്ചയിച്ചതാണ് കരയില്ലെന്ന്. കണ്ണമ്മയുടെ വാക്കുകൾ നിധിപോലെയായിരുന്നു. 'കൊച്ചേ'യെന്നു വിളിച്ചാൽ മുഴമിപ്പിക്കാത്ത കുഞ്ഞിച്ചായൻ ചോദിച്ചതല്ലേ, നിനക്കൊന്നു കരഞ്ഞുകൂടേ എന്ന്. അതേ, അണപൊട്ടിയൊഴുകിപ്പോയി. വിറങ്ങലിച്ച ജഡാവസ്ഥയിലായി. പിന്നെയൊന്നും അറിഞ്ഞില്ല. അമ്പു വന്ന് കുലുക്കി വിളിച്ചു.

- അമ്മാ, മാമൻ പോകുകയാണ്

- വേണ്ട മോനേ... എനിക്കിനി കാണാൻ വയ്യ.

സരസയെ സമാധാനിപ്പിക്കാൻ ആർക്കും കഴിഞ്ഞില്ല. ഗൗരിയുടെ മടിയിൽ അവൾ തളർന്നു കിടന്നു. കരയുവാൻ ഒരു കുട്ടി പോലുമില്ലാത്തത് വേദന വർദ്ധിപ്പിച്ചു. ഹോമ ധൂമാദികളൊന്നുമില്ലാതെ പോലീസ് സേനയുടെ ആദരവ് ഏറ്റുവാങ്ങി അമ്മയ്ക്കടുത്ത് മകൻ കിടന്നുറങ്ങി.

* * *

വെളിച്ചപ്പാട് അമ്മായിയും മറ്റു ചിലരും കൂടി അകമുറിയിലിരുന്നു അടക്കിപ്പറയുന്നത് അവൾ ശ്രദ്ധിച്ചു.

- ഒന്നിനു പുറകെ ഓരോ ദുരന്തങ്ങൾ. ദൈവവിചാരോം ആചാരോം

ഇല്ലാതെ ജീവിക്കുന്നതിന്റെ ഫലം തന്നെ.

- കുടുംബക്കാവിൽ വിളക്കുവെയ്പ്പും നേർച്ചയുമില്ലാതായിട്ട് എത്ര കാലം

- ശരിയായാലും തെറ്റായാലും ഒരു ശക്തിയിൽ വിശ്വസിക്കണം. അതിനുള്ള പരീക്ഷണമാണ്. കണ്ടകശനി കൊണ്ടേ പോകൂ എന്നാണു പ്രമാണം.

- കമ്യൂണിസ്റ്റുകാരാണത്രേ.. നാട്ടിൽ വേറെയുമുണ്ടല്ലോ ഇക്കൂട്ടര്... അവരൊക്കെ അമ്പലത്തിലും പള്ളീലുമൊക്കെ പോകുന്നുണ്ടല്ലോ. എന്താ കുമാരന്റെ കുടുംബത്തിൽ മാത്രം ഒരു പ്രത്യേകത.

-എല്ലാത്തിനും പഠിപ്പുകൂടി പോയേന്റെയാ... അല്ലാതെന്ത്.

വിചാരണയുടെ ഗതിമാറുമ്പോൾ ജയശ്രീക്ക് അടങ്ങിയിരിക്കാൻ കഴിഞ്ഞില്ല. എഴുന്നേറ്റ് അവരുടെ അടുത്തേക്കു ചെന്നു.

-സർവ്വശക്തൻ പ്രതികാരത്തിനിറങ്ങിയിരിക്കുകയാണോ. ദൈവത്തെ വിളിക്കാത്തവരെയൊക്കെ ശിക്ഷിക്കാനെ അറിയത്തു ള്ളോ. എങ്കിൽ പിന്നെയൊന്നു രക്ഷിച്ചുകൂടെ..

- കുടുംബക്കാവിലൊന്നും ചെയ്യാഞ്ഞിട്ട് നാളെത്രയായി. ഒരു പ്രശ്നം വെപ്പിക്കണമെന്ന് എത്രകാലമായി ഞാൻ പറയുന്നു.

വെളിച്ചപ്പാടമ്മായിയുടെ പ്രതിഷേധം.

- മാമി ജീവിതകാലമത്രയും കാവിലമ്മ യെ പൂജിച്ചു വെളിപ്പെട്ടതല്ലേ, എന്തൊക്കെയുണ്ട് മിച്ചം, എന്തൊക്കെയായിരുന്നു അനുഗ്രഹങ്ങൾ.

- അമ്മയൊന്നു മിണ്ടാതിരി

അമ്പു തടസം പിടിച്ചു

- കുറെക്കാലമായി പഴികൾ മാത്രം. ഇത്രമാത്രം കുറ്റങ്ങൾ കേൾക്കാൻ നമ്മൾ എന്ത് തെറ്റാണ് മോനെ, ചെയ്തത്. പൂജയും മന്ത്രവുമൊക്കെയായി പടിയിറങ്ങിയതാണു താൻ. എന്നിട്ടും ഇങ്ങനെ ശിക്ഷിക്കാൻ മാത്രം ആരോടെന്തുചെയ്തു.

അവളുടെ ഉള്ളം നീറി. കലിയടങ്ങിയില്ല.

- എന്റെ ചാച്ചൻ കമ്യൂണിസ്റ്റായിരുന്നു. കുഞ്ഞിച്ചായനും അങ്ങനെ തന്നെ. അതുകൊണ്ട് ആർക്കെന്തുപറ്റി. ഗുണമല്ലാതെ. ഇക്കണ്ട ജനമെല്ലാം ഇങ്ങോട്ട് ഒഴുകിയെത്തിയത് അവർക്കുള്ള അംഗീകാര മായിരുന്നു. അതുകൊണ്ടാണ് ദൈവങ്ങൾക്ക് അസൂയ വന്നതെങ്കിൽ അതങ്ങു സഹിച്ചു.

- നിർത്തുന്നുണ്ടോ അമ്മാ

അമ്പ ശാസിച്ചു. ജയശ്രീ കിതച്ചു. അവൻ അമ്മയെ പിടിച്ചു പുറത്തേക്ക് പോയി.

*   *   *

24 സംവത്സരങ്ങൾ

എല്ലാം കൊണ്ടും മട്ടത്തിരുന്നു. ആവർത്തനം കൊണ്ട് അരസികമായ പാഠങ്ങൾ മുഷിഞ്ഞിരുന്നു. ചെയ്യുന്ന ജോലിക്കനുസരിച്ചവേതനമില്ലെങ്കിലും അവൾക്ക് അതൊരു അഭയസങ്കേതമായിരുന്നു. തന്റെ മക്കളുടെ വിദ്യാഭ്യാസത്തിനു നിദാനമായത് എൻ എൻ യു പി സ്കൂൾ തന്നെയായിരുന്നു. വരലക്ഷ്മി വർഷങ്ങൾക്കുമുമ്പേ വിവാഹിതയായി യാത്ര പറഞ്ഞിരുന്നു. പിന്നീട്ട വന്ന മലയാളി ചെറുപ്പക്കാരികൾക്കൊന്നിനും കാശിപ്പേട്ട് അഭയമായില്ല. അവരുടെ ആവശ്യങ്ങൾക്കു ഉതകുന്നതായിരുന്നില്ല ഇവിടുത്തെ സേവനം. പക്ഷേ ജയശ്രീക്കു കാശിപ്പേട്ട് തന്റെ ദുരിതകാലത്തിന്റെ ആശ്വാസകേന്ദ്രമായിരുന്നു.

കുഞ്ഞിച്ചായൻ പോയതോടെ ഒരു ഘട്ടം അവസാനിക്കുകയായിരുന്നു. ആദിയുടെ പി എച്ച് ഡി അവസാനിച്ചിരുന്നു. ഇനി നാട്ടിൽ പോയേ മതിയാകൂ.

തന്റെ കാലടികൾ ആവർത്തിച്ചു പതിഞ്ഞ എൻ എൻ യു പിസ്കൂൾ. ചിരപരിമിതമായ ഇരുനിലകെട്ടിടവും വിശാലമായ അങ്കണവും. എത്ര ചെറുതായാലും തനിക്കും കുഞ്ഞുങ്ങൾക്കും അന്നം തന്ന സ്ഥാപനം. എന്നായാലും ഒരു യാത്രാമൊഴി അനിവാര്യമാണ്. പിടഞ്ഞ ഉള്ളത്തോടെ അവൾ വിടപറഞ്ഞു.

വയസ് 50 കഴിഞ്ഞു. നാമമാത്രമായ ബാങ്ക് ബാലൻസാണ് ഉള്ളത്. ഇനിയൊരു അങ്കത്തിനുള്ള ബാല്യമില്ല. ഇനിയെന്ത് എന്ന ചോദ്യം ബാക്കിയാണ്.

വീട്, നാത്തൂൻ, മകൾ, മകൻ

ബാദ്ധ്യതകളുടെ ഇങ്ങേയറ്റത്ത് താനും.

ഒരു കൈത്താങ്ങിന് ആരാണുള്ളത്.

മക്കൾ ഒരു പ്രതീക്ഷയാണ്

എത്രമാത്രം? ചോദ്യങ്ങൾ പെരുകുമ്പോൾ ഉത്തരങ്ങൾ അവ്യക്തമാവുകയാണ്. ജീവിതം കൊണ്ടുവേണം ഉത്തരം കണ്ടെത്താൻ. അതാണ് അനുഭവം.

*   *   *

ജെ ആർ എഫ് കാലത്തിനിടയിൽ തന്നെ ആതിര പി എച്ച് ഡി പൂർത്തിയാക്കി. വിമൻ സ്റ്റഡീസ് അവൾക്കെന്നും പ്രിയപ്പെട്ട വിഷയമായിരുന്നു. അത്യാവശ്യം എഴുതാനും പ്രതികരിക്കാനും കഴിയുമെന്ന് അവളുടെ ഫെയ്സ് ബുക്ക്, ഇൻസ്റ്റഗ്രാം പോസ്റ്റുകൾ വ്യക്തമാക്കി. അവളുടെ ഫെമിനിസ്റ്റ സങ്കല്പങ്ങൾ പുരുഷ വിദ്വേഷത്തിൽ അധിഷ്ഠിതമായിരുന്നില്ല. അവസരസമത്വം തന്നെയായിരുന്നു നിലപാടുകൾ.

റാഡിക്കൽ ഫെമിനിസം സമൂഹത്തിന്റെ പുന:സംഘടനയേയാണ് ലക്ഷ്യം വെക്കുന്നത്. പുരുഷാധിപത്യത്തെ സാമൂഹിക സാമ്പത്തിക മേഖലയിൽ നിന്നൊഴിവാക്കി, വർഗ, വർണ്ണ, ലിംഗഭേദമില്ലാതെ സമത്വം പ്രഖ്യാപിക്കുന്നതാണ് അതിന്റെ ലക്ഷ്യം. 1960 കളിൽ അമേരിക്കയിൽ ആരംഭിച്ച പൗരാവകാശ സമരങ്ങളിലൂടെയാണ് ഫെമിനിസം ശ്രദ്ധ നേടിയത്. ഷുലാമിത് ഫയർ സ്റ്റോൺ, കാത്തി സാറാ ചൈൽഡ്, കരോൾ ഹാസപ്പ്, നവോമി വെയ്സ്റ്റീൻ, ജൂഡിത് ബ്രൗൺ തുടങ്ങിയവരായിരുന്നു ആദ്യകാല വക്താക്കൾ. സിമോങ് ദിബുവർ, കെയ്റ്റ് മില്ലർ, ബെറ്റി ഫ്രീഡ്മാൻ ഒക്കെ സ്ത്രീയുടെ രണ്ടാംപൗരത്വത്തെ നിഷേധിച്ചു.

- അവരുടേത് മുഖ്യമായും വോട്ടവകാശം, പൗരാവകാശം, അടക്കമുള്ള രാഷ്ട്രീയ നിലപാടുകളായിരുന്നു. അത് പുരുഷവിദ്വേഷപരമായിരുന്നില്ല.

ജയശ്രീയുടെ അഭിപ്രായത്തെ ആദി വിശദമാക്കി.

- ദേശ, കുടുംബ സ്വത്തുക്കളുടെയൊക്കെ കുത്തക എവിടെയും പുരുഷന്മാർക്കാണ്. അതു മുതലാളിത്ത, ജന്മിത്വ വ്യവസ്ഥയുടെ ആണിക്കല്ലാണ്. അതിനെ പൊളിച്ചെഴുതുന്ന ഒരു ജനാധിപത്യ വ്യവസ്ഥയിലേ സ്ത്രീമോചനം സാധ്യമാകൂ.

രാഷ്ട്രീയവും സാമൂഹ്യവും സാംസ്കാരികവുമായ പരിവർത്തനത്തിലൂടെയേ സ്ത്രീ സമത്വം സ്ഥാപിക്കപ്പെടുകയുള്ളൂ. പാട്രിയാർക്കൽ വ്യവസ്ഥ തകർക്കപ്പെടുക തന്നെ വേണം. രാഷ്ട്രീയ നിയമപരിഷ്ക്കരണങ്ങളിലൂടെയേ സ്ത്രീ സ്വാതന്ത്ര്യത്തിന്റെ മൂല്യങ്ങളെ സാക്ഷാൽക്കരിക്കാനാവൂ എന്ന് ലിബറൽ ഫെമിനിസം വ്യക്തമാക്കുന്നു.

- സ്ത്രീകൾക്ക് പുരുഷനു തുല്യമായ അവകാശങ്ങൾ കുടുംബത്തിലും സമൂഹത്തിലും രാഷ്ട്രീയത്തിലുമില്ല. ലൈംഗീകാധിപത്യം അതിലൊരു പ്രധാന ഘടകമാണ്. സകല രംഗങ്ങളിലും തുല്യത അവകാശമായി ലഭിക്കുമ്പോഴേ സ്ത്രീവിമോചനം ഫലവത്താകൂ.

- ഈ തുല്യതയെ നിഷേധിക്കുന്നത് മതങ്ങളാണ്. എല്ലാ മതസംഹിതകളും സ്ത്രീവിരുദ്ധമാണ്. പുരുഷനുവേണ്ടി നിർമ്മിക്കപ്പെട്ട ഒരു

ഉപാധിമാത്രമാണ് സ്ത്രീ. അവൾ പുരുഷനു വിധേയമായിരിക്കണം എന്നു ഉദ്ഘോഷിക്കുകയാണ് മതങ്ങൾ. അതിനെതിരെ ഒരു സ്ത്രീവിമോചക രും മിണ്ടാത്തതെന്താണ് ആദി?

- മതനിഷേധങ്ങളിലൂടെയല്ലാതെ യാതൊരു പുരോഗതിയും പരിഷ്കരണവും ഒരിടത്തും ഉണ്ടായിട്ടില്ല അമ്മ. യൂറോപ്യൻ റിനൈസെൻസു തന്നെ ഏറ്റവും നല്ല ചരിത്ര സാക്ഷ്യം. മതങ്ങളെ നിരാകരിച്ച മനുഷ്യത്വമായിരുന്നു അതിന്റെ ഉള്ളടക്കം.

- മതങ്ങളിൽ സ്ത്രീക്കു സ്വർഗമില്ല. സ്വന്തമായ അസ്തിത്വമില്ല. വിവാഹത്തിൽ അവളുടെ അനുമതി വേണ്ട. എല്ലാം നിശ്ചയിക്കുന്നത് പുരുഷാധിപത്യ മതബോധമാണ്.

- അതുകൊണ്ടാണല്ലോ ലിബറൽ ഫെമിനിസം ഒരു കലഹമായി പരിണമിക്കുന്നത്.

- അങ്ങനെയെങ്കിൽ നിലവിലുള്ള വിവാഹസമ്പ്രദായങ്ങൾ തന്നെ പൊളിച്ചെഴുതണം. ജാതി, മതം, ആചാരം, സ്വർണ്ണം, പട്ട് ഒക്കെ.. ഇതൊക്കെ സ്ത്രീകളുടെ ആത്മാഭിമാനത്തിന് വിലങ്ങു തടിയാണ്.

- Ofcourse Amma, You said it from your experience. Endogamy നിലനിർത്താനുള്ള ജാത്യാധിപത്യ നടപടിയാണ് വ്യവസ്ഥാപിത വിവാഹ സമ്പ്രദായങ്ങൾ മുഴുവനും. അതു തുടരുന്നതിനോളം ഒരു പെണ്ണും സ്വാതന്ത്ര്യവും അന്തസ്സും തിരിച്ചറിയുന്നില്ല.

അങ്ങനെ പറഞ്ഞുവരവേയാണ് പ്രകാശിന്റെ കാര്യം ആദി വിശദീകരിച്ചത്. ഹൈദരാബാദിൽ അവസാനകാലം തങ്ങൾ ഒരുമിച്ചാണു കഴിഞ്ഞിരുന്നത്. അത് ജയശ്രീക്ക് ഉൾക്കൊള്ളാവുന്നതായിരുന്നില്ല.

- ആദി, നീയെന്താണു പറഞ്ഞുവരുന്നത്? നിന്റെ വിവാഹം കഴിഞ്ഞെന്നോ.... ഞങ്ങൾക്കൊന്നും അതിൽ ഒരു പങ്കും ഇല്ലെന്നാണോ...

- വിവാഹമോ? എന്തിനതിനെ അങ്ങനെ വിളിക്കണം. ഇഷ്ടമുള്ളവർ ഒന്നിച്ചു കഴിയുന്നു. സുഖവും ദുഃഖവും ഒരു പോലെ പങ്കിടുന്നു. Living together എന്നത് സ്വാതന്ത്ര്യമാണ്.

- ഇഷ്ടക്കേടു വരുമ്പോൾ

- വേർപിരിയുന്നു, why not Amma? ഇഷ്ടമില്ലാത്തവർ ഒന്നിച്ചു നിന്നു കലഹിച്ചു നരകിക്കുന്നു. ആർക്കുവേണ്ടി? അമ്മാ, ജീവിതം ഒന്നേയുള്ളു. മറുലോകത്തിലെ ജീവിതത്തെപ്പറ്റി തെളിവുകൾ ഒന്നുമില്ല. ഉള്ള ജീവിതം ആർക്കും സമർപ്പിക്കാനോ ത്യാഗത്തിനോ ഉള്ളതല്ല. മറ്റാരെയും ബോധ്യപ്പെടുത്തി കോൺഡക്റ്റ് സർട്ടിഫിക്കറ്റ്

വാങ്ങിയിട്ടെന്ത്

പുതിയ നൂറ്റാണ്ടിന്റെ വെളിപ്പാടാണ്. പുനർജന്മമില്ലാത്ത ഒറ്റ ജീവിതത്തിന്റെ സാക്ഷാത്ക്കരണം. അതെന്തിനാണ് കണ്ണീരും പ്രാർത്ഥനയുമായി നശിപ്പിക്കുന്നത്. അങ്ങനെ ജീവിച്ച് ആരെയാണ് തൃപ്തിപ്പെടുത്തുന്നത്. അവളുടെ നെഞ്ചിലിരുന്നൊരു പ്രാവു കുറുകി.

ആദി അമ്മയെ ചുറ്റിപ്പിടിച്ചു കവളിൽ ഒരു മുത്തം നൽകി.

- I have empathy to you, Amma എനിക്കതുപോലെ ആകാൻ വയ്യ.

ജയശ്രീ ഫലത്തിൽ തളർന്നുപോയി. ഇഷ്ടമില്ലാത്തവർ ഒന്നിച്ചു ജീവിച്ചു നശിക്കുന്നതെന്തിന്? താൻ എന്നെങ്കിലും തന്റെ ഇഷ്ടാനിഷ്ട ങ്ങൾ നോക്കിയിരുന്നോ? മകളുടെ പാഠം പുതിയ വെളിപ്പാടായി. വളരെ താമസിച്ചു പഠിച്ച സിലബസിലില്ലാത്ത പാഠങ്ങൾ

* * *

കാര്യവട്ടം കാമ്പസിൽ ഗസ്റ്റ് ലക്ചർ ആയി ആതിരയ്ക്കു ജോലിയായി. അവളുടെ പ്രൊഫൈലും എഴുത്തും അനുഭവവുമൊക്കെ മുൻഗണനക ളായി. കാമ്പസിനടുത്ത് ഒരു വീടിന്റെ മുകൾനില വാടകയ്ക്കു കിട്ടാൻ പ്രകാശനും സഹായിച്ചു. അപ്പോഴേക്കും പ്രകാശനും ഒരു അപ്പോയി ന്റ്മെന്റ് ശരിയായി കഴിഞ്ഞിരുന്നു. അങ്ങനെ ഒരുമിച്ചായിരുന്നു വാസം. ജയശ്രീക്ക് അതത്ര പഥ്യമായില്ലെങ്കിലും എതിർക്കാൻ ശക്തിയില്ലായി രുന്നു, എതിർത്തിട്ട് കാര്യവുമില്ലായിരുന്നു

ആറുമാസം തികഞ്ഞില്ല. അവൾ വിളിച്ചു. 'അമ്മാ വരണം എനിക്കു തീരെ വയ്യ. ഞാൻ കാരിയിങ്ങാണ്'. അമ്മയെ വിളിക്കുമ്പോൾ അവൾ വിങ്ങുകയായിരുന്നു.

ജയശ്രീ വീണ്ടും പറിച്ചുനടപ്പെട്ടു

15. ഈ അമ്മയെ ചോദ്യം ചെയ്യരുത്. മക്കളേ

ആശുപത്രിയിൽ നിന്ന് ആശുപത്രിയിലേക്കുള്ള ഓട്ടം. മോണിങ് സിക്ക്നെസ് അവളും അനുഭവിച്ചതാണ്. എന്നാൽ ആദിയുടെ കാര്യം വിചിത്രമായിരുന്നു. ശാരീരികമായും അവൾ ദുർബ്ബലയായിരുന്നു. ഉറക്കമിളപ്പും യാത്രകളും ആഹാരക്കുറവും ഒക്കെ പ്രശ്നമായി. അമ്മയുടെ സഹായം ഒരു മകൾക്ക് അനിവാര്യമായ അവസരമാണ്, ദോഹദകാലം.

ജയശ്രീക്കും ഉറക്കമില്ലാതായി. ശുശ്രൂഷകൾ ഒന്നിനു പിന്നാലെ മറ്റൊന്ന്, സർക്കാർ ആശുപത്രി അദ്ധ്യാപികയ്ക്ക് പഥ്യമല്ലാത്തതിനാൽ നഗരത്തിലെ വലിയ ആശുപത്രിയിലായി കൺസൽട്ടിങ്. ചെക്കപ്പും സ്കാനിംഗും നിരന്തരമായി. എത്രയായിട്ടും ഒടുവിൽ പ്രസവം സിസേറിയനായി. ഒരാഴ്ച കഴിഞ്ഞ് ആശുപത്രി വിടുമ്പോൾ ജയശ്രീയുടെ ഒരു വള പണയത്തിലായി.

ഗസ്റ്റ് ലക്ചർക്ക് പ്രസവാനുകൂല്യങ്ങൾ ഉണ്ടായിരുന്നില്ല. പ്രകാശനും പരിമിതികളുണ്ടായിരുന്നു. പെൺകുഞ്ഞിനെ നോക്കാനും അമ്മയെ ശുശ്രൂഷിക്കാനുമുള്ള വ്യഗ്രതകൾക്കിടയിൽ ജയശ്രീ തന്നെതന്നെ മറന്നു. താനിപ്പോൾ ഒരു ഗ്രാന്റ്മായാണ്.

- എന്റെ അമ്മാ, ഇത്ര ഭാരപ്പെട്ടതായിരുന്നുവെങ്കിൽ ഇതു വേണ്ടെന്നു വെച്ചാൽ മതിയായിരുന്നു.

ആദിയുടെ പ്രായോഗിക ബോധം. ജയശ്രീക്കു ചിരി വന്നു.

- അങ്ങനെ എല്ലാ പെണ്ണുങ്ങളും കരുതിയിരുന്നെങ്കിൽ മനുഷ്യവംശം എന്നേ അന്യാധീനമായേനെ. നിങ്ങളെയൊക്കെ എങ്ങനാ വളർത്തിയെതെന്നു ഇപ്പോൾ മനസ്സിലായോ.

- ചുമ്മാതല്ല. ന്യൂജൻ പെൺകുട്ടികൾ ഇപ്പണിക്കു പോകാത്തത്

- ഒരു സോഷ്യോളജിക്കാരിയുടെ സാമൂഹ്യബോധം!

സാമൂഹ്യജീവിതത്തിന്റെ വികാസങ്ങളെയും ക്രയവിക്രയങ്ങളേയും അക്കാദമികമായി പഠിച്ച ഡോക്ടറേറ്റ് നേടിയവൾ. പക്ഷേ പ്രപഞ്ചവീക്ഷണത്തിലെ രാഷ്ട്രീയബോധക്കുറവ് വ്യക്തമാണ്. അത് ഇന്നത്തെ വിദ്യാഭ്യാസത്തിന്റെ വല്ലാത്ത പരിമിതിയാണ്. ചുറ്റുപാടുകളുടെയും പച്ചയായ ജീവിതത്തിന്റെയും വസ്തുനിഷ്ഠ പഠനത്തിന്റെ അപാകതയാണ്. ചാച്ചനും കുഞ്ഞിച്ചായനുമൊക്കെ ഉന്നതബിരുദക്കാരായിരുന്നില്ല. അവരുടെയൊന്നും പരിസരത്തേയ്ക്ക് ആദിക്ക് എത്താനാവില്ല.

അല്ലെങ്കിലും സൈബർ യുഗത്തിലെ പുതുതലമുറ വെർച്വൽ ലോകത്തിലാണ്.

*　　*　　*

ഒരു ദിവസം അമ്പു കയറിവന്നു. ഒപ്പം ഒരു പെൺകുട്ടിയും. ജീൻസും ഷർട്ടുമൊക്കെ ധരിച്ച സുന്ദരി.

-അമ്മാ..ഇത് അഖില, മൈപാർട്ട്ണർ

ജയശ്രീ നടുങ്ങിപ്പോയി. എത്ര അനായാസമാണ് കുട്ടികൾ കാര്യങ്ങൾ നിശ്ചയിക്കുന്നത്. ആരോടും അവർക്ക് ചോദിക്കേണ്ടതില്ല. അഭിപ്രായം തേടേണ്ടതില്ല. അഖിലയെ ഇഷ്ടപ്പെട്ടെങ്കിലും നെഞ്ചിൽ ഭാരം കയറ്റിവെച്ചതുപോലെ. എങ്കിലും ആ കുട്ടിയെ പരിചയപ്പെട്ടു. എം.എ. എം.ഫിൽ കഴിഞ്ഞതാണ്. ഗസ്റ്റ് ലക്ചററാണ്. എം.എ കാലത്ത് യൂണിവേഴ്സിറ്റിയിൽ വെച്ചാണ് അവർ അടുക്കുന്നത്. ചായ ഉണ്ടാക്കിക്കൊടുത്തത് കുടിച്ച് അവർ തിരിച്ചുപോകുമ്പോൾ ജയശ്രീ തന്നോടു തന്നെ ചോദിച്ചു.

-ഞാൻ ആരാണ്? ഞാൻ ആർക്കുവേണ്ടിയാണ് ജീവിച്ചത്? ഒരു സുഹൃത്തിന്റെ സ്ഥാനം പോലും മക്കൾ തനിക്ക് തരുന്നില്ലേ.

*　　*　　*

ഒപ്പം നിന്ന് ഏറെ ലാളിക്കാൻ കഴിഞ്ഞില്ലെന്നതു സത്യമാണ്. അവർക്കുവേണ്ടിയുള്ള നെട്ടോട്ടമായിരുന്നു. താൻ നല്കാത്ത സ്നേഹവും കരുതലും ചാച്ചനും അമ്മയും കുഞ്ഞിച്ചായനും നല്കിയിട്ടുണ്ട്. ഒന്നിനും കുറവ് വരരുതെന്നു കരുതി താൻ സ്വയം ചുരുങ്ങുകയായിരുന്നു. എണ്ണത്തിൽ കൂട്ടാൻ വില കുറഞ്ഞ സാരികൾ തിരഞ്ഞെടുത്തു. ഒരു ജോഡി ചെരുപ്പ് പരമാവധി ഉപയോഗിച്ചേ ഉപേക്ഷിക്കുമായിരുന്നുള്ളൂ. ആഹാരത്തിൽ പോലും ലുബ്ധു കാണിച്ചത് കുട്ടികൾ പട്ടിണി കിടക്കരുത് എന്നതു

കൊണ്ടായിരുന്നു. ഓരോ മാസവും പരമാവധി മിച്ചം പിടിക്കാൻ കാരണം ഇവരായിരുന്നു.

പക്ഷേ അവർ ലാവിഷാണ്. കിട്ടുന്നതൊന്നും തികയുന്നില്ല. കൂട്ടുകാരെപ്പോലെയായിരുന്നു താനും മക്കളും. എന്നിട്ടും സ്വന്തം പങ്കാളികളെ തിരഞ്ഞെടുക്കുന്നതിൽ പോലും തന്നോട് അഭിപ്രായം ചോദിച്ചില്ല. തന്റെ അഭിപ്രായമോ അനുവാദമോ അവർക്കു വേണ്ട എന്നാണോ? അവളുടെ നെഞ്ചകം പിടച്ചു.

തന്റെ ഇഷ്ടത്തിനു വിരുദ്ധമായി അവരുടെ അച്ഛനെ സ്വീകരിക്കേണ്ടി വന്നു എന്ന് അവർക്കറിയാം. കഴിഞ്ഞ മൂന്നു പതിറ്റാണ്ടുകൾ അവർക്കുവേണ്ടിയാണ് ജീവിച്ചതെന്നും അറിയാം. ഒരിക്കലും അവർ അച്ഛനെ തിരക്കിയില്ല. താൻ ചൂണ്ടിക്കാണിക്കാനും ഒരുങ്ങിയില്ല. പക്ഷേ ഇന്ന് ഒന്നിനും അവർക്കു തന്റെ അനുമതി വേണ്ട. അവർക്കു മുന്നിൽ തന്റെ സ്ഥാനം എന്താണ്?

- അമ്മാ, എന്തു ഓർത്തിരിക്കയാണ്. കനി ആകെ നനഞ്ഞു കുതിർന്നു കിടക്കുന്നു.

ആദിയുടെ ശബ്ദം കേട്ടാണ് ഉണർന്നത്. അതേ, കുഞ്ഞ് മൂത്രത്തിൽ നനഞ്ഞുകിടക്കുന്നു. പെട്ടെന്ന് വാരിയെടുത്തു തുടച്ചു. പുതിയ ഉടുപ്പിട്ടുവിച്ചു. നനഞ്ഞ തുണി മാറ്റി പുതിയത് വിരിച്ചു. കുഞ്ഞ് ഉണർന്നപ്പോൾ തോളത്ത് കിടത്തി ഉറക്കാൻ ശ്രമിച്ചു. താരാട്ടു പടാൻ ശ്രമിച്ചെങ്കിലും പഴയ ഈണങ്ങൾ ഒന്നും ഓർമ്മയിൽ വന്നില്ല.

* * *

കനിക്ക് ആവശ്യങ്ങൾ നിരവധിയായിരുന്നു. സോപ്പ്, പൗഡർ, ക്രീമുകൾ, വസ്ത്രങ്ങൾ തുടങ്ങി എന്തെല്ലാം. അതെല്ലാം തന്റെ ഉത്തരവാദിത്തമാണെന്ന പോലെയായിരുന്നു ആദിയുടെ പെരുമാറ്റം. മുല കൊടുക്കുന്നതുപോലും ആവശ്യമായി അവൾ കരുതിയില്ല. തന്റെ മക്കൾക്കായി മുല ചുരത്തിയിരുന്ന കാര്യം ജയശ്രീ ഓർത്തു. അതുകൊണ്ട് ഇഷ്ടമല്ലെങ്കിലും ബേബിഫുഡ് ജയശ്രീക്കു വാങ്ങേണ്ടിവന്നു.

മൂന്നുമാസമായിട്ടും കനിക്ക് അരയിലൊരു ചരടുപോലും വേണമെന്ന് ആദിക്കും പ്രകാശനും തോന്നിയില്ല. ഒടുവിൽ രണ്ടാമത്തെ വളയും പണയം വെച്ച് ഒരു വെള്ളി അരഞ്ഞാണവും രണ്ടു കൊലുസ്സുകളും വാങ്ങി. അതുകണ്ടപ്പോൾ ആദിയുടെ കമന്റ് അവൾക്കു ദഹിച്ചില്ല.

- ഇത്തിരി കൂടി കനമുള്ളതാകാമായിരുന്നു.

* * *

അത്താഴത്തിനു കറി പോര എന്നതായിരുന്നു അന്നത്തെ പ്രശ്നം. ഒന്നുരണ്ടു ദിവസമായി സാധനങ്ങൾ തീർന്നിട്ട്. അവൾ അറിഞ്ഞു വാങ്ങേണ്ടതാണ്. ഇല്ലെങ്കിൽ പണം തരണം. അതൊന്നും ഉണ്ടായില്ല. ഉള്ളതുകൊണ്ടൊക്കെ വെക്കുകയല്ലാതെ എന്തു ചെയ്യും. ആദിക്ക് ഇഷ്ടപ്പെട്ടില്ല.

- എന്റമ്മാ, വായിൽ വെച്ചു കൂട്ടാവുന്നതെന്തെങ്കിലും ഉണ്ടാക്കിക്കൂടേ.. പ്രകാശന് ഇതൊന്നും പിടിക്കില്ല.

- രുചിക്കുള്ളത് ഉണ്ടാക്കണമെങ്കിൽ ആവശ്യത്തിന് സാധനങ്ങൾ വാങ്ങണം. ഇല്ലാത്ത സാധനങ്ങൾ കൊണ്ട് അത്ഭുത സൃഷ്ടി നടത്താൻ എനിക്കറിയില്ല.

- എത്ര വാങ്ങിയാലും തികയില്ലെന്നു വെച്ചാൽ എന്തുചെയ്യും

- കൊണ്ടുവന്നതത്രയും ഞാൻ പുഴുങ്ങി തിന്നെന്നാണോ? പറയുന്നതു സൂക്ഷിച്ചുവേണം

- എല്ലാവരും സൂക്ഷിക്കണം

ആദിയുടെ സ്വരവ്യതിയാനം. പ്രകാശൻ അവളെ വഴക്കു പറഞ്ഞു. ഞാനാര്? വേലക്കാരിയോ? ജയ തന്നോടു തന്നെ ചോദിച്ചു.

* * *

പുതിയൊരു ആവശ്യവുമായാണ് അമ്പു വന്നത്. അവന് പുതിയ ബൈക്കു വാങ്ങണം. ഒന്നേമുക്കാൽ ലക്ഷമാകും. ഒരു ലക്ഷമെങ്കിലും അമ്മ നൽകണം.

- അമ്പു, നീയെന്താണു പറയുന്നത്? എന്റെ കൈയ്യിൽ എവിടാണു മോനേ പണം

- ഞാൻ പിന്നെ ആരോടു ചോദിക്കും

- നീ ജോലി ചെയ്യുന്നില്ലേ

- അതുകൊണ്ട് എന്താകാൻ. അമ്മ എങ്ങനെയെങ്കിലും അറേഞ്ചു ചെയ്തു തരണം.

- അമ്മയുണ്ടാക്കിയതെല്ലാം നിങ്ങൾക്കുവേണ്ടിയല്ലേ ചെലവഴിച്ചത്. ഞാനിപ്പോൾ ഒരു ഓട്ടക്കാലണയാണ്.

എടുത്തടിച്ച മട്ടിൽ അമ്പു ആക്രോശിച്ചു

- ഒരു തന്തയുണ്ടായിരുന്നെങ്കിൽ അയാളോടു ചോദിക്കാമായിരുന്നു. അതും ഇല്ലാതാക്കിയില്ലേ..

ജയശ്രീക്ക മിന്നലേറ്റു. അത് മേലാകെ പടർന്നു. ശബ്ദം ഉയർന്നു പോയി.

- ഇല്ലാതാക്കിയില്ലേന്നോ... ആര് ആരെ ... എന്താടാ നീ സംസാരിക്കുന്നത്... നീ ഇല്ലാതാകാതിരിക്കാനാ അന്ന് ഇറങ്ങിപ്പോന്നത്. അല്ലായിരുന്നെങ്കിൽ

- അതായിരുന്നു ഇതിലും ഭേദം

- അമ്പൂ...

താൻ നില്ക്കുന്നിടത്ത് ഒരു ഗർത്തമുണ്ടാകുന്നതും താൻ അതിലേക്കു നിപതിക്കുന്നതുമായി തോന്നി. കസേരക്കാലിൽ ബലമായി പിടിച്ച് അവൾ കിതച്ചു.

- മോനേ... നീയിത്രയും വളർന്നുപോയി എന്നു ഞാൻ അറിഞ്ഞില്ല. എന്റെ പൊന്നുമോൻ ഇങ്ങനെ വിചാരണ ചെയ്യുമെന്ന് സ്വപ്നത്തിൽ പോലും വിചാരിച്ചില്ല.

അവൻ തലകുനിച്ചു കത്തുന്ന ഒരു നോട്ടത്തോടെ അവൾ അലറി.

- ജീവിച്ചിരിപ്പുണ്ടെടാ നിന്റെ തന്ത. പോയി ചോദിക്ക്. അവകാശം വാങ്ങിക്ക്. ഒരണപോലും നിനക്കൊക്കെ വേണ്ടി ചെലവഴിക്കാതെ കള്ളുകുടിച്ച് കൂത്താടി നടക്കുന്നുണ്ട് റിട്ടയർഡ് സർക്കാർ ഉദ്യോഗസ്ഥൻ.. ചെല്ലെടാ..., തന്റേടമുണ്ടെങ്കിൽ പോയി വാങ്ങ് ഞാനതിനു തടസ്സമല്ല. ഞാൻ വരച്ചതെല്ലാം വെള്ളത്തി ലായിപ്പോയി.

അമ്പുവൊന്നു പതറി. അമ്മയുടെ മുഖത്തേക്കു നോക്കാൻ അവൻ മടിച്ചു. അവന്റെ ശബ്ദം മയപ്പെട്ടു.

- അമ്മാ... ഡിവോഴ്സ് നേടിക്കൂടായിരുന്നോ എന്നാണു ചോദിച്ചത്. മെയിന്റൻസ് കിട്ടുമായിരുന്നില്ലേ... മക്കൾക്ക് അവകാശപ്പെട്ടതും ലഭിക്കുമായിരുന്നില്ലേ...

- അവകാശം! ഒരു മനുഷ്യസ്ത്രീ എന്ന പരിഗണനപോലും നൽകാത്തവന്റെ മുന്നിൽ അവകാശം ചോദിക്കാൻ... അയാളുടെ എച്ചിലു നക്കാൻ എനിക്കു മനസ്സില്ലായിരുന്നു.

- അതു കിട്ടാൻ നിയമപരമായ അവകാശമുണ്ട്. അതെന്തിനാണ് ഒഴിവാക്കി ജീവിതം ഹോമിച്ചെന്നാണ് ചോദിച്ചത്..

- ഹോമിച്ചു! ഞാൻ ഹോമിച്ചതല്ല, അന്തസ്സായി പണിയെടുത്താണ് നിന്നെ വളർത്തിയത്. പലതവണ ഞാൻ മരിക്കാനൊരുങ്ങിയതാണ്. നിന്റെ ജീവൻ വയറ്റിൽ തുടിച്ചതുകൊണ്ടു മാത്രമാണ് വേണ്ടെന്നു

വെച്ചത്. ഹോമിച്ചെങ്കിൽ അതു എന്റെ ആഗ്രഹങ്ങളും മോഹങ്ങളുമാണ്. അത് എന്റെ മക്കൾക്കുവേണ്ടിയായിരുന്നു.

- അമ്മാ, നിയമപരമായി കിട്ടേണ്ടതെന്താണ് വാങ്ങാഞ്ഞതെന്നാണ് ചോദിച്ചത്.

- നീ പോയി അവകാശം ചോദിച്ചുവാങ്ങ്. വയസ് 28 ആയില്ലേ. നിയമം അറിയാമല്ലോ.. എന്റെ ചോരയും നീരും വെറുതെ ആയല്ലോ അമ്പൂ..

- അമ്മാ ..... എന്തിനിങ്ങനെ വാശിപിടിച്ചു എന്നാണ് ചോദിച്ചത്.

- വാശിയോ, അതേടാ വാശിയായിരുന്നു. എന്നോടും ജീവിതത്തോടുമുള്ള വാശി അതു നിനക്കു മനസിലാകണമെങ്കിൽ എന്റെ സ്ഥാനത്തു നീ വരണം. ഇഷ്ടങ്ങൾ ഭീകരമായി ചവിട്ടിയരയ്ക്കപ്പെടുന്നത് തിരിച്ചറിയണം. ഒരു അടിമയെപ്പോലെ കഴിയുന്നതിന്റെ ഗതികേട് അറിയണം. ഒരു കൊടിച്ചിപ്പട്ടിയെപോലെ തല്ലു കൊള്ളുന്നതറിയണം.. ഒരു വേട്ടമൃഗത്തെപ്പോലെ കടിച്ചുകുടയപ്പെടുന്നതറിയണം.. ഒക്കെയായാലും ഏതൊരാൾക്കും ആത്മാഭിമാനമുണ്ടെന്ന് തിരിച്ചറിയണം. അത് ഞാൻ ആർക്കും പണയം വെച്ചിട്ടില്ല.

- അതിനൊക്കെ നിയമത്തിന്റെ വഴികളുണ്ടായിരുന്നു.

- ആത്മാഭിമാനം തിരിച്ചുതരാൻ എതു നിയമത്തിന്റെ ഏതു വകുപ്പിലാണുള്ളത്. എല്ലാം നഷ്ടപ്പെട്ടിട്ടും ഇന്നുവരെ ആ അന്തസ് ഞാൻ സൂക്ഷിക്കുകയായിരുന്നു. അയാളുടെ മുഖം പിന്നൊരിക്കലും ഞാൻ കാണാൻ ആഗ്രഹിച്ചില്ല. അമ്പൂ, നീ വയറ്റിൽ കിടക്കുമ്പോൾ നിന്റെമേൽ ചവിട്ടിയതാണ് അയാൾ. അന്ന് അലസിപ്പോകേണ്ടിയിരുന്ന ഒരു ജന്മമാണ് ഇന്ന് എന്റെ മുന്നിൽ നിന്ന് എന്നെ വിസ്തരിക്കുന്നത്.

- അമ്മാ...

- മോനേ, നിനക്ക് പണം ആവശ്യമായപ്പോൾ നീ എന്നെ വിസ്തരിച്ചു. നിനക്ക് മുലപ്പാൽ പോലും നിഷേധിച്ച് അന്യനാട്ടിൽ പോയി ഈ അമ്മ കിടന്നതെന്തിനാണെന്നു നീ ചോദിച്ചില്ല; നിനക്കത് അറിയേണ്ട ആവശ്യമില്ല. അത് ഈ അമ്മയ്ക്ക് വേണ്ടിയായിരുന്നില്ല. കണക്കു പറയുകയല്ല മോനേ.. എന്റെ ചാച്ചനും കുഞ്ഞിച്ചായനുമൊക്കെയുണ്ടായിരുന്നതിനാൽ നിങ്ങൾ ഒരു ദുരിതവും അറിഞ്ഞില്ല. 26-ാം വയസ്സിൽ അന്യദേശത്തുപോയി നക്കാപ്പിച്ച പണിയെടുത്ത അമ്മയുടെ വേവ് നിനക്കു മനസ്സിലാവില്ല കുഞ്ഞേ.. അമ്മ എന്താണെന്ന് ഇപ്പോൾ തിരിച്ചറിയില്ല. പഴയതൊന്നും പറയുന്നത് മക്കൾക്കിഷ്ടമല്ലെന്ന് അറിയാം.

പക്ഷേ ഈ അമ്മയ്ക്ക് ഇന്നലകളെ അത്രവേഗം മായ്ച്ചുകളയാൻ പറ്റില്ല. എന്നെ പ്രതിക്കൂട്ടിൽ നിർത്തരുത് മകനേ..

- അമ്മാ..

- മോനേ അമ്പൂ...എനിക്കൊന്നും വേണ്ട... നിങ്ങളെന്നെ നോക്കുകയും വേണ്ട. ഒരു അടിപ്പാവാട പോലും ഞാൻ നിങ്ങളോട് ചോദിച്ചിട്ടില്ല, നിങ്ങൾ വാങ്ങി തന്നിട്ടുമില്ല. അമ്മയ്ക്ക് സുഖമാണോ എന്ന് വെറുതെ വിളിച്ചുപോലും ചോദിച്ചിട്ടില്ല. പക്ഷേ ഈ അമ്മയെ ചോദ്യം ചെയ്യരുത് പൊന്നുമോനെ.... ഒരമ്മയ്ക്കും അതു പൊറുക്കാനാവില്ല.

അവൾ മകന് നേരെ കൈകൂപ്പി. പിന്നെയൊന്നും പറയാനായില്ല. വാക്കുകൾ തൊണ്ടയിൽ കുരുങ്ങി. ഇടനെഞ്ചു പൊട്ടുകയായിരുന്നു. അമ്പു അമ്മയുടെ കൂപ്പുകൈകൾ ചേർത്തു പിടിച്ചു അവനൊന്നും പറയാൻ കഴിഞ്ഞില്ല. അമ്മയെ ചേർത്തു പിടിക്കുമ്പോൾ അവൾ അവന്റെ കൈകളിൽ കുഴഞ്ഞു വീണു.

* * *

ആദിയും പ്രകാശും തമ്മിലുള്ള തർക്കം കലഹമായി പരിണമിക്കുകയായിരുന്നു. പ്രശ്നം സാമ്പത്തികമാണെന്നു മനസ്സിലായി. ജയശ്രീ അതിൽ ഇടപെട്ടില്ല. അവര് തമ്മിൽ പറഞ്ഞു തീർക്കട്ടെ, അതാണു നല്ലത്. എന്നാൽ അവൾ അതിരു വിടുകയായിരുന്നു.

- പ്രകാശ് മൈന്റ്യുവർ വേഡ്സ്. ഞാൻ നിങ്ങളോടു യാചിച്ചതല്ല. കഴിയുമെങ്കിൽ ചെയ്യുതാ..

- ഞാൻ കൂട്ടിയാൽ കൂടില്ല. ആതിര... ഇത്രയും പണമൊന്നും ഞാൻ വിചാരിച്ചാൽ ഉണ്ടാകില്ല.

- പിന്നെന്തിനു നിങ്ങൾ ഒപ്പം കൂടി. You are my partner, not husband or provider

- But not your slave

- You bloody ......

വിമലന്റെ ജനിതകം അവളിൽ ആവേശിക്കുന്നതു കണ്ട ജയശ്രീക്ക് അടങ്ങി നില്ക്കാൻ കഴിഞ്ഞില്ല. ജയശ്രീ ഗർജ്ജിച്ചു.

- നിർത്തെടീ... നീ എങ്ങോട്ടാണു പറഞ്ഞുപോകുന്നത്. ആരോടാണ് സംസാരിക്കുന്നത്.

- പിന്നെ എന്റെ ആവശ്യങ്ങൾ ആരു ചെയ്തുതരും. നിങ്ങൾ ചെയ്യുമോ?

- നിനക്കു പിന്നെന്തിനാണൊരു ജോലി. വരവറിഞ്ഞുവേണം

ചെലവു ചെയ്യാൻ. അല്ലെങ്കിൽ ഇതിലപ്പുറം വരും.

- പിന്നേ, അതിനു സമ്പാദിച്ചുകൂട്ടിവച്ചിരിക്കുകയല്ലേ..

- നീ പിന്നെ ഇത്രവരെ എത്തിയത് എങ്ങനെയാണ്. ഒരു ഡോക്ടറേറ്റുകാരിയുടെ ഭാഷ.

- ഡോക്ടറേറ്റു നേടിയെങ്കിൽ അതെന്റെ സാമർത്ഥ്യം കൊണ്ട്. എനിക്കു സ്കോളർഷിപ്പു കിട്ടിയതുകൊണ്ട്. അല്ലാതെ ആരുടെയും ഔദാര്യമല്ല.

- നന്ദികേട് പറയരുത് ആദി. എത്തിയ വഴികൾ മറക്കരുത്.

- എത്തി, എവിടെയെത്തി? എന്തോന്നാണ് മക്കൾക്കായി കരുതി വച്ചിരിക്കുന്നത്?

ആദിയുടെ ഭാഷയും ഭാവവും ഇടിവെട്ടായി പ്രകാശ് ഇടയ്ക്കു കയറി. ആതിരയ്ക്കു നേരെ കൈ ചൂണ്ടി.

- ആതിര നീ അതിരുവിടുന്നു. അമ്മയോട് അങ്ങനെയൊന്നും പറയരുത് stop your vulgar tongue

- ഞാൻ സംസാരിക്കുന്നത് എന്റെ അമ്മയോടാണ്.

- അതുകൊണ്ടാണ് പറഞ്ഞത്. അവരുടെ വിയർപ്പും രക്തവുമാണ് നീ അനുഭവിക്കുന്നത്. അതു മറക്കരുത്. അവർക്കുനേരെ നില്ക്കാറുള്ള യോഗ്യത നിന്റെ ബിരുദങ്ങൾക്കില്ല. നിന്റെയും ഇപ്പോൾ നിന്റെ കൊച്ചിന്റെയും വിഴപ്പ് പേറുന്നത് ഈ അമ്മയാണ്. നന്ദി വേണം ആതിര...നന്ദി

- അതൊരു അമ്മയുടെ കടമയാണ്.

- പക്ഷെ അവരെ നീ വേലക്കാരിയാക്കരുത്. മകൾക്കും അമ്മയോട് കടപ്പാടുണ്ട്. ഫെമിനിസത്തെക്കുറിച്ച് തിസീസെഴുതിയ നിന്നോടെനിക്കു പുച്ഛം തോന്നുന്നു. ....

- എന്നെ കൊള്ളില്ലെങ്കിൽ നിങ്ങൾ വേറെ വഴി നോക്കണം.

- നിനക്കതൊരു പാഷനാവാം. But remember Athira, M. Phil നു പ്രബന്ധം single mother നെക്കുറിച്ചായിരുന്നു. പക്ഷെ നിന്റെ ഈ അമ്മ അതായിരുന്നു എന്നു നീ സൗകര്യപൂർവ്വം മറന്നു. You are a parasite on your mother എല്ലാം നേടിയിട്ട് അമ്മയെ തള്ളിപ്പറയുന്നു. അവരുടെ കാലുകഴുകിയ വെള്ളം കുടിക്കാനുള്ള യോഗ്യത നിനക്കില്ല. നീ എത്ര വളർന്നാലും അവർക്കൊപ്പം എത്തുകയുമില്ല.

പ്രകാശ് കിതച്ചു. അവന്റെ കണ്ഠമിടറി. ജയശ്രീക്ക് ഒന്നും പറയാനായില്ല. അവൻ ബാഗുമെടുത്ത് പുറത്തേക്കു പോയി. ആദി അപ്പോഴും

പുലമ്പിക്കൊണ്ടിരുന്നു. പെട്ടെന്ന് കനി ഉണർന്നു. കരഞ്ഞു. ആദി കുട്ടിയെ ശ്രദ്ധിച്ചില്ല. ജയ കുഞ്ഞിനെ മാറോടു ചേർത്ത് അടുത്ത മുറിയിലേക്കു പോയി. ഒരു താരാട്ടുപാടാൻ കൊതിച്ചെങ്കിലും കണ്ണുനീർതൊണ്ടയിൽ തടഞ്ഞ് ശബ്ദം പുറത്തുവന്നില്ല. കനിയുടെ മുഖത്തേക്കു നോക്കിയപ്പോള് പഴയ മണ്ണെണ്ണ കാനും ആദിയുടെ ഭയപ്പെട്ട മുഖവും ഓർമ്മയിലെത്തി. ആ മകളാണ് തന്റെ സമ്പാദ്യത്തെപ്പറ്റി പരിഹസിക്കുന്നത്.

* * *

ഫെമിനിസം തലയ്ക്കു പിടിച്ച ആദി എപ്പോഴും നിഷേധാത്മകമായ നിലപാടുകളാണ് എടുത്തിട്ടുള്ളത്. ഹൈദരാബാദ് യൂണിവേഴ്സിറ്റിയിൽ പഠിക്കുമ്പോൾ മകളെക്കുറിച്ച് വലിയ സങ്കല്പങ്ങളായിരുന്നു. പഠിക്കാൻ സമർത്ഥയായിരുന്നതിനാൽ അക്കാലത്ത് ശ്രദ്ധേയയായിരുന്നു. പ്രകാശ്യമായുള്ള സംവാദങ്ങൾ വളരെ പോസിറ്റീവ് ആയി തോന്നിയിരുന്നു. പിന്നെവിടെ വെച്ചാണ് ഇത്തരം കാഴ്ചപ്പാടുകളിലേക്ക് എത്തിയതെന്നറിയില്ല.

'ഏകമാതാവ്' എന്ന വിഷയവുമായി ബന്ധപ്പെട്ട് തങ്ങൾക്കിടയിലുണ്ടായ തർക്കം അതിനു തെളിവായിരുന്നു. ആദി പറഞ്ഞു

- ഒരു സ്ത്രീ ഒറ്റയ്ക്കു താമസിക്കുകയോ ഡിവോഴ്സ് ആകുകയോ ചെയ്താൽ സമൂഹത്തിലെ സദാചാരവാദികളുടെ കണ്ണുകൾ അവളിലേക്കാകും. ഒരിക്കലും സമൂഹം അവളെ പിന്തുണക്കില്ല. അങ്ങനെ മറ്റുള്ളവരെ ബോദ്ധ്യപ്പെടുത്തി ജീവിക്കണമെന്ന് എന്താണു നിർബ്ബന്ധം?

- തന്നോടുള്ള ഉത്തരവാദിത്തം പോലെ സമൂഹത്തോടും ഒരു വ്യക്തിക്കു ബാദ്ധ്യതയില്ലേ

- അതു പൊതുവിഷയങ്ങളിൽ. സ്വകാര്യജീവിതമെന്നത് മറ്റുള്ളവരുടെ സുഖത്തിനും സമാധാനത്തിനുമായി ത്യജിക്കാനുള്ളതല്ല. ജീവിതം ഒന്നേയുള്ളൂ. അതു ത്യാഗത്തിന്റെ വിയർപ്പു ചുമന്നു തീർക്കാനുള്ളതല്ല, അമ്മാ.. അല്ലെങ്കിൽ തന്നെ ത്യാഗത്തിന് എന്തർത്ഥമാണുള്ളത്.

- നീയൊരു നിസ്സഹായയായ അമ്മയാകുമ്പോൾ മാത്രമേ അതു നിനക്ക് മനസ്സിലാകൂ. മാതാപിതാക്കൾ മക്കൾക്കായി ചെയ്യുന്നതൊന്നും ത്യാഗമല്ലെന്നാണോ ആദി പറയുന്നത്

- അത് ആര് ആവശ്യപ്പെട്ടു. മക്കളെ വളർത്തി സുകൃതം നേടാമെന്ന കരാർ വല്ലതുമുണ്ടോ?

- അങ്ങനെയാണെങ്കിൽ ഈ പ്രപഞ്ചം എങ്ങനെ നിലനില്ക്കും. പരസ്പരാശ്രിതമാണ് പ്രപഞ്ചനിയമം. സൂര്യനും ചന്ദ്രനും ചെടികളും

കാര്യങ്ങളും അവർക്കായി മാത്രം നിലനിൽക്കുന്നവരല്ല.

- അത് അവരുടെ ജനനദൗത്യമാണ്. അവർ പോലും അങ്ങനെ കാണണമെന്നില്ല. തികച്ചും സ്വഭാവികമാണ്.

- ഒരു കുട്ടിക്ക് സ്വയം ജനിച്ചുവളരാനാവുമോ? അതിന്റെ പിന്നിൽ ഒരദ്ധ്വാനവുമില്ല ?

- അനാഥക്കുട്ടികളും വളരുന്നില്ലേ? ചെടികളെ ആരും സംരക്ഷിച്ചിട്ടില്ലല്ലോ വളരുന്നത്

- ആദി, നിന്റേത് സ്വാർത്ഥതയുടെ പ്രഖ്യാപനമാണ്. മനുഷ്യൻ ഒരു സാമൂഹ്യ ജീവിയാണെന്ന പ്രാഥമിക പാഠത്തെയാണ് നീ നിഷേധിക്കുന്നത്. പുതിയ തലമുറ എത്തപ്പെട്ട അരാജകത്വവാദത്തിന്റെ പ്രകടനമാണ് നിന്റേത്. ഏതു ചെടിയായാലും അതിനു പടരാൻ കൊമ്പോ മരമോ വേണം

- ഇതൊക്കെ നിങ്ങളുടെ പാരമ്പര്യ തത്വശാസ്ത്രമാണ്. പുതിയ തലമുറയുടെ സങ്കല്പങ്ങളല്ല. ഇപ്പോഴത്തെ പെൺകുട്ടികൾ പ്രസവിക്കാൻ പോലും തയ്യാറാകാത്തത് അതുകൊണ്ടാണ്.

- നിന്റെ ഫെമിനിസ്റ്റ് തീയറിയിലെ അക്കാദമികജ്ഞാനമല്ല, മനുഷ്യർ അനുഭവിച്ച് ആർജ്ജിച്ച ജീവിതപാഠങ്ങൾ. ജീവിത സമസ്യകളുടെ സമാഹാരമാണ് ഓരോ മാതാപിതാക്കളും. അതിന് പകരം വെയ്ക്കാൻ പാഠപുസ്തക ജ്ഞാനത്തിന് കഴിയില്ല. ആദി..

* * *

പ്രകാശും ആദിയും തമ്മിലുള്ള കലഹം പിന്നെയും മൂർച്ഛിച്ചു. യാതൊരു മയവുമില്ലാത്ത ആദിയുടെ ഭാഷ ജയശ്രീക്കും സഹിക്കാൻ കഴിഞ്ഞില്ല. എന്തിനാണ് ഈ പെണ്ണിന് ഇത്രയും വിദ്യാഭ്യാസം കിട്ടിയത്.

- I can't toterate this humiliation, Prakash നിങ്ങൾക്കു താല്പര്യമില്ലെങ്കിൽ പോകാം.

- Shut your shabby mouth, Athira എത്രനാളാണ് ഞാനിതു സഹിക്കുക.

- ആര് നിർബ്ബന്ധിച്ചു? നിങ്ങൾക്കു പോകാനുള്ള സ്വാതന്ത്ര്യത്തെ ഞാൻ തടഞ്ഞില്ലല്ലോ..

- നിർത്തെടീ....

ജയശ്രീക്കു സഹിക്കാൻ കഴിഞ്ഞില്ല. മകൾ അറിഞ്ഞുകൊണ്ട് സ്വന്തം ജീവിതം താറുമാറാക്കുകയാണ്; സ്വന്തം കുഴി തോണ്ടുകയാണ്.

- ആ തന്തയുടെ സംസ്കാരമാണ് പുറത്തുവരുന്നത്. ആ വഷളൻ ഭാഷയും ശൗര്യവും

- മക്കൾക്കു പിന്നെ തന്തയുടെയും തള്ളയുടെയും സ്വഭാവമല്ലേ വരൂ. രണ്ടും കൂട്ടി വളർത്താത്തതിന്റെ കുഴപ്പമാണ്.

- ആദീ..

അവൾ അലറിപ്പോയി. ശ്വാസം മുട്ടുന്നതുപോലെ തോന്നി.

- നീയതു പറയണം. അതിനു മാത്രം വളർന്നിരിക്കുന്നു. ഇത് നാശത്തിലേക്കുള്ള വളർച്ചയാണ്.

- അമ്മയെന്തിനാണ് ബഹളം വെയ്ക്കുന്നത്. എന്തിലും നെഗറ്റീവ് ആരോപിക്കുന്നത്. നേരാംവണ്ണം ചിന്തിക്കരുതെന്ന് തീരുമാനിച്ചുവെച്ചപോലെ.

- ആദീ...ചങ്കിൽ കുത്തി, ചോരയോ നീരോ എന്നു നോക്കരുത്. എന്ത് നെഗറ്റീവാണ് ഞാൻ പറഞ്ഞത്? ആ ഭ്രാന്തനിൽ നിന്ന് നിങ്ങളെ രക്ഷിച്ചുകൊണ്ടുപോന്നത് നെഗറ്റീവ് ആയിരുന്നോ. അയാളുടെ പിച്ചക്കാശുപോലും വാങ്ങാതെ നിങ്ങളെ ഈ നിലയിലെത്തിച്ചത് നെഗറ്റീവായിരുന്നോ. നിന്റെ ഇഷ്ടത്തിന് ഒരു പുരുഷനെ തിരഞ്ഞെടുത്തപ്പോൾ ഒപ്പം നിന്നത് നെഗറ്റീവായിരുന്നോ. ഒരു ജന്മം മുഴുവൻ ഹോമിച്ചത് നെഗറ്റീവായിരുന്നോ!

- എപ്പോഴും എന്തിനാണ് ത്യാഗത്തിന്റെ കണക്കു പറയുന്നത്. ആർക്കറിയണം ഈ കണക്ക്. ഉണ്ടായപ്പോഴേ കൊന്നുകൂടായിരുന്നോ

- കൊല്ലപ്പെടാതിരിക്കാനാണ് നിന്നെയുമെടുത്ത് ഓടിയത്. എന്റെ ജീവിതം..

- എന്റെ ജീവിതം, എന്റെ ത്യാഗം, നാണമില്ലേ... ആരാണു നിങ്ങളോടു ജീവിതം ഹോമിക്കാൻ പറഞ്ഞത്? നിങ്ങൾക്കൊരു ജീവിതം പാടില്ലെന്ന് ഞാൻ പറഞ്ഞോ.

ജയശ്രീ കിതച്ചുപോയി..മകൾ തനിക്കു മീതെ വളർന്നിരിക്കുന്നു. അവൾ നിശ്ചേഷ്ടയായി. ആതിര അവൾക്കുനേരെ കൈ ചൂണ്ടി.

- It is you frustration. നിങ്ങൾക്കു വേറെ വിവാഹം കഴിച്ചുകൂടായിരുന്നോ... ആരെതിർത്തു?

ചൂണ്ടിയ വിരലിനുനേരെ ജയശ്രീ തുറിച്ചു നോക്കി. അവളുടെ കണ്ണിലെ പരിഹാസം തന്നിലെ അമ്മയ്ക്കെതിരായ ഇടിവാളായിരുന്നു.

- ഇനിയും താമസിച്ചിട്ടില്ല. ഒരു ബാല്യം കൂടി ബാക്കിയുണ്ട്.

ഒരമ്മയോട് മകൾ പറഞ്ഞതാണ്. ജയശ്രീ പിടച്ചുപോയി. സകല

പ്രതിരോധങ്ങളും മകൾക്കു മുന്നിൽ തകർന്നു. തുറിച്ചുപോയ മിഴികളിൽ നിന്ന് ഒഴുകിയത് ഇടനെഞ്ചിലെ ചോരയായിരുന്നു. പിന്നെ അവൾക്ക് ശബ്ദിക്കാനായില്ല.

ഉടുവസ്ത്രം മാറി. എന്തൊക്കെയോ ഒരു ബാഗിൽ വാരിയിട്ടു പേഴ്സ് തുറന്നു. കുറെ ചില്ലറ നോട്ടുകൾ മാത്രം. മുഖം അമർത്തിത്തുടച്ചു. ആരോടും പറഞ്ഞില്ല. പിടഞ്ഞ ഹൃദയത്തോടെ പടിയിറങ്ങി. പിൻവിളിയുണ്ടായില്ല. പിന്നിൽ കനിയുടെ കരച്ചിൽ മുഴങ്ങിക്കേട്ടു.

*　　*　　*

പുതുച്ചിറയിൽ വന്നു കയറുമ്പോൾ സരസ അത്ഭുതപ്പെട്ടു. ഒന്നും പറയാതെ മുറിയിലേക്കു പാഞ്ഞു. നിയന്ത്രണം വിട്ട് കട്ടിലിൽ വീണ് അലറിക്കരഞ്ഞുപോയി. തടഞ്ഞു നിർത്തിയതെല്ലാം അണപൊട്ടി. എത്രനേരം അങ്ങനെ കിടന്നുവെന്നറിയില്ല. സരസ വന്നു വിളിച്ചപ്പോഴാണ് എഴുന്നേറ്റത്. സന്ധ്യ കഴിഞ്ഞിരിക്കുന്നു.

തിണ്ണയിൽ ചാച്ചന്റെ കസേരയും മുകളിൽ ഒരു ചിത്രവും. ചാച്ചൻ പാടുകയാണോ

നിന്നുടെ താതനും പോയി

ക്ലേശത്തോടെ വസിക്കുന്നു.

ഇനിയും കൂടി കാണ്മാൻ ഇടയുമില്ല.

ചാച്ചന്റെ ഫോട്ടോയിലേക്ക് തുറിച്ചുനോക്കി. ആദ്യമായി ചാച്ചനോട് പക തോന്നി.

- അന്യരുടെ ദു:ഖം സ്വയമേറ്റെടുത്ത കമ്യൂണിസ്റ്റുകാരൻ. മക്കളെയൊക്കെ മനുഷ്യത്വം പഠിപ്പിച്ച മാതൃകാമനുഷ്യൻ. ത്യാഗവും ധർമ്മവും കൊണ്ട് എന്തുനേടി. ചാച്ചന്റെ 'രാജകുമാരി' ഇതാ ഇവിടെ, മുകളിൽ ആകാശവും താഴെ ഭൂമിയും....... മോളമ്മയുടെ സമത്വസുന്ദരലോകം

ചാച്ചൻ അവളെ തന്നെ നോക്കുകയാണ്. ആ സാന്ത്വനശബ്ദം അവൾ തിരിച്ചറിഞ്ഞു

- മോളമ്മേ, നീ അനുഭവിച്ചതൊക്കെയാണു ജീവിതം. ഇത്രയും സഹിച്ചില്ലേ, ഇനിയും നിനക്കു കഴിയും. ഇനിയാണ് കുഞ്ഞുമോളേ നീ നിനക്കുവേണ്ടി ജീവിക്കേണ്ടത്.. ജീവിതത്തോട് തോല്ക്കരുത് മോളമ്മേ.....

16. ഇനിയൊരു നഷ്ടം ഓർക്കവയ്യ

അങ്ങനെയാണ് രവിയേട്ടാ ഞാൻ തിരിച്ചുപോകാൻ തീരുമാനിച്ചത്. എനിക്ക് ആത്മഹത്യ ചെയ്യാമായിരുന്നു. പാടില്ല.. ജീവിക്കണം. ഈ 56-ാം വയസ്സിലും പണിയെടുത്ത് ജീവിക്കണമെന്നതൊരു വാശിയായിരുന്നു. മക്കളുടെ അവഗണനയ്ക്കും അവഹേളനത്തിനും മുന്നിൽ ജീവിച്ചു കാണിക്കണം. ഈ ജയശ്രീ തോൽക്കാൻ തയ്യാറല്ല. പക്ഷേ ഇവിടെ വയ്യ.... പഴയ ലാവണത്തിലേക്കുള്ള യാത്ര അങ്ങനെയാണ് വന്നത്. കാശിപ്പേട്ടിലേക്കു വിളിച്ചപ്പോൾ ജയശ്രീ മാഡത്തെക്കുറിച്ച് അറിയാവുന്നവർ തിരിച്ചുചെല്ലാൻ പറയുകയായിരുന്നു. പിന്നെ മറ്റൊന്നും ആലോചിച്ചില്ല.

- ജയ, നീയെടുത്ത തീരുമാനം ശരിയാണ്. തല്ക്കാലം ഈ പത്മവ്യൂഹത്തിൽ നിന്നു രക്ഷപ്പെട ണം. ഇനിയിവിടെ നിന്നാൽ ആത്മനിന്ദയിൽ പുകഞ്ഞു നീ ഇല്ലാതാവും.. പക്ഷേ നിനക്ക് അതിജീവിക്കാനാവും.. നീ ജീവിച്ചു കാണിക്കണം ജയ..ധൈര്യമായിരിക്കൂ...ഞാനൊപ്പമുണ്ടാകും.

* * *

ആരോ ടാഗ് ചെയ്ത പോസ്റ്റായിരുന്നു അത്. രവീന്ദ്രൻ വള്ളിയോട് ഭാര്യയുടെ വിരഹത്തിൽ എഴുതിയ ഹൃദയാവർജ്ജകമായ ഫേസ്ബുക്ക് കുറിപ്പ്. 'ഒരു യാത്രാമൊഴി പോലും പറയാതെ...പ്രണയിനിയുടെ അകാല വേർപാട് ഏല്പിച്ച മുറിവുകളത്രയും ആ കുറിപ്പിൽ തെളിഞ്ഞു നിന്നിരുന്നു. വായിക്കുന്നവരുടെ കണ്ണ് നനയിക്കാൻ പറ്റുന്ന ആത്മനൊമ്പരങ്ങൾ. പ്രൊഫൈലിൽ നോക്കി. തനിക്കു പരിചയമുള്ള സ്ഥലമാണ്. - റിട്ടയർ ചെയ്ത അദ്ധ്യാപകനാണ്. അയച്ച റിക്വസ്റ്റ് പെട്ടെന്ന് സ്വീകരിക്കപ്പെട്ടപ്പോൾ അയ്യായിരത്തോളം വരുന്ന സുഹൃത്തുക്കളിൽ ഒരാളായി താനും. തന്റെ പ്രൊഫൈൽ കണ്ടതാകാം. മെസഞ്ചറിൽ നമ്പർ ചോദിച്ചു. നമ്പർ കൊടുത്തയുടൻ വിളി വന്നു.'

- ജയശ്രീ എൻ എസ് എസിൽ പഠിച്ചതാണല്ലേ

- അതേ, ബി.എ മലയാളം

- ഞാനും അവിടെ പഠിച്ചതാണ്. ഏഴുവർഷം മുമ്പാണെന്നു മാത്രം.

അങ്ങനെയായിരുന്നു തുടക്കം. ഇടയ്ക്കു വിളിതുടങ്ങി. പരസ്പരം അറിഞ്ഞപ്പോൾ ദൃഢമായി. പൂർവ്വകഥകൾ അധികം ചികഞ്ഞുനോക്കിയില്ല എന്നതാണ് ജയയെ അത്ഭുതപ്പെടുത്തിയത്. പുരാവൃത്തം പറഞ്ഞു സഹതാപം തേടാൻ അവളും ശ്രമിച്ചില്ല. ആ മനസ് തന്റെ ഉള്ളിൽ കോർത്തു.

- ഇന്നലെ വരെയുള്ള ജയ എന്താണെന്നോ, എങ്ങനെയായിരുന്നെന്നോ എനിക്കു പ്രശ്നമല്ല. അറിഞ്ഞിടത്തോളം അഗ്നിശുദ്ധി വരുത്തിയതാണെന്നു ഞാൻ വിശ്വസിക്കുന്നു. അഥവാ പറയുന്നെങ്കിൽ അതു മുഖാമുഖം വേണം. പുരാവൃത്തം തേടുന്ന പുരുഷനല്ല ഞാൻ. ഇനിയു ള്ള ജീവിതം എങ്ങനെയെന്നതാണു പ്രശ്നം

- പൂർവ്വാശ്രമ കഥകളൊന്നും സ്മരണീയമല്ല രവിയേട്ടാ. ഓർമ്മകൾ വേട്ടയാടാൻ അവസരം നല്കു ന്നില്ല. അവശേഷിക്കുന്ന കാലത്തെ സ്വസ്ഥതയ്ക്കായി അവയെല്ലാം കുഴിച്ചുമൂടാനാണ് എനി ക്കിഷ്ടം.

- അല്ലെങ്കിൽ തന്നെ ജയയ്ക്കു എന്തു സമാധാനമാണുള്ളത്? ഇനിയുള്ള ജീവിതം എങ്കിലും സ്വസ്ഥമാകണമെങ്കിൽ ഇതുവരെയുള്ളതൊക്കെ വിസ്മൃതമാകണം.

- അതിന് എനിക്കു കഴിയും. എന്റെ മനസ്സിനെ ഞാൻ അതു പ്രകാരം പരുവപ്പെടുത്തി രവിയേട്ടാ. പിന്നെ ചില നിമിഷങ്ങളിൽ പലതും തികട്ടിവരും. അത്രമാത്രം മുറിവേറ്റ മനസ്സാണ് എന്റേ ത്.

- ഇത്രയൊക്കെ അനുഭവിച്ചിട്ടും ഇത്ര നിസ്സംഗയാകാൻ നിനക്കു കഴിയുന്നെങ്കിൽ, അതു നിന്റെ തന്റേടമാണ്. അതു നീ കാത്തു സൂക്ഷിക്കണം. നിന്റെ ദൃഢനിശ്ചയവും ആത്മാഭിമാനവുമാണ് ജയ എന്നെ കീഴടക്കിയത്. ......

- രവിയേട്ടൻ എനിക്കെപ്പോഴും ഒരു തണലാകണം.

- അങ്ങനെയൊരു തണലായതുകൊണ്ടു മാത്രമായില്ല ജയ. അതൊരു പാരസ്പര്യമാകണം.

- അതിനു ഞാനെന്തു ചെയ്യണം?

- നിന്റെ തീരുമാനം മാറ്റേണ്ട. പറഞ്ഞകാലം മാത്രം നീ ജോലി ചെയ്യുക. എന്നിട്ടു മടങ്ങിവരണം. ഞാൻ കാത്തിരിക്കും. പക്ഷേ അത് അനന്തമായി നീട്ടാൻ പാടില്ല. അത്രമാത്രം കാത്തിരിക്കാനുള്ള ക്ഷമ എനിക്കില്ല ജയ. പുനർജന്മത്തിലെനിക്കു വിശ്വാസവുമില്ല.

- ഞാൻ വരും. എന്റെ രവിയേട്ടനൊപ്പം

ആ വാട്സാപ്പ് ചാറ്റുകളിൽ ഗദ്ഗദവും കണ്ണുനീരും ഉണ്ടായിരുന്നു.

അത് ഇരുവരും തമ്മിലുള്ള ബന്ധത്തെ ബലപ്പെടുത്തി.

*   *   *

നാളുകൾക്കു ശേഷം രവീന്ദ്രൻ ഡയറിയെഴുതി.

- ആദ്യത്തെ കണ്ടുമുട്ടൽ. വിചാരിച്ചതിലും പക്വതയുള്ള സുന്ദരി. ഒരു സിനിമക്കഥ പോലെ ജീവിതം. നല്ല കാലം മുഴുവൻ നഷ്ടപ്പെടുത്തിയും ആൾക്കൂട്ടത്തിൽ നിന്ന് ഒഴിഞ്ഞു നിന്ന ജീവിതം. ഒടുവിൽ അനാഥത്വ ത്തിന്റെ തുരുത്തിൽ! ഇനി വരുന്നില്ലെന്നു പറഞ്ഞാണ് പോയത്. രക്ഷ പെടാനുള്ള ശ്രമമാണെന്നു വ്യക്തം. വേർപെടൽ വല്ലാത്ത പിടച്ചിൽ ആയിരുന്നു.എങ്ങ നെയാണ് ഉള്ളിൽ അഗ്നിയെരിയുമ്പോൾ ചിരിക്കാൻ കഴിയുക. അത് അവൾ സമർത്ഥമായി അനുവർത്തിക്കുന്നു.

- എത്ര പെട്ടെന്നാണ് ഞങ്ങൾ അടുത്തത്. മൂന്ന് നാലുമാസം കൊണ്ട് ഇത്രയും ഇഷ്ടപ്പെടാനാവുമോ? പ്രണയമാണെന്ന് അവളും ഞാനും പറഞ്ഞില്ല. വിവാഹം ചെയ്യണമെന്ന് അവൾ ആവ ശ്യപ്പെട്ടില്ല. കൂട്ടായി രിക്കണം, പരസ്പരം കാവലാകണം, മനസ്സു പങ്കിടാൻ മനസാക്ഷിയുള്ള ആളെ വേണം... സഹതാപം ആവശ്യമില്ല, സഹജീവിതമാണു വേണ്ടത്.

- ഞാനെന്താണ് ഇങ്ങനെ? വിജി പോയിട്ട് ഒരു വർഷമേ ആയിട്ടു ള്ളൂ. ഭാര്യയുടെ ചിതയാറും മുമ്പ് മറ്റൊരുവളെ തേടിപ്പോയ വിഷയലമ്പ ടൻ എന്നാവും മറ്റുള്ളവർ കാണുക. ആയിക്കൊള്ളട്ടെ, അവൾ എന്റെ നെഞ്ചിലുണ്ടാക്കിയ മുറിവുകളുടെ ആഴങ്ങൾ ആർക്കും മനസ്സിലായിട്ടി ല്ലല്ലോ. ആരോടും ഞാനത് പറഞ്ഞിട്ടില്ല, ഇനി പറയുകയുമില്ല. എന്റെ ശൂന്യതകൾക്കു പകരം വെക്കാൻ മറ്റെന്താണുള്ളത്? ജയ ഒരു പകര ക്കാരിയല്ല, പങ്കാളിയാണ്. അവൾക്ക് എന്റെ നൊമ്പരങ്ങൾ ഉൾക്കൊ ള്ളാനാവുമെങ്കിൽ അവൾ എനിക്കും പ്രിയതരമാകും... സമൂഹത്തിന്റെ സദാചാര സങ്കല്പങ്ങൾക്ക് വിധേയമായിരുന്നില്ലല്ലോ ഒരിക്കലും തന്റെ ജീവിതം. മറ്റാരെയും ബോദ്ധ്യപ്പെടുത്തലല്ല, സ്വന്തം മനഃസാക്ഷിയോടും നിലപാടുകളോടും നീതി പുലർത്തുകയല്ലേ വേണ്ടത്.

- കർക്കശക്കാരനെന്നു വിധിക്കപ്പെട്ട ഞാനിന്ന് ഏറെ ദുർബ്ബലനാ കുന്നു. ഇനിയൊരു ദുരന്തം അതിജീവിക്കുവാൻ മനസ്സിനാകുമോ എന്നു സംശയം. അനുഭവിക്കുക തന്നെ

*   *   *

ജയശ്രീ ആദ്യമൊന്നു ശങ്കിച്ചു. ഒടുവിൽ അവൾ പേന എടുത്തു. എഴുതണോ. എത്രയോ നാളായി ഡയറിയെഴുതിയിട്ട്. പഴയ ഡയറികൾ ചിലപ്പോൾ തുറന്നു നോക്കുമായിരുന്നു. അത്രയും വേഗതയിൽ അവ അടച്ചുവെക്കും. എല്ലാം കൂടി തീയിലിട്ടാലോ എന്നു പലതവണ ആലോചിച്ചതാണ്. അപൂർവ്വമായി മാത്രമെഴുതുന്ന നോട്ട് ബുക്ക് തന്റെ

അനുഭവങ്ങളുടെ ആകെത്തുകയാണ്. വല്ലപ്പോഴും ഭൂതകാലത്തിലേക്കു ള്ള കവാടമായി അതിരിക്കട്ടെ എന്നു കരുതി. പക്ഷേ അത് മറ്റാരെയും കാണിക്കില്ല.

ഒടുവിൽ അവൾ പനയെടുത്തു. ഏറെ ആലോചിച്ച ശേഷം എഴു തിത്തുടങ്ങി.

- പിന്നെയും കാശിപ്പേട്ടിലെത്തി. ആകെയൊരു മാറ്റമുണ്ട്. സ്കൂളിന് പുതിയ കെട്ടിടങ്ങൾ, പുതിയ സ്റ്റാഫ്, താമസിക്കാൻ പറ്റിയ മുറിയും സൗകര്യങ്ങളും.... മതി, ഇതു തന്നെ ഏറെയാണ്.

- ഇന്നലെ രവിയേട്ടനെ ആദ്യമായി നേരിൽ കണ്ടു. എന്തൊരു ഗൗരവക്കാരൻ. ഇങ്ങനെയൊരാൾക്ക് കാമുകനാകാൻ കഴിയുമോ? സാധിക്കുമെന്നു തെളിയിച്ചതല്ലേ? കണ്ണുകളിലെ ആർദ്രതയിൽ ഇഷ്ടം അലിഞ്ഞുചേരുന്നത് കണ്ടു. ഏറെനേരം നോക്കിയിരിക്കണമെന്നുണ്ടാ യിരുന്നു. കഴിഞ്ഞില്ല. എന്നും ആ മിഴികൾക്കു മുന്നിലുണ്ടാകണമെന്നു കൊതിച്ചുപോകുന്നു.

- എന്റെ വിരലുകളിൽ തെരുപ്പിടിച്ചത് വലിയൊരു സംവേദനമാ യിരുന്നു. വല്ലാത്ത വാഗ്ദാനമായിരുന്നു. പതിറ്റാണ്ടുകൾക്കുശേഷം ഇഷ്ടപ്പെട്ട ഒരു മനസ്സിൽ നിന്നുതിർന്ന വാക്കുകൾ എന്നെ ഉലച്ചുക ളഞ്ഞു. അമർത്തിപ്പിടിച്ചെന്നെയൊന്നു ചുംബിച്ചിരുന്നെങ്കിൽ എന്നു കൊതിച്ചുപോയില്ലേ..

- പുരുഷന്മാരെയൊക്കെ എനിക്കു ഭയമായിരുന്നു. അടുത്തുവന്ന ഓരോ പുരുഷന്മാരുടെയും ചിരികൾ എനിക്കു സംശയമായിരുന്നു. കഴിയുന്നതും ഒഴിഞ്ഞുനിന്നു. തനിക്കുമേൽ സമൂഹത്തിന്റെ സംശയ ദൃഷ്ടികൾ സി.സി.ടി.വി ക്യാമറകൾ പോലെയുണ്ടെന്നു കരുതിയിരുന്നു. ആ ഭയം കൊണ്ടു തന്നെയാണ് എന്നും ഒതുങ്ങിക്കൂടിയത്..

- ഇല്ല രവിയേട്ടാ, ഇനി എനിക്കതു പററില്ല. എന്നിലെ എന്തൊ ക്കെയോ നിങ്ങൾ സ്പർശിച്ചു ണർത്തി. അടച്ചുപേക്ഷിച്ച സ്വപ്നങ്ങളെ നിങ്ങൾ തുറന്നു വിട്ടു. അമർത്തിവെച്ച പ്രണയത്തെ നിങ്ങൾ പുറത്തെ ടുത്തു. ഉള്ളിൽ പടർന്നു ഉറഞ്ഞ നൊമ്പരങ്ങളിൽ പ്രതീക്ഷയുണർത്തി. ഇനി നിങ്ങളല്ലാതെ മറ്റെന്തു പ്രതീക്ഷയാണ് എനിക്കുള്ളത്, രവിയേട്ടാ... ഇനിയൊരു നഷ്ടം, അതെനിക്ക് ഓർക്കാൻ പോലും വയ്യ, എന്റെ പൊന്നേ... അങ്ങനെ വന്നാൽ ഈ ജയയില്ല...

പിന്നെ ആ പേനയ്ക്കു ചലിക്കാനായില്ല... പേനത്തുമ്പിലേക്കു കണ്ണുനീർ ഇറ്റുവീണു. കാമനകളുടെ തരംഗങ്ങളിൽ ശരീരം ഉലഞ്ഞു.

17. ഞാനാദ്യം പോകും ചേട്ടാ

എങ്ങനെയായിരുന്നു തങ്ങളുടെ തുടക്കം?

രവീന്ദ്രന്റെ മനോമുകുരത്തിൽ നിന്ന് ആ ചിത്രം ഒരിക്കലും മാഞ്ഞുപോയിട്ടില്ല.

1980 കളാണ്. താൻ ഡിഗ്രിക്കു പഠിക്കുന്ന കാലം. അന്ന് പ്രീഡിഗ്രി ക്ലാസ്സിലിരുന്ന പെൺകുട്ടി കണ്ണിൽപെട്ടത്. യാദൃശ്ചികമായിരുന്നു. പിന്നീട് പിന്തുടർന്നപ്പോഴാണ് അവൾ വരുന്നതും താൻ വരുന്ന ബസ്സിനാണ് എന്നറിഞ്ഞത്. തന്റെ നാട്ടുകാരിയായ അവളെ അതുവരെ ശ്രദ്ധിക്കാതിരുന്നത് എന്താണ്.

അഴിച്ചിട്ട നീണ്ട മുടിക്കിടയിൽ മേക്കപ്പില്ലാതിരുന്ന മുഖത്തിന് പ്രത്യേക അഴകുണ്ടായിരുന്നു. നീണ്ട് നിലത്തിഴയുന്ന പാവാടയും ഇറക്കമുള്ള ബ്ലൗസും അടക്കവും ഒതുക്കവും പ്രഖ്യാപിക്കുന്നതായിരുന്നു. അടുക്കിപ്പിടിച്ച ബുക്കുകൾ മാറിന്റെ ആകർഷകത്വം വർദ്ധിപ്പിക്കുന്നതായിരുന്നു.

ഒരു ദിവസം ബസിറങ്ങി, ഗ്രാമപാതയിലൂടെ നടന്നു പോകുന്നതിനു കാത്തിരുന്നു. തന്റെ സൈക്കിളിൽ പിന്നാലെ ചവിട്ടിച്ചെന്നു. ആരും അടുത്തില്ലെന്നു ബോദ്ധ്യപ്പെട്ട പാതയിൽ സൈക്കിൾ അവൾക്കു മുന്നിൽ ചവിട്ടിനിർത്തി. അവൾ അല്പം പിന്നോക്കം മാഞ്ഞു.

- എന്താ പേര്?

തന്റെ മുഖം ചമ്മിയിരുന്നു. ശബ്ദം പാടുപെട്ടാണ് പുറത്തുവന്നതുതന്നെ. പ്രതികരണത്തിൽ ഭയമുണ്ടായിരുന്നു.

- വിജയ

- ഞാൻ വിജീന്നു വിളിച്ചോട്ടെ?

- എന്തിന്?

- ഇഷ്ടമായതുകൊണ്ട്

- ആരു പറഞ്ഞു ഇഷ്ടപ്പെടാൻ

- മനസ്സു പറഞ്ഞു.

പിന്നെ അവളൊന്നും പറഞ്ഞില്ല. പക്ഷേ സൈക്കിൾ ചവിട്ടൽ ആവർത്തിച്ചപ്പോൾ അവൾ മനസ്സു തുറന്നു. പക്ഷേ ഒരു മുന്നറിയിപ്പ് ഒപ്പമുണ്ടായിരുന്നു.

- നമ്മൾ രണ്ടു ജാതിക്കാരാണെന്നറിയാമല്ലോ.. നമ്മുടെ രണ്ടു വീട്ടുകാരും എതിർക്കും. അതിനെ നേരിടാൻ രവ്യേട്ടന് പററുമോ? അതോ ഇതൊരു തമാശയാണോ...

- എന്റെ വിജീ, ഞാൻ എടുത്തുചാട്ടക്കാരനാണെന്നാണോ നിന്റെ വിചാരം. പഠിച്ചൊരു ജോലി കിട്ടട്ടേ... നീയും അതിനു ശ്രമിക്കണം.... പിന്നെ ആരു നമ്മളെ തോല്പിക്കാൻ...

* * *

വെറുമൊരു റൊമാൻസായിരുന്നില്ല അവരുടെ പ്രണയം. ശരിക്കും മനസ്സു പങ്കിട്ട അടുപ്പം. കത്തുകളും പുസ്തകങ്ങളും കൈമാറിയ പ്രേമലോലുപത. നാട്ടിൽ വെച്ചു തമ്മിൽ കാണാതിരിക്കാൻ കരുതലുണ്ടായി. വെറുതെയൊരു അപവാദമെന്തിന്. പകരം നഗരത്തിലെ ഉദ്യാനത്തിൽ പലപ്പോഴും സംഗമിച്ചു. ഇണക്കം പോലെ പിണക്കവും പതിവായിരുന്നു, കുറമ്പിന് ഇരുവരും ഒട്ടും പിന്നിലായിരുന്നില്ല. അഥവാ ഇണക്കത്തേക്കാളേറെ പിണക്കമായിരുന്നു അവരെ ബന്ധിച്ചത്, ഓരോ പിണക്കങ്ങൾക്കു ശേഷവും എഴുതുന്ന കത്തുകളിൽ പ്രണയാർദ്രത മുറ്റിനിന്നിരുന്നു. രവീന്ദ്രൻ കവിതകളെഴുതാൻ തുടങ്ങിയതും അക്കാലത്താണ്. ചങ്ങമ്പുഴയുടെയും വയലാറിന്റെയും ശീലുകൾ അയാളിലൂടെ പുനർജനിച്ചു. അതുവായിച്ച് അവൾ ചിരിച്ചു.

ഒരിക്കലുണ്ടായ പിണക്കം നീണ്ടുനിന്നു. അന്നു സംസാരിച്ചിരിക്കെ, അടുത്തൊരുമില്ലെന്നു ഉറപ്പാക്കിയപ്പോൾ അവൻ അവരുടെ കവിളിൽ അപ്രതീക്ഷിതമായി ചുംബിച്ചു. വിജി ചാടിയെഴുന്നേറ്റു രവിയെ ക്രുദ്ധിച്ചു നോക്കി. വളരെ പെട്ടെന്ന് കണ്ണുകൾ നിറഞ്ഞൊഴുകി.

- സോറി, വിജി

- വേണ്ട, ഇതിനാണോ എന്നെ...

- അതിനെന്താ ഞാൻ ഉപദ്രവിച്ചോ..

- വേണ്ട, ഇതു ചതിയായിപ്പോയി..

അന്നവൾ കലഹിച്ചു. തിരിച്ചു നടക്കുമ്പോൾ സംസാരിച്ചില്ല. പക്ഷേ കുറേ ചെന്നപ്പോൾ തിരിഞ്ഞു നോക്കി. രവിക്കു ശ്വാസം നേരെ വീണു. രണ്ടുമൂന്നു ദിവസത്തേക്കു കണ്ടുമില്ല. ആ പിണക്കം മാറ്റിയെടുക്കാൻ

താനെത്രപാടുപെട്ടു. അതിന്റെ കുടിശ്ശിഖ പരിഹരിച്ചത് വിവാഹനാളി ലായിരുന്നു. അന്ന് അതു പറഞ്ഞു ഒത്തിരി ചിരിച്ചു.

ആറാം വർഷം പ്രണയം പരസ്യമായി. വീട്ടുകാർ തന്നോടു മിണ്ടാതായി. ഏറെ ഇഷ്ടമായിരുന്ന അമ്മ പോലും മുഖം വീർപ്പിച്ചു.

- ന്നാലും രവി, നമ്മടെ കൂട്ടത്തിൽ പെട്ട ഒന്നിനെ നിനക്കു കണ്ടുപി ടിക്കാൻ കഴിഞ്ഞില്ലേ

- അതിനിപ്പോ എന്താ ഉണ്ടായെ.. അവളെ കാണാൻ കൊള്ളില്ലേ

- കൊള്ളും

- സൗന്ദര്യവും ആരോഗ്യവുമില്ലേ

- ഉണ്ട്

- പഠിപ്പില്ലേ...

- എന്നാലും

- അമ്മേ, എനിക്കിഷ്ടപ്പെട്ടു എന്നതാണു പ്രധാനം.

പിന്നെ അമ്മ തർക്കിച്ചില്ല. അതിനിടെ അധ്യാപക ജോലി തരപ്പെട്ടു മലപ്പുറത്തേക്കു പോകുന്നതിനു മുമ്പേ അവളെ കണ്ടു. കരഞ്ഞു കലങ്ങിയ മിഴികളോടെ വിജി ചോദിച്ചു.

- രവ്യേട്ടാ, എന്നെ മറക്കുമോ?

- വിജി, വർഷമെത്രയായി... ഇതുവരെ മറന്നോ

- അതല്ല, വല്യ സാറൊക്കെ ആയില്ലേ

- ഇപ്പോൾ ചെറിയ സാറാ. അതുകൊണ്ട് ഞാൻ ആളുമാറിപ്പോയോ? ദേ, ഒരു ജോലി നീ കൂടി ശരിയാക്ക്. എന്നിട്ട് എല്ലാവരെയും വെല്ലുവി ളിക്കണം..

യാത്ര പറയുമ്പോൾ നെഞ്ചുടക്കി. നിർന്നിമേഷയായി നിന്ന അവൾ അയാളുടെ പിടിച്ചുയർത്തി കൈവെള്ളയിൽ മുത്തമിട്ടു. ആ ചുംബ നത്തിന് വല്ലാത്ത ചൂടായിരുന്നു. ആ നിറമിഴികൾ രവിയൊരിക്കലും മറന്നില്ല.

* * *

പിറ്റേ വർഷം രവീന്ദ്രൻ തന്റേടത്തോടെ സുഹൃത്തുക്കളെ വിജയയുടെ വീട്ടിൽ പറഞ്ഞുവിട്ടു. ജാതിയുടെ നൂലാമാലകളിൽ തട്ടി അതു നിഷേ ധാത്മകമായി. ഒരു ദിവസം അവളുടെ ജ്യേഷ്ഠനും അമ്മാവനും കൂടി രവീന്ദ്രനെ കാണാൻ വന്നു.

- രവീന്ദ്രൻ സർ ഈ ബന്ധത്തിൽ നിന്നു പിന്മാറണം. വിജയയ്ക്കു താഴെ ഒരു പെൺകുട്ടി കൂടിയുണ്ട്. ജ്യേഷ്ഠത്തി ജാതിമതങ്ങളില്ലാതെ

പോയാൽ അതു പ്രശ്നമാകും.

- എന്ത് പ്രശ്നം... അത് വിജയകൂടി തീരുമാനിക്കണം

- രവീന്ദ്രൻ മാഷിനാണ് നിർബ്ബന്ധം എന്നാണ് അവൾ പറഞ്ഞത്.

- വിജയ, അങ്ങനെ പറഞ്ഞോ?

- എന്താ സംശയം

- അവളെ നിങ്ങൾ ഉപദ്രവിച്ചോ?

- അല്ല തുറന്നു സമ്മതിച്ചതാണ്.

- എങ്കിൽ എനിക്കു പ്രശ്നമില്ല

അത്തരമൊരു നിലപാട് അവരുടെ അടവായിരുന്നു. ആറുവർഷത്തെ അഗാധബന്ധത്തെ തള്ളിപ്പറയാൻ മാത്രം ചപലയായിരുന്നില്ല വിജയ. മാമനും മററും പോയ പുറകെ രവി വിജയയെ കണ്ടു. ആ മാസം തന്നെ സ്പെഷ്യൽ മാരേജ് ആക്ട് അനുസരിച്ച് വിവാഹത്തിന് അവർ നോട്ടീസ് കൊടുത്തു. സുഹൃത്തുക്കൾ ഒപ്പം നിന്നു. പിറ്റേമാസം വിവാഹം കഴിഞ്ഞപ്പോഴാണ് വീട്ടുകാർ അറിഞ്ഞതു തന്നെ. അത്തവണ രവീന്ദ്രൻ മലപ്പുറത്തിനു പോയപ്പോൾ വിജയ ഒപ്പമുണ്ടായിരുന്നു. രവീന്ദ്രന്റെ നിശ്ചയദാർഢ്യത്തിനു മുന്നിൽ ഇരു വീട്ടുകാർക്കും ഒന്നും ചെയ്യാനായില്ല. പറയുന്നത് പ്രവർത്തിക്കുന്നവരെ എങ്ങനെ നേരിടും.

പിന്നെ രവീന്ദ്രനു വാശിയായിരുന്നു. കുടുംബ വീടിനടുത്തു തന്നെ ചെറിയൊരു വീടുപണിതുയർത്തി. ലോണെടുക്കാൻ എളുപ്പമായിരുന്നു. ആറു മാസത്തിനുള്ളിൽ വീടു തീർത്തു കയറി പാർത്തപ്പോൾ ഇരുവരും തലയുയർത്തി നടന്നു. ക്രമേണ അച്ഛനും അമ്മയും ഒക്കെ സന്ദർശകരാകാൻ തുടങ്ങി. വിജയ അവരോടൊക്കെ അന്തസ്സായി പെരുമാറി. ജാതിയുടെ അതിരുകൾ മാഞ്ഞു തുടങ്ങി.

ഒരു വർഷത്തിനുള്ളിൽ വിജയിക്ക് മോണിംഗ് സിക്ക്നസ് തുടങ്ങി. നീതു പിറന്നതോടെ ജീവിതം കൂടുതൽ വർണ്ണാഭമായി. അവളെ സ്കൂളിലാക്കാനും മറ്റുമായി വിജിക്ക് കൈനെറ്റിക് ഹോണ്ട വാങ്ങിക്കൊടുത്തു. ഇണക്കവും പിണക്കവുമായി മുന്നേറിയ ജീവിതത്തിന് വഴിത്തിരിവുണ്ടാകുന്നത് നീതുവിന്റെ വിവാഹത്തോടെയാണ്. അവൾക്കിഷ്ടപ്പെട്ട ഒരാളെ കണ്ടെത്തി കൊടുക്കുമ്പോഴേക്ക് രവീന്ദ്രൻ റിട്ടയറായിക്കഴിഞ്ഞിരുന്നു. മദ്ധ്യവയസ്സിലെ കുടുംബജീവിതത്തിൽ പിന്നെയും അവർ മാത്രമായി

യാത്രകൾ ഏറെ ഇഷ്ടമായിരുന്ന ഇരുവരും എത്താവുന്ന പ്രദേശങ്ങളിലൊക്കെ യാത്ര പോയി. സിനിമയ്ക്കും ബീച്ചിലുമൊക്കെ അവളുടെ പിന്നിലിരുന്ന് സഞ്ചരിക്കുമ്പോൾ പിന്നിൽ നിന്ന് വയറുചേർത്ത് കെട്ടിപ്പിടിക്കുമായിരുന്നു. അവൾ വേഗം കൂട്ടുമ്പോൾ താൻ തടയും. പക്ഷേ

മാറിവാങ്ങിയ ആക്ടീവ ഓടിക്കൽ വിജിക്ക് ഹരമായിരുന്നു.

*   *   *

പൊന്മുടിയിലെ പാറമേൽ വലിഞ്ഞുകയറി മുകളിലെത്തുമ്പോഴേക്കും അവൾ തളർന്നിരുന്നു. താൻ കൈകൊടുത്തു. മുകളിലേക്കു വലിച്ചു കയറ്റിയപ്പോൾ അവശയായി വിജി അയാളുടെ മടിയിൽ തലവെച്ചു കിടന്നു. ആയിടെ വാങ്ങിക്കൊടുത്ത മൊബൈലിൽ അവൾ കുറെയേറെ ചിത്രങ്ങളെടുത്തു. തലയിൽ തലോടിയ അയാളുടെ വലംകരം പിടിച്ചു നെഞ്ചത്തു വെച്ചുകൊണ്ട് അവൾ ചോദിച്ച ചോദ്യം അയാളെ ഞെട്ടിച്ചുകളഞ്ഞു.

- രവ്യേട്ടാ ഞാൻ മരിച്ചാൽ എന്തുചെയ്യും ?

- നീയെന്തിനാണിപ്പോൾ മരിക്കുന്നത്. എന്തായാലും ഞാൻ കഴിഞ്ഞല്ലേ വിജീ, നിന്റെ ഊഴം വരൂ..

- അല്ല രവ്യേട്ടാ, ഞാനാദ്യം പോകും...

രവീന്ദ്രൻ അവളുടെ വായപൊത്തി. അവൾ കരമുയർത്തി അയാളുടെ താടിതലോടി. രവീന്ദ്രൻ അവളെ ചരിച്ചുകിടത്തി സമൃദ്ധമായ നിറുകയിൽ ചുണ്ടമർത്തി

- എന്റെ വിജീ, നിനക്കു ജീവിച്ചുമതിയായോ..

- ഇല്ല, പക്ഷേ രവ്യേട്ടനില്ലാതെ എനിക്കു ജീവിതമില്ല..

- പിന്നെ നീയില്ലാതെ ഞാനോ...

മുപ്പത്തിരണ്ടു വർഷത്തെ പ്രണയജീവിതത്തിന് മിന്നലേറ്റതു പക്ഷേ വളരെ പെട്ടെന്നായിരുന്നു.

18. ഒരു യാത്രാമൊഴി പോലും പറയാതെ

ഹൗസിങ് ലോൺ കൃത്യമായി അടച്ചു പോകുന്നതിനാൽ ബാങ്കിൽ മറ്റ് ഇടപാടുകൾ ഉണ്ടായിരുന്നില്ല. സഹകരണ ബാങ്കിലെ സെക്രട്ടറി പരിചയക്കാരനായിരുന്നതിനാലാണ് ഒരിക്കൽ കണ്ടപ്പോൾ വിജിയുടെ സ്വർണ്ണപണയത്തെപ്പറ്റി പറഞ്ഞത്. അമ്പതിനായിരം രൂപയിലേറെ വരും. താൻ അങ്ങനെ ഒരാവശ്യം ഉന്നയിച്ചിരുന്നില്ല എന്നു മാത്രമല്ല, പല അത്യാവശ്യങ്ങൾ ഉണ്ടായിട്ടും അവളുടെ ആഭരണങ്ങൾ പണയം വെക്കാൻ തോന്നിയിരുന്നില്ല. അത്രമാത്രം വൈകാരികമായ ബന്ധം ആ മാലയ്ക്കും തങ്ങൾക്കുമിടയിലുണ്ടായിരുന്നു. തങ്ങളുടെ പ്രണയാഭിലാഷങ്ങളെ വിളക്കിച്ചേർത്തത് ആ മാലയായിരുന്നു. താലി കെട്ടിയില്ലെങ്കിലും വിവാഹത്തിന് താൻ സമ്മാനിച്ച മാല. തന്റെ തിരക്കുകൾ മൂലം സാമ്പത്തിക ഇടപാടുകൾ അവളാണ് നടത്തിയിരുന്നത്. തന്റെ എ.ടി എം കാർഡുപോലും അവളെ ഏല്പിച്ചിരുന്നു. പണയപ്രശ്നം വന്നപ്പോഴാണ് അക്കൗണ്ട് പരിശോധിച്ചത്. പല തവണയായി ഏതാണ്ട് ഒന്നരലക്ഷത്തോളം രൂപ പിൻവലിക്കപ്പെട്ടിട്ടുണ്ട്. ഒരിക്കലും പ്രതീക്ഷിക്കാത്ത ആ 'ചതിവ്'. അപ്രതീക്ഷിതമായി ഏറ്റ ആഘാതം. നിയന്ത്രിക്കാൻ കഴിഞ്ഞില്ല.

- നീയെന്തിനാണ് വിജി സ്വർണ്ണം പണയം വെച്ചത്?

- ആങ്ങളയ്ക്ക് വളരെ പെട്ടെന്ന് ഒരാവശ്യം വന്നപ്പോൾ

- അതു ഞാൻ അറിയേണ്ട എന്നുണ്ടോ? എന്നോടു ചോദിക്കേണ്ടെ.

- ഉടനെ എടുത്തുതരാമെന്നു പറഞ്ഞിരുന്നു

- എന്നിട്ട് എടുത്തുതന്നോ.?

അപ്പോഴാണ് അവളുടെ കഴുത്തിലെ മാലയുടെ മാറ്റു കുറവ് ശ്രദ്ധിച്ചത്.

- നിന്റെ കഴുത്തിൽ കിടക്കുന്നത് ഒറിജിനൽ അല്ലല്ലേ..

- രവ്യേട്ടാ പറ്റിപ്പോയി.

അയാൾക്കത് മറ്റൊരു തിരിച്ചറിവായിരുന്നു. 35 വർഷത്തിന്റെ ഒറ്റിക്കൊടുക്കൽ.

- ആ മാലയുടെ മൂല്യം നീ തിരിച്ചറിഞ്ഞില്ല വിജീ..ഞാൻ നല്കിയ വിവാഹസമ്മാനമായിരുന്നു. എന്നോടൊന്നു പറയുകപോലും ചെയ്യാതെ...

- ഞാനതു തിരിച്ചെടുത്തു തരാം.

- അപ്പോൾ ബാങ്കിൽ നിന്നു പണം പിൻവലിച്ചതോ...

അവൾ ഞെട്ടുന്നത് കണ്ടു. എന്തോ മറയ്ക്കാൻ ശ്രമിക്കുന്ന വിഭ്രാന്തി, രവീന്ദ്രൻ അടുത്തുചെന്നു. ശബ്ദം പരുഷമായി.

- ഒന്നരലക്ഷത്തോളം രൂപ പലതവണയായി പിൻവലിച്ചിരിക്കുന്നു. ആർക്കുവേണ്ടി, എന്തിനുവേണ്ടി?

- നീതുവിന് ഒരാവശ്യം വന്നപ്പോൾ.

- എങ്കിൽ എന്നോട് ചോദിക്കണം. ഒരു നുണ സ്ഥാപിക്കാൻ പലനുണകൾ പറയരുത്. എന്താണു യഥാർത്ഥത്തിൽ സംഭവിച്ചത്.

- പറ്റിപ്പോയതാണ് ചേട്ടാ.. ക്ഷമിക്കണം

- ക്ഷമിക്കണമെന്ന ഒരുവാക്കിൽ തീരുന്നതല്ല വിജീ ഈ കള്ളത്തരം. മൂന്നരപതിറ്റാണ്ടിലെ നമ്മുടെ വിശ്വാസമാണ് നീ തല്ലിത്തകർത്തത്.

അവളുടെ തോളിൽ പിടിച്ച് മുഖത്തേയ്ക്ക് രൂക്ഷമായി നോക്കി. അവൾ തന്റെ നോട്ടത്തിൽ നിന്നു മുഖം തിരിച്ചു. ഇരുവരുടെയും ശ്വാസഗതി വർദ്ധിച്ചു. രവീന്ദ്രന്റെ കണ്ഠമിടറി.

- വിജീ, സത്യം പറ... എന്തിനാണ് പണമെടുത്തത്. എന്തിനുവേണ്ടി സത്യം പറഞ്ഞാൽ ഇത് ഇവിടെ അവസാനിക്കും.

അതിന്റെ ഉത്തരം അപ്രതീക്ഷിതമായിരുന്നു. രവിയുടെ കൈ തട്ടിമാറ്റി അവൾ ക്ഷോഭിച്ചു.

- പണം, പണം... അതു തിരിച്ചുതന്നാൽ പ്രശ്നം തീരില്ലേ?

- ഇല്ല, പോയ വിശ്വാസം തിരിച്ചുവരില്ല.

- എനിക്കും ആവശ്യങ്ങൾ ഉണ്ടെന്നു നിങ്ങൾക്കറിയില്ലേ..

- ഞാനറിയാത്ത എന്താവശ്യങ്ങൾ. എന്റെ എ.ടി.എം കാർഡുവരെ നിന്റെ കൈയ്യിൽ അല്ലേ വിജീ... ആവശ്യങ്ങൾ ഉണ്ടെങ്കിൽ എന്നോടു പറയാമായിരുന്നില്ലേ... എന്തിന് ഈ ചതി?

- ഞാനാരെയും ചതിച്ചില്ല... എടുത്ത പണം ഞാൻ തിരിച്ചു തരും. നിങ്ങളുടെ പണം എനിക്കുവേണ്ട

- എന്തു നന്ദികേടാണ് നീ പറയുന്നത്. നിങ്ങളുടെ പണം? കട്ടെടുത്തത് കണ്ടുപിടിച്ചപ്പോൾ അതിനും ന്യായം പറയുന്നോ.. ബ്ലഡി ചീറ്റ്. പഴയതൊന്നും മറക്കരുത് വിജീ.. മറക്കരുത്.

- എങ്കിൽ എന്നെ പിടിച്ചിടത്തു കൊണ്ടുവിട്ടേരെ.. നിങ്ങൾക്കു സമാധാനമാകുമല്ലോ...

- നിനക്ക് അതെങ്ങനെ പറയാൻ തോന്നി.. ഇത്ര നശിച്ച മനസ്സായിരുന്നോ നിന്റേത്. ഛെ ഞാനെന്തൊരു മണ്ടൻ. നീ എന്നെ വഞ്ചിക്കുകയായിരുന്നു വിജീ

ഒടുവിലത്തെ വാക്യങ്ങൾ അലർച്ചപോലെയായി. പഴയതോരോന്നും നെഞ്ചിലേക്ക് ഇരച്ചുകയറി. പാവപ്പെട്ട ആ പാവാടക്കാരിയുടെ ഭാവമാറ്റം. ധിക്കാരത്തിന്റെ മ്ലേച്ഛഭാഷയ്ക്കു മുന്നിൽ കൈ ഉയർന്നത് സ്വഭാവികമാണ്.

- തൊടരുതെന്നെ.. ഇത്രകാലം നിങ്ങൾക്ക് വേല ചെയ്തതിന്, മകളെ വളർത്തി വലുതാക്കിയതിനുള്ള കൂലിയായി കൂട്ടിയാൽ മതി

അവളുടെ രൗദ്രഭാവത്തിനുമുന്നിൽ അയാൾ തളർന്നുപോയി. ഇരുട്ടത്ത് കൊണ്ട അടിയായിപ്പോയി. പിന്നെ മിണ്ടാൻ കഴിഞ്ഞില്ല.

* * *

തുടർന്നുള്ള ദിനങ്ങൾ നിസ്സഹകരണത്തിന്റെയും കലഹത്തിന്റേതുമായിരുന്നു. അയാൾക്കു മുഖം നൽകാതെ യന്ത്രം കണക്കെ അവൾ പ്രവർത്തിച്ചു. ആഹാരമൊക്കെ യഥാസമയം തയ്യാറാക്കും. പക്ഷേ ഒരുമിച്ചുള്ള ഭക്ഷണം കഴിപ്പിനു വിഘ്നം നേരിട്ടു. പലപ്പോഴും രവീന്ദ്രന് തന്നെയെടുത്തു കഴിക്കേണ്ടി വന്നു. ചിലപ്പോൾ ആക്ടീവയിൽ കയറി ഓടിച്ചുപോകും. എന്തെങ്കിലും പറഞ്ഞാൽ ഒച്ചവെയ്ക്കും എന്നതുകൊണ്ട് കഴിയുന്നതും മൗനം ഭജിച്ചു. റിട്ടയർമെന്റു കാലം ഇത്ര സംഘർഷഭരിതമാകുമെന്ന് അയാൾ കരുതിയില്ല.

തുടർന്നുണ്ടായ വൻ കലഹം ഒഴിവാക്കാനാവാത്തതായിരുന്നു. അപ്രതീക്ഷിതമായാണ് മൊബൈൽ ചാറ്റു കണ്ടത്. രാത്രി വൈകിയും നീണ്ടുപോയ ഫോൺവിളി ശ്രദ്ധിച്ചപ്പോഴാണ് പന്തികേടു തോന്നിയത്. അടക്കാനാകാത്ത വിഷമത്തോടെയാണ് ഫോൺ പിടിച്ചു വാങ്ങിയത്. അടുത്ത സുഹൃത്താണ്. നെഞ്ചത്ത് കൊള്ളിയാൻ മിന്നി.

- ഇതിന്റെ കൂടി കുറവേ ഉണ്ടായിരുന്നുള്ളൂ അല്ലേ. നിനക്കിതൊക്കെ എങ്ങനെ കഴിയുന്നു വിജീ.

- ഇതിലെന്താണിത്ര കുഴപ്പം... പരിചയമുള്ളവരെ വിളിച്ചാൽ..

- എന്നെ വിഡ്ഢിവേഷം കെട്ടിക്കരുത്.. ഈ പ്രായത്തിലാണോ ഈ കോമാളിവേഷം. Are you frustrated

- ആണെങ്കിൽ ... നിങ്ങൾക്കെന്തു ചെയ്യാനാകും.

- ഇതൊക്കെ സാധാരണ മനുഷ്യരുടെ രീതിയല്ല.. വേശ്യകളുടെ സംസ്കാരമാണ്.

അവൾ ചാടിയെഴുന്നേറ്റ് തന്റെ നേരെ കൈചൂണ്ടി അലറി

- എന്താ വിളിച്ചത്. വേശ്യയെന്നോ... ഞാൻ വേശ്യയാണെന്നോ... നിങ്ങൾക്കിത്രകാലം വിട്ടുവേല ചെയ്ത ഞാൻ വേശ്യയാണെന്നോ..

മേശപ്പുറത്തു കിടന്നതൊക്കെ അവൾ വലിച്ചെറിഞ്ഞു. തടസ്സം പിടിക്കാൻ ചെന്ന രവിക്കു മുന്നിൽ മൊബൈൽ എറിഞ്ഞുടയ്ക്കാനൊരുങ്ങി. അയാൾ ഫോണിൽ പിടിച്ചു. അവൾ പിന്നോക്കം ചാഞ്ഞു. പിന്നെ വായിൽ വന്നതൊക്കെ വിളിച്ചുപറഞ്ഞു.

- ഞാൻ കാണിച്ചുതരാം... എന്നെ വേശ്യയാക്കിയ നിങ്ങളെ ഞാൻ പഠിപ്പിച്ചുതരാം.

അവൾ ഉറഞ്ഞുതുള്ളി. പെട്ടെന്ന് മുറിയിലേക്കു പാഞ്ഞു വാതിലടച്ചു കുറ്റിയിട്ടു. കസേര മറിയുന്ന ശബ്ദം കേട്ട് കതകു പൊളിച്ച് അകത്തു കയറിയപ്പോൾ ഫാനിലെ ഷാളിൽ തൂങ്ങാനൊരുങ്ങുന്ന വിജി. അലറിക്കൊണ്ട് അവളെ താഴെയിറക്കി.

- വിടെന്നെ...എനിക്കു മരിക്കണം..

അവൾ തലയിട്ടടിച്ചു. അതുവരെ കാണിക്കാത്ത ചേഷ്ടകൾ. കണ്ണുകൾ തുറിച്ചു വന്നു. രവിയുടെ നെഞ്ചിൽ തീനാളങ്ങൾ ഉതിർന്നു. നിസ്തേജനായി ഇരുന്നുപോയി. അന്നുമുതൽ അവൾ അടുത്ത മുറിയിലേക്കു കിടപ്പുമാറ്റി. അവർ അധികം സംസാരിക്കാതെയായി. വീട്ടിലെ കാര്യങ്ങളിൽ അവൾ വീഴ്ചവരുത്തിയില്ല. വീർപ്പുമുട്ടലുകൾ വർദ്ധിച്ചുവന്നു. ഒരേ വീട്ടിൽ അവർ അന്യരായി.

* * *

അസഹനീയമായപ്പോഴാണ് നീതുവിനെ വിളിച്ചത്. മിക്കവാറും വിളിക്കുമായിരുന്നെങ്കിലും മകളോട് കലഹകാര്യങ്ങൾ പറഞ്ഞിരുന്നില്ല. അതൊക്കെ ഉടൻ പരിഹാര്യമാകുമെന്നായിരുന്നു വിശ്വാസം. മകളെ അറിയിച്ച് അവളെക്കൂടി വിഷമിപ്പിക്കുന്നത് എന്തിനാണെന്നു കരുതി.

- നീതു.... അമ്മയെന്തെങ്കിലും പറഞ്ഞിരുന്നോ മോളേ?

- എന്താ.. പപ്പാ കുറെ ദിവസമായി വിളിക്കുന്നില്ല. അല്ലെങ്കിൽ എന്നും വിളിക്കുമായിരുന്നു. പ്രത്യേകിച്ചും വീഡിയോകോൾ

മോളോടെന്തെങ്കിലും പറഞ്ഞിരുന്നോ?

എന്താ... പപ്പാ... കാര്യം പറ..

എങ്ങനെ പറയണമെന്നറിയാതെ കുഴഞ്ഞെങ്കിലും ഒരു വിധത്തിൽ പറഞ്ഞൊപ്പിച്ചപ്പോഴേക്കും നിരുദ്ധകണ്ഠനായി. മറുവശത്ത് നീതുവിന്റെ ഏങ്ങലടി കേട്ടു. അതു സഹിക്കാനാവാതെ അയാൾ ഫോൺ കട്ടു ചെയ്തു. സെക്കന്റുകൾക്കുള്ളിൽ നീതു തിരിച്ചുവിളിച്ചു.

- പപ്പാ... കുറെ കാലമായി മമ്മയിൽ കുറെ വ്യത്യാസങ്ങൾ കാണുന്നുണ്ടായിരുന്നു. അതൊക്കെ നിങ്ങൾ തമ്മിലുള്ള എന്തോ സൗന്ദര്യ പിണക്കം കൊണ്ടാണെന്നാണു കരുതിയത്. ഇടയ്ക്കൊരിക്കൽ വിളിച്ച് എന്റെ മാല പണയം വെക്കാൻ ചോദിച്ചിരുന്നു. ചേട്ടനോടു ചോദിക്കാതെ പറ്റില്ലെന്നു ഞാൻ പറഞ്ഞു.

- എന്നിട്ടെന്താ മോൾ അക്കാര്യം പപ്പയോട് പറഞ്ഞില്ല.?

- പിന്നെ അതു ചോദിക്കാഞ്ഞതിനാൽ ഞാൻ കാര്യമാക്കിയില്ല.

- എല്ലാം കൈവിട്ടുപോയി മോളേ..

- പപ്പ പറഞ്ഞതുവെച്ച് പരിശോധിക്കുമ്പോൾ മമ്മയ്ക്ക് Border line Personality disorder ഉണ്ടാകും എന്നാണ് കരുതുന്നത്. പെരുമാറ്റങ്ങളിലെയും ഭാഷയിലെയും അതിവൈകാരികത അതിന്റെ ലക്ഷണമാണ് പപ്പ... താൻ മാത്രമാണു ശരിയെന്ന ബോധം.

- അതിനു തക്ക കാരണം എന്താണ് നീതു.?

- ക്ഷമിക്കണം പപ്പ, അവഗണിക്കുന്നുവെന്ന തോന്നൽ ശക്തമായതായിരിക്കാം.. എന്തായാലും ഞാൻ വരാം പപ്പാ.. നമുക്ക് നല്ലൊരു സൈക്കോളജിസ്റ്റിനെ കാണാം.. പപ്പാ വിഷമിക്കരുത്.

മുപ്പത്തിയഞ്ച് വർഷത്തിന്റെ കാലിഡോസ്കോപ്പ് രവീന്ദ്രന്റെ മനസ്സിൽ മിന്നിമാഞ്ഞു. എതിർപ്പുകൾ, അപവാദങ്ങൾ, വിവാഹം, പങ്കിടലുകൾ, നീതു, സൗന്ദര്യ പിണക്കങ്ങൾ, അതിനുശേഷമുള്ള കൂടുതൽ ഇണക്കങ്ങൾ. തന്നോടൊപ്പം ഇറങ്ങിപ്പോന്നവൾ. എല്ലാം ഉപേക്ഷിച്ചു പോന്നതു കൊണ്ടു തന്നെ അതെല്ലാം തിരിച്ചു കൊടുക്കണമെന്ന് അയാൾക്കു നിർബന്ധമായിരുന്നു. ഒന്നൊന്നായി വേണ്ടതൊക്കെ തിരിച്ചുപിടിച്ചു. വീട്, മകൾ, ബന്ധുക്കൾ. ജയിച്ചുവെന്ന് അഹങ്കരിച്ചു.

*   *   *

ഓർമ്മകളുടെ ആഴക്കയത്തിൽ രവീന്ദ്രൻ മുങ്ങിപ്പൊങ്ങി. രാത്രി ഏറെ വൈകിയത് അറിഞ്ഞില്ല. ഹൃദയഭാരം കൂടിവന്നപ്പോൾ കാലുകൾ അവളുടെ മുറിയിലേക്ക് അറിയാതെ നീങ്ങി. വാതിൽ ബന്ധിച്ചിരുന്നില്ല.

അർദ്ധരാത്രിയായിക്കാണും. അവൾ ഉറങ്ങിയിട്ടില്ലെന്നു വ്യക്തം. കട്ടിലിൽ ഇരുന്നപ്പോൾ തന്നെ അവൾ എഴുന്നേറ്റു ചാരിയിരുന്നു.

- വിജീ... നിനക്കെന്താണു പെണ്ണേ പറ്റിയത്. എല്ലാം എത്രപെട്ടെന്നാണ് നീ മറന്നുപോയത്. ഇങ്ങനെ മാറിക്കിടക്കാൻ വിധം ഞാനെന്തു തെറ്റാണ് ചെയ്തത്.

- രവ്യേട്ടാ, പറ്റിപ്പോയതാണ്. ക്ഷമിക്കണം ഒരു തെറ്റിനെ മറ്റൊരു തെറ്റുകൊണ്ടു മറയ്ക്കാൻ ശ്രമിക്കുകയായിരുന്നു. എന്താണ് സംഭവിച്ചതെന്ന് എനിക്ക് തന്നെ അറിയില്ല.

- ഇങ്ങനെ കിടന്നാൽ സമാധാനമായി ഉറങ്ങാനാവുമോ വിജീ... നിനക്ക്?

അവൾ അയാളുടെ തോളിൽ ചാരി, കൈ ചുറ്റിപിടിച്ചു. അയാൾ അവളെ ഇറുകെ പുണർന്നു. പ്രണയകാല ചാതുരിയോടെ അവളുടെ ചുണ്ടുകൾ നുകർന്നു. അവളുടെ മുടിക്കെട്ട് അയാൾക്കുമേൽ അഴിഞ്ഞു വീണു. ആറുമാസത്തെ വിരഹത്തിന്റെ കടം തീർന്ന സമാഗമം. മുറിഞ്ഞ ചുണ്ടുകളിൽ അവൾ ഉലഞ്ഞു. അവർ ഇരുവരും പരസ്പരം പകർന്നു. ആവേശത്തിര അടങ്ങിയപ്പോൾ തളർന്നുപോയി. അവൾ ഉണർന്ന് അയാളുടെ മാറിലൂടെ വിരലോടിച്ചു. അയാളുടെ മുടി മുതൽ അവൾ ലാളിച്ചു. പിന്നെയും ആവേശത്തോടെ അവൾ അയാളിലേക്കു പടർന്നു കയറി. അന്ന് അവർ ഉറങ്ങുമ്പോഴേക്കും നേരം വെളുക്കാറായിരുന്നു.

*   *   *

കാറ്റും കോളുമെല്ലാം നീങ്ങിയെന്നു വിചാരിച്ചിരിക്കുമ്പോഴാണ് ഇടിവെട്ടിയത്. പെട്ടെന്നു വന്ന ഫോൺകോൾ. സുഹൃത്ത് ജോസഫാണ് വിളിച്ചത്. വിജി ആശുപത്രിയിലാണ്. സ്കൂട്ടർ ആക്സിഡന്റ്. പാഞ്ഞു ചെല്ലുമ്പോഴേക്കും എല്ലാം കഴിഞ്ഞിരുന്നു. ഇത്രയും വർഷങ്ങൾക്കിടയിൽ ഒരിക്കൽ മാത്രമാണ് ചെറിയൊരു അപകടമുണ്ടായത്. അതിനുശേഷം ഹോണ്ട മാറ്റി ആക്ടീവ ആക്കിയതാണ്. പിന്നെ ഇപ്പോൾ. സ്കൂട്ടറിന്റെ ടയർ പൊട്ടിയതാണ്. വീട്ടിൽ പോയി തിരിച്ചു വരികയായിരുന്നു.

ഒരു യാത്രാമൊഴി പോലും പറയാതെ...

മൂന്നര പതിറ്റാണ്ടിന്റെ ഓർമ്മകൾ മുഴുവൻ തനിക്കായി ബാക്കിവെച്ച് അവൾ പോയി. തന്നെ ഒറ്റയ്ക്കാക്കി. എന്തോ പ്രതികാരം പോലെ. തന്റെ എല്ലാ ചേതനകളെയും കവർന്നെടുത്ത് അവൾ അന്ത്യവാക്കുപോലും പറയാതെ... ഒരു ദിനം പോലും തനിക്കു ശുശ്രൂഷിക്കാൻ കഴിയാതെ...

രവിയേട്ടൻ വാങ്ങിക്കൊടുത്ത ഏറ്റവും നല്ല സാരിയുടുപ്പിച്ച് നന്നായി

ഒരുക്കിവേണം യാത്രയാക്കാൻ എന്ന് നീതുവിനോട് ഒരിക്കൽ അവൾ പറഞ്ഞിരുന്നു. ഏറെ പ്രിയപ്പെട്ട ബ്രൗൺ സാരിയുടുത്ത് , മുടി ഇരുവശത്തേക്കും വകഞ്ഞ്, ചെറിയ പൊട്ടും കുത്തി അവൾ ഫ്രീസറിൽ കിടന്നു. 56 വയസ്സിന്റെ ഒരടയാളവും മുഖത്തുണ്ടായിരുന്നില്ല. ചുണ്ടിന്റെ കോണിലൊരു ചിരിയൊളിപ്പിച്ച് കണ്ണും പൂട്ടിക്കിടന്നു. ഞാൻ പറഞ്ഞതുപോലെ ചെയ്തില്ലേ എന്ന ഭാവമായിരുന്നോ അത്. ആ നിർജ്ജീവത അയാൾക്ക് അസഹനീയമായിരുന്നു.

ചിതയിലേക്കെടുക്കുമ്പോൾ നീതു അലറിക്കരഞ്ഞു. അവൾക്കു വിജി അമ്മ മാത്രമായിരുന്നില്ല. കൂട്ടുകാരിയും സഹോദരിയും ആയിരുന്നു. എന്നും വിളിച്ച് എന്തും പറയുന്ന വിജി. നീതു കുഴഞ്ഞുവീണു.

ചിതയിലിരിക്കെ പിന്നെയും ഒന്നുകൂടി നോക്കി. തന്നെ തോല്പിച്ചു കടന്നുപോകുന്നവൾ. സാരിത്തലപ്പ വലിച്ച് മുഖം മൂടിക്കൊണ്ട് അയാൾ മന്ത്രിച്ചു.

- മുമ്പേ പൊയ്ക്കോളൂ.

അയാളുടെ കണ്ണുകൾ വരണ്ടുപോയിരുന്നു. അവൾ ചാരമായി മാറുമ്പോൾ അയാളുടെ മനസ്സിൽ മറ്റൊരു ചിത കത്തിക്കയറുകയായിരുന്നു.

*　　　*　　　*

നൊമ്പരം നെഞ്ചിലേക്ക് ആഴ്ന്നിറങ്ങിയപ്പോൾ രവീന്ദ്രൻ ഫെയ്സ്ബുക്കിൽ കുറിച്ചു.

- ഒരു യാത്രാമൊഴി പോലും പറയാതെ...

പറഞ്ഞതുപോലെ എനിക്കു മുമ്പേ..

17 വയസ്സുള്ള പാവാടക്കാരിയായ വിജിയെ കണ്ടുമുട്ടുമ്പോൾ എനിക്കു പ്രായം 20 ആയിരുന്നു. കടുത്ത പ്രണയത്തെ കലഹങ്ങൾ കൊണ്ടു ഞങ്ങൾ ദൃഢമാക്കി. മേക്കപ്പിടാത്ത മുഖവും ഇടതൂർന്ന മുടിയും കട്ടിപ്പുരികവും കറുത്ത കണ്ണും കൊണ്ടു അവൾ സുന്ദരിയായിരുന്നു. അനാവശ്യമായ ഒരു സ്പർശനം പോലും അന്നവൾ അനുവദിച്ചില്ല. റൊമാന്റിക് പ്രണയത്തിന്റെ ആദർശാത്മകതയിൽ വിരാജിച്ചു. ജാതിയും മതവും ഞങ്ങളെ അകറ്റിയില്ല. ഒടുവിൽ എന്നിലർപ്പിച്ച വിശ്വാസവുമായി അവൾ എനിക്കൊപ്പം ഇറങ്ങിവന്നു. ഉടുത്ത വസ്ത്രങ്ങൾക്കൊപ്പം ഹൃദയം നിറഞ്ഞ സ്നേഹവാത്സല്യങ്ങളോടെ എന്റെ കൈപിടിച്ചു. ഒരിക്കലും ആ വിശ്വാസം തകർക്കാൻ ഞാൻ ഇടയാക്കിയില്ല എന്നാണെന്റെ വിശ്വാസം.... മറിച്ച് അവളെ എല്ലാവർക്കും സ്വീകാര്യയാക്കാൻ എനിക്കു കഴിഞ്ഞു.

ഏതു പിണക്കവും ഒരു തലോടലിൽ അവസാനിക്കുമായിരുന്നു. അധികം സംസാരിക്കാത്ത എന്റെ പ്രകൃതത്തോട് അവൾ ചിലപ്പോഴെങ്കിലും കലഹിച്ചിരുന്നു. അവൾ ഇച്ഛിച്ചത്ര പ്രണയം നൽകാൻ തനിക്ക് കഴിഞ്ഞില്ലെന്നുണ്ടോ.? പ്രകടിപ്പിക്കാത്ത സ്നേഹം തനിക്കു വേണ്ടെന്നു ആവർത്തിച്ച് പറയുമ്പോഴും എന്റെ നെഞ്ചകത്തിൽ അവൾ മാത്രമേ ഉള്ളൂ എന്ന് വിജിക്ക് അറിയാമായിരുന്നു. എന്നോട് എന്തൊക്കെ അവൾ പറഞ്ഞാലും എന്നെക്കുറിച്ച് ആരെങ്കിലും എന്തെങ്കിലും പറയാൻ വിജി അനുവദിക്കുമായിരുന്നില്ല. ജീവിതത്തിലെ പല നിർണ്ണായക ഘട്ടങ്ങളിലും എന്റെ ശക്തിയായിരുന്നു വിജി.

35 വർഷം ഏറെ പറഞ്ഞുവെങ്കിലും ഇനിയും പറയാൻ ബാക്കിവെച്ചാണ് അവൾ പോയതെന്നു വ്യക്തം. ഒരു യാത്രാമൊഴിയെങ്കിലും പറഞ്ഞിരുന്നെങ്കിൽ... ഒരു ദിനമെങ്കിലും ശുശ്രൂഷിക്കാൻ കഴിഞ്ഞിരുന്നെങ്കിൽ... ഒരു വേർപാടിനുള്ള തയ്യാറെടുപ്പുകളെങ്കിലും തന്നിരുന്നെങ്കിൽ... മരണം അവളെ അപഹരിക്കുകയായിരുന്നു. ഞാനും നീതുവും അനാഥരാക്കപ്പെടുകയായിരുന്നു. എനിക്കു മുന്നേ, വാക്കുപാലിച്ചു ഞങ്ങളെ നിസ്സഹായരാക്കി നീ പോയി, വിജീ....

ഒറ്റയ്ക്കായപ്പോഴാണ് ശൂന്യതയുടെ ആഴമറിഞ്ഞത്. ഭയപ്പെടുത്തുന്ന വിജനത. ഏകാന്തതയുടെ ഇരുട്ട്. എന്തിനെയും നേരിടുന്ന തന്റേടമെല്ലാം ചോർന്നുപോയി. വീട്ടിലെമ്പാടും അവളുടെ മണം നിറഞ്ഞുനിന്നു. അവൾ എവിടെയോ യാത്ര പോയതാണ്, സ്കൂട്ടർ ഓടിച്ച് ഉടനെ വരും എന്നു മനസ്സിനെ ബോദ്ധ്യപ്പെടുത്താൻ ശ്രമിച്ചു. പലപ്പോഴും വാതിലിലേക്ക് നോക്കിയിരുന്നു. ഇനി വരില്ല എന്ന തിരിച്ചറിവ് അയാളെ ഞെട്ടിച്ചു. എവിടെയോ നിന്ന് അവൾ തന്റെ വശ്യമായ മിഴികൾ കൊണ്ടു മാടി വിളിക്കുന്നുണ്ടോ?

പ്രണയനാളുകളിൽ കാണാൻ, സംസാരിക്കാൻ എവിടെയൊക്കെ കാത്തുനിന്നു. ഗ്രാമപാതയിലൂടെ സൈക്കിളിൽ അവൾക്കു പിന്നാലെയെത്തി കത്തു കൊടുക്കുമ്പോൾ, വേഗം പൊക്കോളൂ എന്നു പരവശതയോടെ പറയുന്ന വിജി. മറുപടി കത്തുകളിൽ 'എന്റെ' എന്ന് ആവർത്തിച്ചെഴുതിയിരുന്നു. ആദ്യചുംബനം നല്കിയപ്പോൾ അവൾ കരഞ്ഞു. അതൊക്കെ അന്നു മതി എന്നായിരുന്നു ആ ഗ്രാമീണ പെണ്ണിന്റെ വിചാരം. എത്ര വഴക്കു കൂടിയാലും ഒടുവിൽ കണ്ണിൻതുമ്പിലെ നനവു കാണുമ്പോൾ താൻ 'സോറി' പറഞ്ഞ് അവസാനിപ്പിക്കുമായിരുന്നു. ചുണ്ടുകൊണ്ട് കണ്ണിലെ നീരു ഒപ്പുമ്പോൾ പ്രശ്നങ്ങൾ അവസാനിക്കുമായിരുന്നു. ആര് എന്തൊക്കെ പറഞ്ഞിട്ടും തന്നോടൊപ്പം ഇറങ്ങിപ്പോന്നവൾ. അതിന്റെ കരുതൽ താൻ അവസാനം വരെയും നല്കിയിരുന്നു.

ഒന്നു നുള്ളി നോവിക്കുകപോലും ചെയ്തില്ല. ആ പാതി മെയ്യാണ് അനവസരത്തിൽ അപ്രത്യക്ഷമായത്.

ആഹാരത്തിനു രുചി തോന്നിയില്ല. സ്ഥലത്തുള്ളപ്പോഴൊക്കെ ഒന്നിച്ചായിരുന്നു ഭക്ഷണം. അവളില്ലാത്ത മേശയ്ക്കരുകിൽ നിന്ന് ആഹാരം ഇറങ്ങാൻ പാടുപെട്ടു. ഉറക്കവും തന്നോട് കലഹിക്കുന്നതായി തോന്നി. നെഞ്ചിനകത്ത് ഭാരം വർദ്ധിക്കുന്നു. മനസ്സിൽ അസാധാരണ സംഭ്രമവും വിങ്ങലും. മൊബൈലെടുത്ത് ജോസഫിനെ വിളിച്ചു.

* * *

സൈക്കോളജിസ്ററിനു മുന്നിൽ രവീന്ദ്രൻ മനസ് തുറന്നുവെച്ചു

- കനത്ത നെഞ്ചുവേദനയെ തുടർന്നാണ് ജില്ലാ ആശുപത്രിയിലെത്തിയത്. ഇ സി ജി നോക്കി അവർ ഒരു കൂട്ടം ഗുളികകൾ തന്ന് മെഡിക്കൽ കോളേജിലേക്ക് പറഞ്ഞുവിട്ടു. പരിശോധനകളൊക്കെ കഴിഞ്ഞപ്പോൾ ഹൈപ്പർടെൻഷൻ ആണെന്നു വ്യക്തമായി.

- ഞങ്ങളുടെ ഭാഷയിൽ അത് പാനിക് അറ്റാക്കാണ് സർ, അസഹനീയമായ വേദന ഹൃദയത്തിൽ ഏല്പിച്ച ഭാരം. അത്തരമൊരവസ്ഥ മാറാൻ കുറഞ്ഞത് ആറുമാസമെങ്കിലും എടുക്കും. അതുകൊണ്ടും മാറിയില്ലെങ്കിൽ മതി മരുന്ന്

- I doubt it is the beginning of depression എന്തിനെയും നേരിടാൻ കഴിയുമായിരുന്ന തന്റേടം മുഴുവൻ പോയി. അവൾ സൃഷ്ടിച്ച ശൂന്യത എത്ര ഭയങ്കരമാണെന്ന് ഇപ്പോഴാണറിയുന്നത്. എന്നോട് അങ്ങനെയൊക്കെ ചെയ്തെങ്കിലും എനിക്കു വിജിയെ വെറുക്കാൻ കഴിയുന്നില്ല. ചിലപ്പോൾ തോന്നും വെറുത്തിരുന്നെങ്കിൽ എന്ന്

- നിങ്ങൾ തമ്മിലുള്ള ബന്ധം അത്ര സുദൃഢമായിരുന്നു. ഒരു പുരുഷായുസ്സ് മുഴുവനുള്ള സ്നേഹമായിരുന്നു. ഹൃദയം തൊട്ടു അറിഞ്ഞവരായിരുന്നു നിങ്ങൾ. ആ ഓർമ്മകൾ ഹോണ്ടു ചെയ്യും സർ. ഇപ്പോൾ ഡിപ്രഷന്റെ തുടക്കമാണ്. വൈഫുമായി ബന്ധപ്പെട്ടതൊക്കെ, ചിത്രങ്ങൾ, ഉപകരണങ്ങൾ, വസ്ത്രങ്ങൾ ഒക്കെ മാറ്റി വെക്കണം. മറക്കാൻ പരിശീലിക്കണം. സ്ട്രെസ് കുറയ്ക്കാനുള്ള ചില എക്സർസൈസ് ചെയ്യണം. നാലു മാസമായില്ലേ.. രണ്ടു മാസം കൂടി കഴിയട്ടെ..ഇല്ലെങ്കിൽ തെറാപ്പിയിലേക്കു പോകണം.

19. എനിക്കു നിന്നെ വേണം, നമുക്കൊരു ജീവിതവും

രാത്രിയിലാണു വിളിക്കാറ്. ജയ വിളിച്ചില്ലെങ്കിൽ രവീന്ദ്രൻ വിളിച്ചിരിക്കും. ഏറെ നേരം സംസാരിക്കും. 'പെണ്ണേ' എന്നു വിളിക്കുന്നതാണ് അവൾക്കിഷ്ടം. ജയ എന്നതിനേക്കാൾ അടുപ്പം തോന്നുമത്രേ. സംവേദനത്തിന് പറ്റിയ ഭാഷ.

- പെണ്ണേ, ഞാൻ പിന്നെയും സൈക്കോളജിസ്റ്റിനെ കണ്ടു.

- അതെന്തിനാണ് രവിയേട്ടാ.

- സഹിക്കാൻ കഴിയുന്നില്ല ജയ. നമ്മുടേ കാര്യവും സംസാരിച്ചു. നമുക്കു ധൈര്യമായി മുന്നോട്ടു പോകാമെന്നാണ് അദ്ദേഹത്തിന്റെ അഭിപ്രായം.

- അല്ലെങ്കിൽ രവിയേട്ടൻ പുറകോട്ടു പോകുമായിരുന്നോ

- പോ പെണ്ണേ, ഒരു വിദഗ്ധാഭിപ്രായം എപ്പോഴും നല്ലതല്ലേ...

- പക്ഷേ രവിയേട്ടാ, ഒരു സിംഗിൾ മദറിനെ പങ്കാളിയാക്കുക പലവട്ടം ആലോചിച്ചുവേണം. അത്രമേൽ പ്രശ്നങ്ങൾ എനിക്കുണ്ട്.

- സ്നേഹവും സുരക്ഷിതത്വവും ബോദ്ധ്യപ്പെട്ടാൽ മാത്രമേ ഒരു സിംഗിൾ മദർ മറ്റൊരു ബന്ധത്തിന് തയ്യാറാകു എന്നെനിക്കറിയാം. കുട്ടികളുടെ സംരക്ഷണയും അവർക്കു പ്രധാനമാണ്. പക്ഷേ സിംഗിൾ മദറിന് കുറെ ഗുണങ്ങളും ഉണ്ട്. പക്വതയും ഉത്തരവാദിത്തവും അദ്ധ്വാനതല്പരതയും. അത് എന്റെ പെണ്ണിൽ ധാരാളമുണ്ട്.

- ഈ കരുതൽ സത്യം ആണെങ്കിൽ അതാണെനിക്കുവേണ്ടത്. രവിയേട്ടനെ കണ്ടതുമുതൽ ഞാൻ പുതിയൊരു ജീവിതത്തിലേക്കെത്തിയിരുന്നു എന്നു തോന്നുന്നു. എന്നെ പങ്കുവെക്കാനും കരുതാനും കേൾക്കാനും ഒരാളുണ്ടെന്ന ആശ്വാസം.

- ഇപ്പോൾ നമ്മൾ ചെറുപ്പമായിരിക്കുന്നു. നമ്മുടെ പ്രായം പ്രണയത്തിനൊരു പ്രതിബന്ധമല്ല

പരസ്പരം തിരിച്ചറിയലിന്റെ, പങ്കിടുന്നതിന്റെ, കരുതലിന്റെ പേരാണു പെണ്ണേ പ്രണയം. ഈ പ്രായത്തിലും നമുക്കതു കഴിഞ്ഞിരിക്കുന്നു, ഇത്ര ദൂരത്തായാലും

- പക്ഷേ ഇനിയൊരു നഷ്ടം എനിക്കു സഹിക്കാൻ കഴിയില്ല.

- അതെന്താ ജയ അങ്ങനെ പറഞ്ഞത്.

- ദുരന്തങ്ങളുടെ തുടർച്ചയായിരുന്നു എന്റെ ജീവിതം. അടിമയാക്കപ്പെട്ട പാഴ്ജന്മം. ഒരു മരുഭൂമി.

ഒടുവിലെ വാക്യം ഗദ്ഗദ പൂർണ്ണമായിരുന്നു. ഒരു നേരിയ നിശബ്ദത.

- പെണ്ണേ... എന്തായിത്... കരയില്ലെന്നു ശപഥം ചെയ്തവളാണോ ഇപ്പോൾ ഇമോഷണലാകുന്നത്.

- രവിയേട്ടാ, ജീവിതത്തിലെ അനിവാര്യമായ സുഖങ്ങൾ പോലും അറിയാതെ പോയ ഒരു പാഴ്ജന്മമാണ് എന്റേത്. എന്റെ സ്വന്തം ശരീരകാമനകൾ പോലും സ്വയം ഒതുക്കേണ്ടി വന്ന ഹതഭാഗ്യ.

അവൾ വിതുമ്പി. അതൊരു സ്വാഭാവികതയാണ്. ഫോണിന്റെ ഇങ്ങേയറ്റത്തിരുന്ന് രവീന്ദ്രന് ഒന്നും ചെയ്യാനായില്ല. അയാളും നിരുദ്ധകണ്ഠനായി.

- മനസ്സിലാകുന്നു, ജയ. എന്തുപറഞ്ഞാണ് ആശ്വസിപ്പിക്കുക എന്ന് എനിക്കറിയില്ല. അതും ഇത്രയും ദൂരെയിരുന്ന്. കരയില്ലെന്നു തീരുമാനമെടുത്തെങ്കിൽ കരയരുത്. ഞാൻ ഒപ്പമുണ്ടാകും എന്നേ എനിക്കിപ്പോൾ പറയാനാകൂ..

- അനുമതി രവിയേട്ടാ... കരയാൻ എനിക്കിനി കണ്ണീരില്ല. അല്ലെങ്കിൽ കരയാൻ മനസ്സില്ല. സങ്കടം വരുമ്പോഴൊക്കെ ഞാൻ വായിച്ച പുസ്തകങ്ങൾ വീണ്ടും വായിക്കും. അല്ലെങ്കിൽ മൊബൈലിൽ റീൽസ് കാണും. ചിരിക്കും.

- കണ്ണീർ നനവുള്ള ഈറൻ ചിരി, അല്ലേ... നീ ഒരു സംഭവമാണ് ജയ. നിന്റെ അനുഭവങ്ങൾക്കു മുന്നിൽ ഞാൻ ഒന്നുമല്ല.. എന്നിട്ടും നിന്റേയാ തന്റേടം, അതാണെനിക്കിഷ്ടം.

- ഒറ്റയ്ക്കാകുമ്പോൾ തന്റേടം വന്നുപോകും. ഉള്ളിൽ ചങ്കിടിപ്പുണ്ടെങ്കിലും അധീരയാകരുതെന്നു മനസ് വാശി പിടിക്കും. രണ്ടു കുട്ടികൾ ഉണ്ടായിരുന്നിട്ടും... സഹായത്തിന് ആരുമില്ലെന്നു തിരിച്ചറിയുമ്പോൾ തനിയെ തന്റേടം വന്നുപോകും.

- പക്ഷേ സമൂഹത്തിന് അത് മനസ്സിലാവില്ല.

- ഏതുസമൂഹം. ഒരു വിധവയ്ക്കോ, ഏകമാതാവിനോ, ഡിവോഴ്സിക്കോ പിന്തുണ നല്കുന്ന ആരുണ്ട് നമ്മുടെ നാട്ടിൽ. സംശയങ്ങളും ആരോപണങ്ങളും അധിക്ഷേപങ്ങളും ചൊരിയുന്ന പുരുഷാധിപത്യ വ്യവസ്ഥയുടേതല്ലേ ഈ സമൂഹം എന്നു പറയുന്നത്.

- ശരിയാണ് ജയ, മൂന്നാം ലിംഗത്തെ അവഹേളനയോടെ നോക്കുന്നവരാണ് മലയാളി. അവർക്ക് ഇതൊക്കെ വിചിത്ര ഭാഷ്യങ്ങൾ മാത്രം

- ഒരു പരിഹാസവും എനിക്കു പ്രശ്നമല്ല രവിയേട്ടാ, മനസു മരവിച്ചു കഴിഞ്ഞാൽ പിന്നെ ഒന്നും അതിനെ ബാധിക്കില്ല. സ്വയമൊരു പ്രതിരോധം സൃഷ്ടിക്കാൻ അതിനു കഴിയും.

- പെണ്ണേ, നിന്റെ ഫിലോസഫി സ്വന്തം ജീവിത പാഠമാണ്.

- 24-ാം വയസ്സിൽ എന്റെ മനസ്സും ശരീരവും മരവിച്ചതാണ്. നീണ്ട 31 വർഷങ്ങൾ ഞാൻ സഹിച്ചു. ഒറ്റയ്ക്കു മത്സരിച്ചു, ആരോടൊക്കെയോ... ഇപ്പോഴാണ് ഞാൻ ഒരു തണൽ കണ്ടത്. രവിയേട്ടനെ കണ്ടില്ലായിരുന്നെങ്കിൽ ഞാൻ ആത്മഹത്യ ചെയ്തേനെ. അന്നു റെയിൽവേസ്റ്റേഷനിൽ യാത്രയാക്കാൻ വന്നില്ലായിരുന്നെങ്കിൽ....

- പെണ്ണേ, ജയ, നീയെന്താണീ പറയുന്നത്

- ഞാൻ എത്ര തവണ അതു ചെയ്യേണ്ടിയിരുന്നു. അപ്പോഴൊക്കെ നാലുമിഴികൾ ഞാൻ കണ്ടു. എന്റെ കുഞ്ഞുങ്ങളുടെ. പക്ഷേ അവരിൽ നിന്ന് ഒടുവിൽ എനിക്ക് എന്താണ് ലഭിച്ചത്? ഇനിയും ഞാൻ ജീവിച്ചിരിക്കുന്നത് എന്തിനാണ്..ആർക്കു വേണ്ടിയാണ്?

- എനിക്കുവേണ്ടി ജയ, പ്ലീസ്.... ഞാൻ ഒപ്പമുണ്ടാകുമെന്നു പറഞ്ഞില്ലേ...

- രവിയേട്ട, ഞാൻ സമ്മതിച്ചു. പക്ഷേ എന്ന്, എങ്ങനെ? അതൊരു പ്രതീക്ഷ മാത്രമല്ലേ..

- അല്ല പെണ്ണേ, ഞാൻ വരും

മൊബൈൽ കട്ടായി. അവൾ കണ്ണു തുടയ്ക്കുകയാവും. ശ്വാസം നിയന്ത്രിക്കുകയാവും. രവീന്ദ്രൻ ഡയൽ ചെയ്തു

- എന്തുപറ്റി ജയ

- സോറി, ഞാൻ രവിയേട്ടനെയും വിഷമിപ്പിക്കുകയാണ്, അല്ലേ..

- ആറുമാസമായ ഒരു വേർപാടിന്റെ ശൂന്യത എന്നെ ഡിപ്രഷനിലാക്കിയെങ്കിൽ 35വർഷം അനുഭവിച്ച നിന്റെ അവസ്ഥയെന്താകുമെന്ന് എനിക്ക് ഊഹിക്കാൻ കഴിയും, ജയ.. നോക്കെത്താ ദൂരത്തിരുന്ന്

എങ്ങനെയാണ് നിന്നെ ഞാൻ ആശ്വസിപ്പിക്കുക...പ്ലീസ് ജയ

- ഇത്ര വർഷം ജീവിച്ചിട്ട് (എന്നു പറയാനാവുമോ എന്നറിയില്ല) എനിക്കെന്തുണ്ടായി. ഒരു വീടില്ല. അല്പം സ്ഥലം കിടപ്പുണ്ട്. ഇനിയൊരു കൂരവെച്ചു കൂട്ടാൻ എനിക്കാവതില്ല. അഥവാ എന്തിനു വീടുണ്ടാക്കണം. മക്കളിൽ നിന്നും പ്രതീക്ഷിച്ചതിലും വലുത് കിട്ടി... എന്റെ വേവുകൾ പങ്കു വെയ്ക്കാൻ ഒരു കൂട്ടില്ല... പിന്നെ എന്തു കണ്ടു ഞാൻ സമാധാനിക്കണം, പറഞ്ഞു താ രവിയേട്ടാ...

- നീ പറയുന്നതൊക്കെ ശരിയാണ്.. ഞാനുണ്ടാകും പെണ്ണേ നിനക്കൊപ്പം........

- ഈ പ്രായത്തിലൊരു വിവാഹമോ? ഇനി അതിന്റെ പരിഹാസവും കേൾക്കണോ..എന്റെ മക്കൾ അനുവദിക്കുമെന്നു കരുതുന്നുണ്ടോ...

- അതിന് ആരുടെ പെർമിഷനാണ് വേണ്ടത്. വൃദ്ധജീവിതത്തിന്റെ വിഷമങ്ങൾ അറിയാൻ ആരാണുള്ളത്? അവരുടെ പ്രതിസന്ധികളെ പരിഹരിക്കാൻ ആർക്കാണു കഴിയുക.. ഈ സമൂഹമല്ല പ്രശ്നം, നമ്മുടെ ജീവിതം നമ്മുടെ ചോയിസാണ്. മറ്റുള്ളവർക്ക് അതിലെന്തു കാര്യം പെണ്ണേ..

- വേണ്ട രവിയേട്ടാ, ഒരു വിവാഹം, എത്രയായാലും അതിൽ ആണധികാരം ഉണ്ടാകും. അതൊന്നും എനിക്ക് സഹിക്കാനാവില്ല. ആ സമ്പ്രദായത്തെ ഞാൻ വെറുത്തുപോയി. രവിയേട്ടൻ എന്റെ പങ്കാളിയാകണം. ബെസ്റ്റ് ഫ്രണ്ട്... നമുക്കൊന്നിച്ചു യാത്രകൾ ചെയ്യണം. ആവുന്നത്ര പറന്നു നടക്കണം. ചിറകൊടിയുമ്പോൾ ഒരുമിച്ച് ഒടുങ്ങണം.

- എന്താ ജയാ നീ പറയുന്നത്. എനിക്കു നിന്നെ വേണം, നമുക്കൊരു ജീവിതവും വേണം, I can't spare you

20. അണിയറയിലെ അറിയാത്ത പ്രണയാർദ്രതയാണിത്

രവീന്ദ്രൻ ആവശ്യപ്പെട്ടിട്ടും ജയശ്രീ അവളുടെ ഡയറിക്കുറിപ്പുകൾ കാണിച്ചുകൊടുത്തില്ല. കണ്ണീരിലെഴുതിയ പാഠങ്ങളൊന്നും ചികഞ്ഞെടുക്കാൻ അവൾ ആഗ്രഹിച്ചില്ല എന്നതാണ് സത്യം. അവ തനിക്കൊപ്പം അവസാനിക്കട്ടെ മറ്റൊരാൾ കണ്ടിട്ടെന്തു കാര്യം. രവി അതിനു നിർബ്ബന്ധിച്ചില്ല. ഉണങ്ങിയ വ്രണങ്ങളെ മാന്തിപ്പൊളിക്കാൻ അയാൾ ആഗ്രഹിച്ചുമില്ല. എങ്കിലും അവരുടെ വികാരങ്ങൾ ഭാഷകളായി. വോയ്സ് മെസേജുകളും വാട്സ് ആപ് കുറിപ്പുകളുമായി ദൈനംദിനം സഞ്ചരിച്ചു.

- ഇന്നലെ ആദി വിളിച്ചു. വാടക കൊടുക്കാൻ പണമില്ലെന്ന്. രവിയേട്ടനറിയാമോ, ഇങ്ങോട്ടു പോരാൻ ട്രയിൻ ടിക്കറ്റിനു പണമുണ്ടായിരുന്നില്ല. സ്കൂൾ മാനേജരെ വിളിച്ചു അഡ്വാൻസ് വാങ്ങിയാണ് ഞാനിവിടെ എത്തിയത്. ആ എന്നോട് അവൾ പണം ചോദിക്കുന്നു. രണ്ടുപേരും ജോലിക്കാരാണ്. എന്നിട്ടും നിസ്വയായ എന്നോട് ഡിമാന്റു വെയ്ക്കുന്നു. എന്താണു ഞാൻ പറയുക. എന്നെ അവർ എന്തായിട്ടാണു കാണുന്നത്. എന്നിട്ടും അഡ്വാൻസ് വാങ്ങി പതിനായിരം രൂപ ഞാൻ അയച്ചുകൊടുത്തു. എന്തൊരു വിധിയാണിത്. ഗതിയില്ലാതെ ഓടിപ്പോന്നിട്ടും എന്നെ പിന്തുടരുന്ന ദുരന്തം. എനിക്ക് എന്നോടുതന്നെ വെറുപ്പു തോന്നുന്നു. ഇത്തരം ആവശ്യങ്ങൾക്കു മാത്രമാണ് വിളികൾ. ഞാൻ ഓടിപ്പോരുമ്പോൾ, 'പോകണ്ട അമ്മേ' എന്നവൾ പറഞ്ഞില്ല. ഇനിയെങ്കിലും ഒന്നിച്ചു കഴിയാമെന്നവൾ നിർദ്ദേശിച്ചില്ല. എന്താണ് നമ്മുടെയൊക്കെ മക്കൾ ഇങ്ങനെയായത്.

- അമ്പു എന്നെ വിളിക്കുന്നുപോലുമില്ല. അവന്റെ അമ്മാ എന്നൊരു വിളി കേൾക്കാൻ ഞാൻ എത്ര കൊതിക്കുന്നു. പണമാണോ അവർക്കു

സ്നേഹപ്രതീകം.? എന്റെ മക്കൾക്കു വേണ്ടിയായിരുന്നു എന്റെ ജീവിതം. ഒരു സിംഗിൾ മദറിന്റെ ഏറ്റവും വലിയ കരുതൽ അവരുടെ മക്കളാണ്. അവരുടെ എല്ലാ പ്രതീക്ഷകളും മക്കളിലാണ്. എനിക്കൊന്നും തരേണ്ട. ഒന്നു വിളിച്ച്, അമ്മയ്ക്ക് സുഖമാണോ എന്നൊന്നു ചോദിച്ചൂടെ... വല്ലപ്പോഴെങ്കിലും അമ്മാ എന്ന് വിളിക്കാൻ എന്താണിത്ര മടി. ആ വിളി ഒരു മാതാവിലുണ്ടാക്കുന്ന ആനന്ദം എത്രയാണെന്ന് ഇവരെന്താണ് തിച്ചറിയാത്തത്... എന്റെ ലോകം അവരായിരുന്നു. സ്വന്തം വൃദ്ധമാതാവിനെ ഒന്നു വിളിച്ചന്വേഷിക്കാൻ കഴിയാത്ത ഇവർ ഏതു നവലോകമാണ് നിർമ്മിക്കാൻ നടക്കുന്നത്... എന്താണ് രവിയേട്ടാ, ഇങ്ങനെ... ഞാനൊരു വിഡ്ഢിയായിരുന്നോ?

- രവിയേട്ടനറിയാമോ, എനിക്കു യാത്രകൾ വലിയ ഇഷ്ടമാണ്. അവരൊക്കെ യാത്ര പോകുമ്പോൾ, ബീച്ചുകളിൽ സന്ധ്യ ചെലവഴിക്കുമ്പോൾ ഞാൻ കരുതി എന്നെ വിളിക്കുമെന്ന്. ഒരിക്കൽപോലും അതുണ്ടായിട്ടില്ല. ശമ്പളദിനങ്ങളിലൊക്കെ അവർ വസ്ത്രക്കൂട്ടുകളുമായി വീട്ടിലെത്തുമ്പോൾ ഞാൻ കരുതി അതിലൊരെണ്ണത്തിൽ എനിക്കൊരു സാരി.. ഒരു നൈറ്റി.. എന്തിന് ഒരു അടിപ്പാവാടയെങ്കിലും എനിക്കുണ്ടാകുമെന്ന്. ഒരിക്കലും അങ്ങനെ സംഭവിച്ചില്ല.. ഞാൻ അവളെ പെറ്റ അമ്മയല്ലേ... അവളും ഒരമ്മയല്ലേ? അവളുടെ പഴയ വസ്ത്രങ്ങൾ ഉടുക്കുവാനുള്ള യോഗ്യതയേ എനിക്കുള്ളോ?

- ഇന്ന് കനിയുടെ ബർത്ത് ഡേ ആയിരുന്നു. ഒരു സമ്മാനം വാങ്ങി അയയ്ക്കാൻ പണമില്ലായിരുന്നു. മാനേജരോട് 2000 രൂപ അഡ്വാൻസ് വാങ്ങി ആദിക്ക് ഗൂഗിൾ പേ ചെയ്തു. കനിക്കൊരു നല്ല ഉടുപ്പ് വാങ്ങി ഉടുപ്പിച്ച് ഒരു ഫോട്ടോയെടുത്ത് അയയ്ക്കാൻ പറഞ്ഞു. എനിക്കത് ചെയ്യാതെ വയ്യായിരുന്നു. എന്റെ അമ്മമനസ് എന്നെത്തന്നെ വേട്ടയാടുന്നു. എന്തൊരു ജന്മമാണിത്

- രവിയേട്ടാ... വേദനയുടെയും വിരഹത്തിന്റെയും ഏവറസ്റ്റ് കയറിയതാണു ഞാൻ. അങ്ങനെ മരവിച്ചുപോയതാണ് എന്റെ മനസ്. വളരെ പെട്ടെന്ന് എന്റെ മൂഡ് മാറും. ചിലപ്പോൾ കലഹിക്കും, ചിലപ്പോൾ അരിശം, താപം... എല്ലാം എന്നോട് തന്നെ. ഞാനൊരു മനോരോഗിയാണോയെന്നു പോലും പലപ്പോഴും തോന്നിപ്പോകും. എന്റെ വികല മനസ്സിന്റെ താളഭേദം കണ്ട് എന്നോടു പിണങ്ങല്ലേ.. സ്നേഹം വരണ്ടുപോയ ഉള്ളിന്റെ വിഹ്വലത ആണത്. എനിക്ക് വേറാരുമില്ല.

- ഇപ്പോൾ എനിക്കു ജീവിക്കണമെന്ന് ആഗ്രഹമുണ്ട്. കാത്തിരിക്കാനും ചേർത്തുപിടിക്കാനും ഒരാളുണ്ടെന്നത് പ്രണയാതുരമാണ്. എന്റെ

കലഹങ്ങളിൽ ഉമ്മവെച്ച ചേർത്തുപിടിക്കാൻ രവിയേട്ടൻ ഉണ്ടാകണം. എന്നെ ചുറ്റിപിടിച്ച് എന്റെ ചെവിയിൽ രഹസ്യങ്ങൾ പറഞ്ഞ് ചിരിപ്പിക്കാൻ..... എന്നെ ഒന്ന ലാളിക്കാൻ....എന്റെ മാത്രം രവിയേട്ടൻ, എന്റെ പൊന്നുചേട്ടൻ...

- അകലെയാണെങ്കിലും ഈ ജീവിതം നാം ആസ്വദിക്കുന്നില്ലേ... ഒരു ഫോൺ കോൾ മിസ് ചെയ്യുമ്പോൾ ആധിയാണ്, അസ്വസ്ഥതയാണ്. നമുക്ക് ഒരു മുപ്പതു വർഷം കൂടി ജീവിച്ചിരിക്കാൻ കഴിയുമോ..എനിക്ക് ആത്മവിശ്വാസം പകർന്ന് ജീവിതത്തിലേക്കു തിരിച്ചുകൊണ്ടുവന്ന രവിയേട്ടാ, എനിക്ക് ജീവിച്ച കൊതി തീർന്നിട്ടില്ല. എന്നെ ഒത്തിരി ഒത്തിരി സ്നേഹിക്കണേ. എനിക്കു നിങ്ങൾ മാത്രമേയുള്ളൂ.

- നമുക്ക് നമ്മുടേതായ ചെറിയലോകം. നിനവുകളിൽ ശക്തി പകരാൻ നനുത്ത ചുംബനം. എന്റെ വേവുകൾക്കുമേൽ ഹൃദയാലിംഗനം. അതുമതി രവിയേട്ടാ. എനിക്കു വേറെ കെട്ടിക്കൂടായിരുന്നോ എന്നു ചോദിച്ച് അവഹേളിച്ച ആദിക്ക് ചൂണ്ടിക്കാണിച്ചുകൊടുക്കണം... എന്നെ ചേർത്തു പിടിക്കാൻ ഒരു കരമുണ്ടെന്നു ബോദ്ധ്യപ്പെടുത്തണം. എന്റെ ഏകാന്തതകൾക്കൊരു ശമനം വേണം രവിയേട്ടാ... എന്റെ മുടിയിലൊന്നു തഴുകാൻ, നെറ്റിയിലൊന്നു ചുംബിക്കാൻ എന്റെ രവിയേട്ടൻ വേണം. എനിക്കിനിയൊരു നഷ്ടം സഹിക്കാനാവില്ല.

ഒരു മനുഷ്യജന്മത്തിന്റെ ആതുരതകളെ കാച്ചിക്കുറുക്കിയെടുത്ത കുറിപ്പുകൾ. ഹൃദയത്തിന്റെ അടിത്തട്ടിൽ നിന്നു വന്ന ഭാഷ. ജീവിതകാമനകളുടെ അദമ്യവെളിപ്പാട്. ഊഷരമായ ഭൂമിയിലെ പ്രതീക്ഷയുടെ നാമ്പുകൾ.

രവീന്ദ്രൻ ഇങ്ങനെ കുറിച്ചു

- ജയ, അനുഭവങ്ങളുടെ ചൂളയിൽ തോയിച്ചെടുത്തതാണു നിന്റെ ജീവിതം. നിന്റെ സഹനവും ധൈര്യവും ക്ഷമയും തന്റേടവും എന്നെ കീഴടക്കിക്കളഞ്ഞു. നിന്റേത് സാഗരഹൃദയമാണ്. എനിക്ക് ഒരിക്കലും നിന്നേപ്പോലെ ആകാൻ കഴിയില്ല. നമ്മുടെ അഭിനിവേശങ്ങൾ വെറും റൊമാന്റിക്കല്ല. ജീവിതത്തോടുള്ള ബന്ധനമാണത്. ഈ പ്രായത്തിലെയും പ്രേമകലഹങ്ങൾ പോലും നമ്മുടെ പ്രണയത്തെ ശാശ്വതീകരിക്കാനുള്ളതാണ്. അന്തർമുഖത്വത്തിന്റെ ഗുഹകളിൽ അഭയം തേടിയിരുന്ന നിന്റെ വെളിപ്പെടലാണ് നിന്റെ സമർപ്പണം. നിനക്ക് കൂടി അവകാശപ്പെട്ട ജീവിതത്തിന്റെ അനന്തവിഹായസ്സിലേക്ക് നീ വരണം. നമുക്കു അതിരുകളില്ലാതെ അലയണം. കുറഞ്ഞ കാലം കൊണ്ട് ഇത്രവലിയൊരു ആത്മാനുരാഗം പ്രതീക്ഷിച്ചതല്ല.

- ഇനിയീബന്ധം വേർപെടുത്താനാവുന്നതല്ല. നമ്മളിനി ഒന്നാണ്. മറ്റുള്ളവർ എന്തും പറയും എന്നുള്ളത് നമുക്ക പ്രശ്നമല്ല. നമ്മുടെ കുട്ടികൾ പരിഹസിച്ചാലും വിഷയമില്ല. മറ്റാരെയും ബോധ്യപ്പെടുത്താനുള്ളതല്ല നമ്മുടെ ജീവിതം. അത് സ്വന്തം വെളിപ്പാടുകളാണ്. ജീവിതനാടകം അഭിനയിച്ച തീർന്നവരുടെ അണിയറയിലെ അറിയാത്ത പ്രണയാർദ്രതയാണ് പെണ്ണേ. നമ്മൾ മാത്രമായ ലോകം. അത് വൈകിപ്പോയ വസന്തമല്ല, താമസിച്ചെത്തി അവസാനിക്കാത്ത പ്രണയ ഋതുവാണ്.

21. നാക്കുപ്രേമിച്ചകോവാലി

പിന്നെയും ആ റെയിൽവേസ്റ്റേഷൻ. ദൂരേക്ക് നീണ്ടുകിടക്കുന്ന റെയിൽ പാളങ്ങൾ വെയിലേറ്റ് തിളങ്ങുന്നുണ്ട്. പഴയ പ്ലാറ്റ്ഫോമിൽ അധികം ആളില്ല. ഒരു ബഞ്ചിലിരുന്ന അവർ പരസ്പരം ഉറ്റുനോക്കി.

രവിയേട്ടന് ഒരു വർഷം കൊണ്ട് അധികം മാറ്റങ്ങളില്ല. നരച്ച താടി ക്രോപ്പ് ചെയ്തിട്ടുണ്ട്. ചുരുണ്ട മുടിയിഴകൾ ചിലത് അലസമായി നെറ്റിയിലേക്ക് വീണുകിടക്കുന്നു. കട്ടിഫ്രെയിമുള്ള കണ്ണടക്കിടയിലൂടെ സജ്ജീവമായ കണ്ണുകൾ, കണ്ണിനു താഴെ നല്ല കറുപ്പുനിറം. പ്രഷറിന്റെയും ഷുഗറിന്റെയും കടന്നാക്രമണമുണ്ടെന്ന് നേരത്തെ പറഞ്ഞിരുന്നു. വിരഹം മാറ്റു കൂട്ടിയതാവാം കറുപ്പിന്റെ വ്യാപനം. ചുണ്ടുകളിൽ പക്ഷെ നേരിയ പ്രസാദം വ്യക്തമാണ്. പതിവിനു വിപരീതമായി കറുത്ത പാന്റ്സും ഒലീവ് ഗ്രീൻ ഷർട്ടും.

രവി അവളെ ആപാദചൂടം നോക്കി

രണ്ടായി വകഞ്ഞ് ഒഴുക്കനെ പുറകോട്ട് ഇട്ട് ക്ലിപ് ചെയ്ത മുടി. വിശാലമായ നെറ്റിയിൽ കറുത്ത ചെറിയ പൊട്ട് പുരികത്തിന്റെ കട്ടി കൂടിയിട്ടുണ്ട്. നേർത്ത ഫ്രെയിമുള്ള കണ്ണാടിക്കു പിന്നിൽ കദനഭാവമിയന്ന വലിയ കണ്ണുകൾ. മൂക്കിൻതുമ്പു തിളങ്ങുന്നു. ചെറിയ മേൽച്ചുണ്ടും വിടർന്ന അധരവും അല്പം ലിപ്സ്റ്റിക്കിനാൽ നിറം വരുത്തിയിട്ടുണ്ട്. ചുവന്ന ചുരിദാറിൽ മുഖത്തിന്റെ ശോഭ വർദ്ധിതമാണ്. കമ്മലുകൾ ഇല്ലെങ്കിലും കഴുത്തിലൊരു ചെറിയ സ്വർണ്ണമാല.

- എന്താ ഇങ്ങനെ നോക്കുന്നത്

- എത്രനാളായി..... കൺ നിറയെ ഞാനൊന്നു കാണട്ടെ പെണ്ണേ. 56 വയസ്സെന്ന് നീ കള്ളം പറഞ്ഞതാണ്. അമ്പതുപോലും തോന്നിക്കില്ല.

- കളിയാക്കരുത്. മുടിയൊക്കെ ഡൈ ആണ്. പിന്നെ ഞാൻ അത്യാവശ്യം വ്യായാമം ചെയ്യാറുണ്ട്.

- നിന്നോട് ഞാനെന്തിനു മുഖസ്തുതി പറയണം. കഴിഞ്ഞ ആണ്ടു കണ്ടതിലും സുന്ദരിയാണ് പെണ്ണേ, നീയ്

- പ്രണയസുഖം കൊണ്ടാകും.

- സംശയമെന്ത്. പ്രണയം മനസ്സിനെ മാത്രമല്ല, ശരീരത്തെയും പുതുക്കിപ്പണിയും.

അവളുടെ കരം ഗ്രഹിച്ച് രവീന്ദ്രൻ അവളുടെ മിഴികളിലേക്ക് തന്നെ നോക്കിയിരുന്നു. അയാളുടെ മുഖം ആർദ്രമായി.

- വെറുതെ പറയുകയല്ല പെണ്ണേ.. നിന്റെ കണ്ണുകളിലെ ഭാവം മനസ്സിന്റെ പ്രതിഫലനമാണ്. സങ്കടങ്ങളെ അതിജീവിച്ച് ജീവിതത്തെ ഇഷ്ടപ്പെടുന്നതിന്റെ പ്രസാദാത്മകത്വം. എനിക്ക് ആ കണ്ണുകളിൽ ഒന്ന് ചുംബിക്കണമെന്നുണ്ട്.

- എന്റെ രവിയേട്ടാ, ഇപ്പോൾ എനിക്ക് സങ്കോചമില്ല. പക്ഷേ പഴയതൊന്നും എന്നെ ഓർമ്മിപ്പിക്കരുത്. ഭൂതകാലത്തെ എനിക്കു ഭയമാണ്. നമുക്കിനി ഭാവിയെപ്പററി പറയാം.

- ഭൂതകാലത്തിൽ നിന്നാണ് ഭാവിയെ രൂപപ്പെടുത്തുന്നത്. പക്ഷേ നമ്മുടേതൊരു പുനർജീവിത മാണ്, പുതിയ പുരുഷാർത്ഥം.

അവൾ അയാളുടെ കൈവിരലുകൾ കോർത്ത് പിടിച്ചു അയാളുടെ കൈവണ്ണയിലെ രോമങ്ങളിൽ തലോടി.

- എങ്കിലും രവിയേട്ടാ, നമ്മുടെ മക്കളൊക്കെ എന്താ ഇങ്ങനെയാവുന്നത്. ജനറേഷൻ ഗ്യാപാണോ അതോ എല്ലാ മക്കളും ഇങ്ങനെയാണോ. നമ്മളും ഒരു കാലത്ത് മക്കളായിരുന്നില്ലേ. ഇങ്ങനെയാണോ പെരുമാറിയിരുന്നത്.

- യുവാൽ നോവ ഹരാരി പുതിയ നൂറ്റാണ്ടിന്റെ ആശങ്കകളെക്കുറിച്ചു 21 പ്രശ്നങ്ങൾ ചൂണ്ടിക്കാണിച്ചിട്ടുണ്ട്. പുതിയ സാമൂഹ്യവീക്ഷണം നിർമ്മിക്കുന്നത് ഫെയ്സ്ബുക്ക് അടക്കമുള്ള സാമൂഹ്യമാദ്ധ്യമങ്ങളാണെന്നാണ് അതിലൊന്ന്. പുതിയ തലമുറ വെർച്വൽ ലോകത്തിലാണ് അഭിരമിക്കുന്നത്. ആർട്ടിഫിഷ്യൽ ഇന്റലിജെന്റ്സ് അടക്കം സൃഷ്ടിക്കുന്ന അതിഭാവാത്മക ലോകത്തിലേക്ക് അവർ കടന്നുപോകാം. അവിടെ യഥാർത്ഥലോകമല്ല, ഓൺലൈൻ വ്യാപാരമാണുള്ളത്. ഒരു ദിനത്തിന്റെ മൂന്നിലൊന്നും മൊബൈലിൽ ജീവിക്കുന്ന, അതിന് വംശവദമായ ഒരു സമൂഹം പ്രതീതി ബോധത്തിനടിമകളാണ്. അതിന് അവരെ കുറ്റം പറഞ്ഞിട്ടും കാര്യമില്ല. പുതിയ കമ്പോളനിയമമാണ്.

- പക്ഷേ ഭക്ഷണത്തിനും രോഗശമനത്തിനും ഓഫ്ലൈൻ ലോകത്തേക്കു വന്നല്ലേ മതിയാവൂ

-അതിനും ക്യാപ്സ്യൂളുകൾ ഇറങ്ങും.പക്ഷെ വസ്തുനിഷ്ഠലോകത്തിലേക്കു വരാതെ വയ്യ. അരമണിക്കൂർ ഇന്റർനെറ്റു കട്ടായാൽ പലർക്കും

ഭ്രാന്തു പിടിക്കും. അത് ഒരു ദിവസത്തേക്ക് നീണ്ടാൽ ലോകം തന്നെ സ്തംഭിച്ചുപോകാം.

- പക്ഷേ മനുഷ്യബന്ധങ്ങളിൽ ഓൺലൈൻ വ്യവഹാരം സാദ്ധ്യമാകുമോ..

- സാധിക്കുമല്ലോ... ഇപ്പോൾ ആരാണ് ബന്ധുക്കളെ സന്ദർശിക്കാറുള്ളത്. വിവാഹക്ഷണം നേരിട്ടു ചെയ്യാറുള്ളത്. ഇവിടെയിരുന്ന് മറ്റു രാജ്യത്തെ ആഘോഷങ്ങളിൽ പങ്കെടുക്കാം. ആർട്ടിഫിഷ്യൽ ഇന്റലിജെൻസ് വികസ്വരമായാൽ ഇവിടെയിരുന്ന് അമേരിക്കയിലെ സുഹൃത്തിന് ഷേക് ഹാന്റ് കൊടുക്കാൻ പററിയേക്കും.

- പക്ഷെ മനുഷ്യർ തമ്മിലുള്ളബന്ധം.

- അതേ ജയ, മൊബൈൽ കമ്യൂണിക്കേഷനിൽ വിപ്ലവം സൃഷ്ടിച്ചപ്പോൾ ആഭ്യന്തരബന്ധങ്ങളെ തകർക്കുകയാണ് ചെയ്തത്. ഭാര്യാഭർത്താക്കന്മാർ ഒരു മേശയിൽ ഭക്ഷണം കഴിക്കുമ്പോഴും അവരുടെ കണ്ണുകൾ മൊബൈലിലാകും. കമ്മ്യൂണിക്കേഷൻ മെസ്സേജുകളിലാകും. അച്ഛനും മക്കളും തമ്മിലുള്ള ബന്ധങ്ങളിൽ വരെ ഇതു വിള്ളലുണ്ടാക്കിക്കഴിഞ്ഞു എന്നത് സത്യമാണ്. തുറന്നു ചിരിക്കാനോ സ്നേഹപൂർവ്വം ആലിംഗനം ചെയ്യാനോ പോലും ഇത് തടസ്സമായി വരുന്നുണ്ട്. അവർ സദാ ഓൺലൈനിലാണ്. ജീവിക്കാൻ മറന്നുപോകുന്ന അവർ.

- വെർച്വൽ ലോകമാണ് സുഖകരമെന്ന സുഖാന്വേഷണത്തിന്റെ മരീചികകൾ

- എക്സാക്റ്റ്ലീ...ഓൺലൈൻ പോണുകൾക്ക് വംശവദരായ ദമ്പതികൾക്കിടയിൽ പ്രശ്നങ്ങൾ രൂക്ഷമാണെന്ന് മന:ശാസ്ത്രജ്ഞർ പറയുന്നു.. മനുഷ്യൻ ഒരു ജനിതക ജീവിമാത്രമല്ല ജയ. പ്രഥമവും പ്രധാനവുമായി അവൻ സാമൂഹ്യജീവിയാണ്. അച്ഛനും അമ്മയും വെറും ഉല്പാദനയന്ത്രങ്ങളല്ല. കുടുംബം എന്നത് യഥാർത്ഥമായ വൈകാരിക ലോകമാണ്. അതാണ് ന്യൂജൻ കുട്ടികൾക്കു മനസ്സിലാകാത്തത്. നമ്മൾ കുട്ടികളായിരുന്നത് അത്തരമൊരു ലോകത്തായിരു ന്നില്ല. മുത്തച്ഛനും മുത്തശ്ശിയും ഏറെ കുട്ടികളുമുള്ള വികാരപ്രപഞ്ചത്തിൽ. ദാരിദ്ര്യവും സങ്കടവും സന്തോഷവും ഇടകലർന്ന ലോകത്തിൽ. അവിടുത്തെ പങ്കുവെക്കലുകളുടെ സുഖങ്ങൾ ഇവർക്കറിയില്ല. ഒന്നിച്ചിരുന്നു കൈയ്യിട്ടു വാരിത്തിന്ന നാളുകൾ ഇവർക്കില്ല. ഒറ്റക്കും പെട്ടയ്ക്കും ബർഗറുകളും പിസകളും തേടിപ്പോകുന്ന, ഭക്ഷണത്തിനിടയിൽപോലും ഫോണുകളിൽ കണ്ണു നട്ടിരിക്കുന്ന കുട്ടികൾ അതിന്റെ രുചിയറിഞ്ഞല്ല കഴിക്കുന്നത്.

- യൂട്യൂബിൽ നോക്കി പുതിയ വെറൈറ്റികൾ തേടിപ്പോകുന്നവർ. വീട്ടിൽ ഭക്ഷണമുണ്ടാക്കു ന്നതുപോലും മിനക്കേടാണെന്നു കരുതുന്നവർ.

സോമാട്ടോയും സ്വിഗ്ഗിയും മറ്റുമാണ് അവരുടെ രുചി നിശ്ചയിക്കുന്നത്. വല്ലപ്പോഴും രുചിഭേദം ആകരുതെന്നല്ല രവിയേട്ടാ... കുടുംബം എന്നൊന്നില്ലേ

- എന്തിന് എന്നവർ ചോദിച്ചാൽ... എന്തിനാണ് നൊസ്റ്റാൾജിയകൾ. മാറുന്ന ലോകത്തിനു മുമ്പേ ഓടുകയാണ്. അവരെ കുറ്റം പറയുന്നതിൽ അർത്ഥമില്ല. കുടുംബം, വിവാഹം, മക്കൾ ഒക്കെ പ്രതിബന്ധങ്ങളാണ്.

- ശരിയാണ് രവിയേട്ടാ. പുതിയ തലമുറയ്ക്ക് കുട്ടികൾ വേണ്ട. അവർക്ക് അവർ മാത്രം മതി. മാതൃപിതൃ ഭാവങ്ങൾ അവർക്ക് അന്യമാകുകയാണ്. കുടുംബത്തിൽ അവർ അന്യരാകുന്നു.

- ബുദ്ധൻ പറഞ്ഞതുപോലെ, ആർത്തികളുടെ ഒരു ലോകത്തിലാണു നമ്മൾ. അവിടെ അന്നന്നത്തെ ആഹാരവും സുഖവുമാണ് പ്രശ്നം. അതിനു കുട്ടികൾ പോലും അവർക്കു ബാദ്ധ്യതയായേക്കാം. എന്നുകൊണ്ട് എല്ലാവരും അങ്ങനെയല്ല, ജയ

- ജനറേഷൻ ഗ്യാപ് എക്കാലത്തും ഉണ്ട്. ഇവരുടെ വരുംതലമുറകൾക്കു മുന്നിൽ ഇവരും ഓൾഡ് ജൻ ആകും. അവരും തിരസ്കാരങ്ങൾ ഏറ്റുവാങ്ങേണ്ടിവരും.

ജയ ഒന്നു നിർത്തി. കണ്ണടയൂരി കണ്ണു തുടച്ചു. തിരികെ വെച്ചു.

- എനിക്കു മാനസിക പ്രശ്നമാണെന്നു വരെ എന്റെ മകൾ എന്നോടു പറഞ്ഞു. രവിയേട്ടാ.

- അവൾ പഠിച്ച പാഠങ്ങൾ പ്രകാരം അതു ശരിയായിരിക്കാം ജയ. നിന്റെ പരാധീനതകളെ പേഴ്സണാലിറ്റി ഡിസോർഡർ പ്രശ്നമാക്കി ആതിരക്കു പരിശോധിക്കാനാവും. അതിൽ ചിലതൊക്കെ കണ്ടേക്കാം. ആർക്കാണ് മാനസിക പ്രശ്നങ്ങൾ ഇല്ലാത്തത്. എന്നാൽ അമ്മയോടു കാണിക്കേണ്ട കർത്തവ്യങ്ങളിലൂടെ അതു പരിഹരിക്കാം എന്ന് ആ കുട്ടി പഠിച്ചിട്ടുണ്ടാവില്ല. കനി വളർന്നുവന്നു ചോദ്യങ്ങൾ ഉന്നയിക്കുമ്പോൾ ആദിക്ക് അത് മനസ്സിലാകും.

- എന്റെ പുനർവിവാഹത്തിന് ചാച്ചനും കുഞ്ഞിച്ചായനും നിർബന്ധിച്ചപ്പോഴും ഞാൻ വഴങ്ങാതിരുന്നത് കുട്ടികളെ ഓർത്താണ്. ഒടുവിൽ അവർ തന്നെ എന്നെ തള്ളിപ്പറഞ്ഞു. വേറെ വിവാഹം കഴിക്കാൻ എന്തായിരുന്നു തടസ്സമെന്ന്. പാടില്ലെന്ന് പറഞ്ഞോ എന്നാണ് ആദി ചോദിച്ചത്.

- ഒരു സിംഗിൾമദറിന്റെ കരുതലാണ് നിന്നിൽ മുന്നിട്ടുനിന്നത്. കുട്ടികളുടെ സുരക്ഷിതത്വം. മറ്റൊരു പുരുഷൻ നിനക്കൊപ്പം വന്നാൽ അവർ ഒറ്റപ്പെടുമെന്ന ഭയം. അമ്മക്കിളിയെപ്പോലെ നീ അവരെ കാത്തു. നിന്റെ ഇമോഷണൽ ലഗേജിനെ അവർ അവഗണിച്ചു.

അവർക്കുവേണ്ടി സ്വന്തം ശരീരതാല്പര്യങ്ങളെപ്പോലും നീ തള്ളിക്കളഞ്ഞു. ഇന്നത്തെ അവരുടെ നോട്ടത്തിൽ നീ ഒരു വിവരദോഷിയാണ്, നോൺ പ്രാഗ്മാറ്റിക്.

- സ്വന്തം ഇണകളെ തിരഞ്ഞെടുക്കുമ്പോൾ പോലും ഈയമ്മയോട് ഒരു അഭിപ്രായം ചോദിച്ചില്ല. പെറ്റ വയറിന്റെ കാളൽ അവർ തിരിച്ചറിഞ്ഞില്ല. ഞാനവർക്ക് അമ്മ മാത്രമായിരുന്നില്ല, കൂട്ടുകായിരിയുമായിരുന്നു. എന്നിട്ടും....

- അതൊക്കെ അവരെ സംബന്ധിച്ച് പഴയ ക്ലീഷേകളാണ്. ജനിപ്പിക്കാൻ ആരുപറഞ്ഞു എന്നു തിരിച്ചു ചോദിച്ചാൽ നിനക്കെന്തു മറുപടിയുണ്ട് ജയ. അങ്ങനെ അവർ ചോദിച്ചില്ലല്ലോ.

അവൾ അയാളുടെ തോളിൽ തലചായ്ച്ചു. രവീന്ദ്രൻ ജയയെ ചേർത്തുപിടിച്ചു.

- ലോകത്തിലെ ഏറ്റവും സുഖദവും മൂല്യവത്തുമായ ബന്ധം ഭാര്യാഭർത്തൃ ബന്ധമാണ്. എല്ലാം പങ്കിടുന്ന ശരീരവും മനസ്സും. ഒന്നും മറയ്ക്കാത്ത എല്ലാം അറിയുന്ന സ്നേഹം. എന്നിട്ടും എത്രപേർ അതിൽ വിജയിക്കുന്നുണ്ട് ജയ?

- എന്റെ പേരുപോലെ, അല്ലേ രവിയേട്ടാ. ഒരിക്കലും ജയിച്ചിട്ടില്ലാത്ത എന്റെ പേരു കേട്ടില്ലേ, ജയശ്രീ... എന്നാണ്, എവിടെയാണ് ഞാൻ ജയിച്ചിട്ടുള്ളത്? എവിടെയാണ് എന്റെ ജയവും ശ്രീയും

അവളൊന്നു ചിരിച്ചു. വേദന ഒളിപ്പിച്ച ചിരി. അയാൾ അവളുടെ തലയിൽ തഴുകി.

- ഇണയും തുണയും കരുതലും സാന്ത്വനവും എമ്പതിയുമൊക്കെ ഭാര്യാഭർത്താക്കൾക്കിടയിലു ള്ളതുപോലെ മറ്റാരിലും ഉണ്ടാകാറില്ല. ഏതൊരു സംഘർഷാവസ്ഥയിലും അവരുടെ ബന്ധം അചഞ്ചലമാണ്. മാത്യു ആർണോൾഡ് 'ഡോവർ ബീച്ച്' കവിതയിൽ പറഞ്ഞതുപോലെ. അരാ ജകത്വവും യുദ്ധവും നിറഞ്ഞ ഈ ലോകത്തുപോലും നമുക്കൊരു പ്രണയലോകം സൃഷ്ടി ക്കാനാവും Let's be true to each other നമുക്കു പരസ്പരം വിശ്വസ്തരാകാം. നീ ഇപ്പോൾ ജയിച്ചിരിക്കുന്നു, പെണ്ണെ. കണ്ണമ്മ പറഞ്ഞത് ഇപ്പോൾ ശരിയായില്ലേ.

അവളൊന്നിളകി അയാളോട്ടു കുറെക്കൂടി ചേർന്നിരുന്നു. രവീന്ദ്രൻ കണ്ണടയൂരി. അയാളുടെ മിഴികൾ നീറുകയായിരുന്നു. അവളുടെ താടി പിടിച്ചുയർത്തി കണ്ണുകളിലേക്ക് ഉറ്റുനോക്കി.

- നാമിരുവരും വഞ്ചിക്കപ്പെട്ടവരാണ് രവിയേട്ട...

- വിശ്വാസവഞ്ചന. മറ്റേതു കുറ്റകൃത്യത്തെക്കാളും ഭയാനകമാണ്.

ആലോചിച്ചുകൂട്ടി ചെയ്യുന്ന ഒന്നാണത്. ഒരിക്കൽ ചെയ്താൽ പിന്നെയും ആവർത്തിക്കും. ഒരു വിധത്തിലും പരിഹരിക്കാനാവാത്ത കുറ്റം. ഞാനും ഒരർത്ഥത്തിൽ വഞ്ചിക്കപ്പെട്ടവനാണ്, ജയ

രവീന്ദ്രൻ ഇടറി. അവൾ അയാളുടെ തോളത്തു കൈയ്യിട്ടു.

- എന്നോടു കരയരുതെന്ന് ഉപദേശിച്ചയാളാണോ. ഭൂതകാലത്തിലേക്കു പോകരുതെന്ന് പറഞ്ഞി ട്ടും.

- അതേ...അതാണു ശരി പെണ്ണേ... സോറി.

ഒരു ചായക്കാരൻ വന്നു. ഇരുവരും ചായ വാങ്ങി.

- രവിയേട്ട, നീതു എന്തു പറഞ്ഞു

- അവളെന്തു പറയാൻ... ഞാൻ സംസാരിച്ചു. പപ്പയ്ക്കൊരു കൂട്ടുവേണം എന്നവൾ പറഞ്ഞു. അമ്മയെ അവൾ കുറ്റപ്പെടുത്തിയില്ല. പിന്നെ എന്റെ കടമകളൊക്കെ കഴിഞ്ഞതല്ലേ... ഇനിയു ള്ളത് നമ്മുടെ ജീവിതം

- എന്താണ് നമ്മുടെ ഫ്യൂച്ചർ പ്ലാൻ

- നീ പറയൂ ജയ

- ഇനി നമുക്ക് ആഘോഷിക്കണം രവിയേട്ട..നമുക്ക് ആവോളം അലഞ്ഞുനടക്കണം. കാടും മേടും താണ്ടി, മഴയും പുഴയും അനുഭവിച്ച്, മഞ്ഞും വെയിലും കൊണ്ട് ഒന്നിച്ചു നടക്കണം. യാത്രകൾ പോകാൻ എനിക്കെന്തു ആഗ്രഹമായിരുന്നു. ഇഷ്ടപ്പെട്ട ഒരാളുടെ കൈപിടിച്ചു നടക്കാൻ എനിക്കിപ്പോഴും കൊതിയാണ്. കാണാത്ത കാഴ്ചകൾ കാണണം.

- എത്രകാലം

- എത്രയോ, അത്രയും... രവിയേട്ടന്റെ പെണ്ണായി, എന്റെ പകുതിയായി... ഒരു മുപ്പതു വർഷം കിട്ടുമോ?

- അപ്പോഴേക്കും നമ്മൾ പടുവൃദ്ധരാകും.

- പ്രണയത്തിനു വയസു പ്രശ്നമാണോ

- അല്ല പെണ്ണേ, പ്രണയം അനശ്വരമാണ്.

- എന്നാൽ വേണ്ട, ആരോഗ്യമുള്ള കാലമത്രയും

- അതും കഴിഞ്ഞാൽ

- ഇല്ല രവിയേട്ടാ... അതിനുമുമ്പ് ഈ മടിയിൽ തലവച്ചു കിടന്ന് എനിക്കു ജീവൻ വെടിയ ണം. സ്വച്ഛന്ദ മൃത്യു

- അപ്പോൾ ഞാനോ പെണ്ണേ...

- ഈ പെണ്ണില്ലാതെ വന്നാൽ പിന്നെ രവിയേട്ടൻ ജീവിച്ചിരിക്കുമോ....? ഈ പൊട്ടിപ്പെണ്ണിനെ വിട്ട് രവിയേട്ടൻ....

മുഴമിപ്പിക്കാതെ അവൾ വിതുമ്പി. അയാളുടെ ഉത്തരം അവളുടെ നിറുകയിലെ ചുംബനമായിരുന്നു.

- 36 വർഷത്തിനു ശേഷം ഒരു സ്നേഹ ചുംബനം. എന്റെ രവിയേട്ട.

അവൾ കിതച്ചു. രവീന്ദ്രൻ അമ്പരപ്പോടെ അവളെ നിർന്നിമേഷം നോക്കി. അവളുടെ മൂക്കുകൾ വിടരുന്നു. കവിളുകളിൽ രക്തഛവി. പൊട്ടിപ്പോകാതിരിക്കാൻ അവൾ ചുണ്ടുകൾ കൂട്ടിയമർത്തിയത് വിഫലമായി. കണ്ണുകൾ പൊട്ടിയൊഴുകി അവൾ തുടയ്ക്കാൻ ഒരുമ്പെട്ടില്ല.

- എന്റെ പെണ്ണേ...

റെയിൽവേസ്റ്റേഷനാണെന്നതുപോലും മറന്ന് അയാൾ അവളെ അമർത്തിപ്പിടിച്ചു. ഷാളുകൊണ്ട് അവളുടെ മുഖം തുടച്ചു. കവിളത്ത് തലോടി. വിടവുള്ള പല്ലുകൾ കാട്ടി അവൾ പെട്ടെന്നു ചിരിച്ചു.

- നാക്കു പ്രേമിച്ചു കോവാലി. നാന്തു ദി ശ്വാസം വരേക്കും

- അതെന്താണു പെണ്ണേ

- എനിക്കു പ്രേമിച്ചു മരിക്കണം. അവസാന ശ്വാസംവരെയും പ്രേമിക്കണം.

അവളെ കരവലയത്തിലാക്കി ചുണ്ടുകളിൽ ചുംബിക്കാൻ കൊതി തോന്നി. പരിസരം സമ്മതിച്ചില്ല. പക്ഷേ തോളത്തെ പിടിമുറുക്കി.

- ട്രയിൻ വരാറായി. നമുക്ക് പോകണ്ടേ.

- പോകണം. പുതിയ ലോകത്തിലേക്ക്

റെയിൽവേ പാളങ്ങൾക്കു ജീവൻ വെച്ചു. ട്രയിൻ വരികയാണ്. അവർ എഴുന്നേറ്റു.

- എല്ലാ വേദനകൾക്കും വിട. ഇവിടെ നമ്മുടെ നൊമ്പരങ്ങൾ എല്ലാം ബാക്കിവെക്കുന്നു, അല്ലേ രവിയേട്ടാ

- അതെ പെണ്ണേ

- നാക്കു പ്രേമിച്ചു കോവാലി, രവിയേട്ടാ

അവരുടെ ചങ്കിടിപ്പിനോടു മത്സരിച്ച് ട്രയിൻ വന്നു നിന്നു. പ്ലാറ്റ്ഫോമിലെ തിരക്കിനിടയിലൂടെ അവർ ബാഗുകൾ എടുത്തുനടന്നു.

ട്രെയിൻ ചൂളം വിളിച്ചു.

അവരുടെ ടിക്കറ്റ് അവർമാത്രമുള്ള ലോകത്തേക്കായിരുന്നു.

22. അന്യത്ര....

യഥാർത്ഥത്തിൽ ഈ കഥ ഇവിടെ അവസാനിക്കുകയല്ല; അവസാനിപ്പിക്കുകയാണ്. ജീവിച്ചിരിക്കുന്ന കഥാപാത്രങ്ങളെ അങ്ങനെ വഴിയിൽ ഉപേക്ഷിക്കാനും വയ്യ. ഇതിലെ കഥ യഥാർത്ഥ മാണ്. നോവൽ ഘടനയ്ക്കുവേണ്ടി സാങ്കേതികമായി ചിലമാറ്റങ്ങൾ വരു ത്തിയതൊഴിച്ചാൽ യാതൊരു അതിശയോക്തിയും ഉപയോഗിച്ചിട്ടില്ല. കഥാപാത്രങ്ങളെല്ലാം (മരിച്ചതായി പറയുന്നവർ/കണ്ണമ്മയുടെ കുടുംബം ഒഴികെ) എല്ലാവരും ജീവിച്ചിരിക്കുന്നവരാണ്. അതുകൊണ്ട് തന്നെ രചനയിൽ വൈകാരിക പ്രതിസന്ധികൾ അനുഭവിച്ചിട്ടുണ്ട്. നായിക അടക്കം വായിച്ച് സാക്ഷ്യപ്പെടുത്തിയതുമാണ്. നിർദ്ദേശിച്ചമാറ്റങ്ങൾ വരുത്തിയിട്ടുമുണ്ട് - യഥാർത്ഥമായ കുറെയധികം ഉപകഥകൾ ഒഴി വാക്കിയിട്ടുമുണ്ട്. ആരെയും അപകീർത്തിപ്പെടുത്താൻ ഉദ്ദേശിച്ചിട്ടില്ല. മൂന്നു തലമുറകളുടെ വ്യത്യസ്ത സാമൂഹ്യ ജീവിതങ്ങളും പ്രതിബദ്ധതയും അലസതകളും അവതരിപ്പിക്കാനാണ് ശ്രമിച്ചിരിക്കുന്നത്. രാഷ്ട്രീയ സംഭവങ്ങളടക്കം വസ്തുതകളാണ്; അതിലെ നിലപാടുകൾ നോവലി സ്റ്റിന്റേതാണ്. പ്രണയത്തിന്റെ അതിസാന്ദ്രഭാവങ്ങളെ അനുഭവങ്ങളിൽ ചാലിച്ചെടുത്തതാണ്. അതിഭാവുകത്വമില്ല, അയഥാർത്ഥവുമല്ല.

ഇതിലെ കവിതകൾ പൊയ്കയിൽ അപ്പച്ചന്റെ പാട്ടുകളിൽ നിന്നു ള്ളതാണ്.

അഡ്വ. രാജഗോപാൽ വാകത്താനം.

www.ingramcontent.com/pod-product-compliance
Lightning Source LLC
LaVergne TN
LVHW040743051026
849519LV00007BA/2430
* 9 7 8 9 3 5 5 1 7 8 4 9 7 *